आपल्या स्नेहीजनांना पुस्तके भेट द्या

जबाब

दादासाहेब मल्हारी मोरे

मेहता पब्लिशिंग हाऊस

✆ +91 020-24476924 / 24460313 / Mob. No. 954500513
Email : production@mehtapublishinghouse.com
Website : www.mehtapublishinghouse.com

GABAL by DADASAHEB MORE

गबाळ : दादासाहेब मोरे / आत्मकथा

Email : author@mehtapublishinghouse.com

© दादासाहेब मोरे

प्रकाशक : सुनील अनिल मेहता, मेहता पब्लिशिंग हाऊस,
१९४१, सदाशिव पेठ, माडीवाले कॉलनी, पुणे – ४११०३०.

मुद्रक : पार्कसन्स ग्राफिक्स

मुखपृष्ठ : सतीश भावसार

प्रकाशनकाल : १९८३ / १९९० /
मेहता पब्लिशंग हाऊस यांची सुधारित तिसरी आवृत्ती :
ऑक्टोबर, २०१५

किंमत : ₹ २५०

P Book ISBN 9788184988772

E Book ISBN 9788184988789

E Books available on : amazonkindle Apple Books Google Play Books

---

या पुस्तकांचे भाषांतर कन्नड, इंग्रजी व हिंदी भाषांतही करण्यात आले आहे.

दारोदार भीक मागून ज्यांनी मला
शिकविले त्या माझ्या आईवडिलांच्या
रक्ताळलेल्या चरणी हे माझे प्रथम
कलापुष्प अर्पण करीत आहे.

लेखकाचे मनोगत

हे आत्मकथन वाचकांच्या हाती येण्याचे खरे श्रेय प्रा. म. द. हातकणंगलेकर सर यांच्याकडे जाते. त्यांचे जिव्हाळ्याचे सहकार्य मिळाल्यानं मी माझ्या वेदना, दु:ख समाजासमोर मांडू शकलो. खरोखरीच त्यांचे कार्य आभार मानण्यापेक्षादेखील श्रेष्ठ आहे. त्यांचे आभार मानून त्यांच्यातील माझ्याविषयी असणाऱ्या जिव्हाळ्याला मी औपचारिकपणा आणू इच्छित नाही. त्यांची आपुलकी अशीच राहावी हीच अपेक्षा आहे.

माझ्या 'गबाळ' या आत्मकथनात मी जे आजपर्यंत अनुभवले, पाहिले आणि आजदेखील जगतो आहे, उपभोगतो आहे, त्याचे वास्तव चित्रण चित्रित केले आहे. या पुस्तकातील प्रत्येक पात्र आज सत्य परिस्थितीला तोंड देत आहे. समाजातीलच एक घटक की, ज्याला स्वत:चे असे अस्तित्व नाही अशा घटकाचे म्हणजे 'कुडमोडे जोशी' या जातीचे जीवन विस्तारित स्वरूपात वर्णन केले आहे. भटक्या जमातीची दु:खे, त्यांच्या व्यथा, वेदना, स्त्रियांचे पशुतुल्य जीवन, त्यांच्या रूढी, परंपरा, चालीरीती, अंधश्रद्धा, अशिक्षितपणा याविषयीचा सत्य वृत्तान्त मी आपणासमोर सादर केला आहे.

माझ्या आत्मकथनाच्या सर्व क्रियेत सहकार्य करणारे डॉ. अनिल अवचट यांचेदेखील मोलाचे कार्य आहे. त्यांनी हे आत्मकथन वाचण्याचा त्रास घेतला, एका लाचार जमातीची दु:खे समाजासमोर आणण्याचे सत्कार्य केले, त्याबद्दल मी त्यांचा ऋणी आहे. ज्या माझ्या मित्रांनी मला बिकट परिस्थितीत मदत केली, ते माझे मित्र बाळू कांबळे, हरीश मालाणी, शेखर स्वामी, राजेंद्र शेंडगे यांचाही मी आभारी आहे.

या आत्मकथनाच्या क्रियेतील शेवटचा भाग म्हणजे 'प्रकाशन'. माझ्या पुस्तकाचे प्रकाशन करून श्रीयुत मधुकाका कुलकर्णी यांनी मोठ्या जिव्हाळ्याने माझ्या दु:खवेदना समाजासमोर आणल्या. एका नवोदित लेखकाला चालना देण्याचे मोलाचे कार्य प्रकाशक मधुकाका कुलकर्णी यांनी केले. त्यांचाही मी ऋणी आहे. ज्यांनी ज्यांनी मला आजपर्यंत सहकार्य केले व करीत आहेत त्यांचे सर्वांचे आभार मानतो. माझ्या दु:खात वाचक कितपत समरस होऊ शकेल किंवा मी माझ्या वेदना कितपत त्यांच्या अंत:करणापर्यंत पोचवू शकेन यावरच माझे यश अवलंबून आहे.

सांगली । ३ ऑक्टोबर १९८३ **दादासाहेब मोरे**

[मला जेव्हापासून समजायला लागलं, तेव्हापासूनची, मी ज्या जमातीत जन्माला आलो त्या भटक्या जमातीची दुःखं, व्यथा, त्यांची समाजात होत असलेली उपेक्षा, त्यांचं जीवन मी आपणासमोर उभं करण्याचा प्रयत्न खाली केला आहे.]

मला आठवतं १९६७-६८ चा नोव्हेंबर महिना होता. मिरज तालुक्यातील एक शहरवजा खेडेगाव. त्याचं नाव सलगरे. बाजार सलगरे म्हणून त्या क्षेत्रातील लोक ओळखतात त्या गावाला. मिरजेपासून सुमारे १२ ते १३ मैलांवरील सलगरात, गावापासून पश्चिमेला कमीत कमी मैल-दीड मैल अंतरावर कोंडिबा कुंभाराची वस्ती होती. तणसानं शेकरलेली. तिथं त्या दिवशी आमच्यातील पालांची गर्दी वाढली होती. जवळजवळ चाळीस ते पन्नास पालांचा संच मोठ्या डौलाने आपलं जीवन जगत होता. कोंडिबा कुंभाराचं पाच एकर जिरायतीचं माळ, या भिकाऱ्यांसाठी प्रत्येक वर्षी, तो ठरावीक दिवस राहण्यासाठी देत असे. त्यालाही त्याचा फायदाच होता म्हणा, कारण त्याला या भिकाऱ्यांच्या घोड्यांपासून लीद मिळायची आणि त्या लिदीवर आपला मडकी बनवण्याचा धंदा तो वर्षभर चालवीत होता. आणि भिकाऱ्यांनाही राहण्यासाठी जागा मिळायची म्हणजे दोन्ही बाजूंनी सोईस्कर होतं. नाहीतरी भिकाऱ्यांना काय? कोणाच्या तरी जागेवर राहावंच लागणार. जिथं राहतो तेच आपलं गाव समजणारी जमात, मग त्यांना कोंडिबाचं माळ काय किंवा आणखी काय? सर्व काही सारखंच...

देशात चोहोकडं विखुरलेली, दिशाहीन मार्गानं जाणारी ही पात चार-सहा पालांच्या संख्येनं तिथं जमत होती. प्रत्येक वर्षी कोंडिबा कुंभाराच्या नीवर त्यांचा नोव्हेंबर ते डिसेंबर एक महिना मुक्काम असायचा. एकमेकांपासून दूर कलेल्या पाखराप्रमाणे, पोट पाठीला बांधून, आपलं गबाळ, ज्याला आपण संसार म्हणतो ते घोड्याच्या पाठीवर टाकून, जिकडं पोटाला मिळेल तिकडं भटकत राहणारी माणसं एकत्र जमत होती. त्यांच्या आनंदाला ऊत येत होता. कोणाची तरी मुलगी यायची. मग तिची आई मोठ्या भरल्या अंत:करणानं तिला मिठी मारायची, कोणाचा जावई, कोणाचा भाऊ, तर कोणाचा मुलगा आपला फिरता संसार घेऊन यायचा आणि एकमेकांना आनंदानं भेटायचे. आपली सुख-दु:खं एकमेकांना सांगायची. एकंदरीत तिथं आनंदाला सीमाच नव्हती.

दोन काठ्यांवर पोती टाकून तयार केलेलं पाल म्हणजेच त्यांचं घर. पालासमोर तीन दगड आणून ठेवायचे, रानातून लाकडं-गवऱ्या गोळा करून आणायच्या आणि त्या तीन दगडांमध्ये घालून पेटवायचे, तीच त्यांची चूल. त्या दगडांवर मग एखादं फुटकं भगुलं ठेवायचं, थोडंसं पाणी त्या भगुल्यात घालून, त्यामध्ये थोडा गूळ टाकायचा, चहाची पावडर कधी नसायचीच, कोणाकडं असली तर बरं, नाहीतर पेरूचा पाला कुठून तरी तोडायचा आणि त्या भगुल्यात टाकायचा. थोडा वेळ जाळ लावायचा की झाला चहा. मग मोठ्या अभिमानानं दुसऱ्याला बोलवायचं, 'आरं येऽऽऽ रामाऽऽ. च्या प्याला यीऽऽ' रामानं लगेच म्हणायचं, 'म्या प्यालावऽऽ. सकाळा मागाला गेल्यावरऽऽऽ. तू पी.' नंतर दुसऱ्याला बोलवायचं. असं तिथलं एकंदर जीवन होतं. पालाच्या समोरच एक मोठा दगड आणून ठेवायचा आणि त्यावर बसून अंघोळ करायची. बायकांनीदेखील तिथंच अंघोळ करायची. त्यांना लाज वाटायचीच नाही. बहुतेक त्यांच्या जीवनाच्या हिशेबात लाजेचं खातंच उघडलं नसावं. उघडीनागडी, शेंबडी पोरं खेळायची, भांडायची, रडायची. एखादा गारेगार विकणारा किंवा फुगे विकणारा माणूस आला की, लगेच उघडीनागडी, केसांचा बोचका झालेली पोरं पळायची. त्याला घेरावा घालायची. एकंदर त्या फुगेवाल्याला किंवा गारेगारवाल्यालाही पाहायला मजा वाटायची. बिनपैशाचा तमाशा बघायला मिळतोय, मग का बघू नये. मग एखादं पोरगं शेंबूड गाळत आपल्या आईकडं रडत जायचं, 'आय-आय मला तांबडं गारीगार पायजी.' दुसरं एखादं पोरगं म्हणायचं, 'मला एक मोठा फुगा घी.' ती बिचारी आई त्यांना शिव्या देई आणि म्हणे, 'तुजा मुडदा काढला. काल तुज्या बानं पाच पयसं दिलं व्हुतं ती काय केलंच? जा बोंबलत तकडं, एक सुदीक पयसा न्हाय देत.' मग ती पोरं गप्प बसायची.

त्या पाच एकरांमध्ये एखादी जत्रा भरल्यासारखी वाटायची. फक्त दु:ख आणि लाचारी यांची देवघेवच त्या जत्रेत चालत होती. तरीपण त्या चाळीस पालांच्या

जगात मी मोठा आहे हे प्रत्येक जण दाखवण्याचा प्रयत्न करीत होता. पालासमोर एखादंदुसरं घोडं बांधलेलं असायचं, दोन-चार कुत्री भाँ-भाँ करून भुंकायची. पालांची राखण करण्यासाठी व शिकारीसाठी कुत्री पाळलेली. घोडं म्हणजे त्यांच्या जीवनाचं एक अविभाज्य अंगच आहे. घोड्याच्या पाठीवर त्यांचा संसार असतो आणि दिशाहीन भ्रमण घोड्यावरूनच चालू असतं. कोणाजवळ तरी एखादा रेडिओ असायचा की, ज्याला बटणंदेखील नसायची. नुसतं खोकंच. तरीपण आहे नाही तेवढा आवाज सोडून, पालाच्या पुढच्या मेढीला अडकवून दोन्ही पाय पसरून बसायचा. इतर पालांतील लोकांना तो प्रतिष्ठित वाटत असे. कोणी एखादा जुन्या बाजारात घेतलेला एखादा शर्ट अडकवायचा आणि त्या चिमुकल्या जगातून डौलानं मिरवायचा. जो तो मी मोठा आहे हे सिद्ध करण्याचा प्रयत्न करायचा. रात्री दिवे लागले की, चोहीकडं शांतता, फक्त कुत्र्यांचं भुंकणं तेवढंच ऐकू यायचं. सर्व जण आपापली दुःखं, व्यथा विसरून, उद्या मला चार भाकरीचे तुकडे कुठे मिळतील? पहाटे कोणत्या गावाला जावावं? वाट चांगली आहे किंवा नाही? अशा प्रकारच्या अनेक प्रश्नांच्या वावटळीत अडकायचा आणि झोपी जायचा. केव्हा झोप लागली हे त्यालाच समजायचं नाही. दुसऱ्या दिवशी तेच जीवन चालू राह्यचं. रात्र अनेक दुःखं घेऊन जायची. दिवस नवीन संकटं घेऊन उगवायचा आणि त्या संकटांना कुशीत घेऊन परत रात्र निघून जायची.

माझं वय त्या वेळी सात वर्षांचं होतं. मी मोठा दिसायला लागलो, तेव्हा माझ्या वडलांचे चुलते, माझे चुलत आजोबा नागू मोरे वडलांना म्हणाले, "मलारी, पोरगं मस्त मोठं झालंया...तवा त्येला एक हाडप करून दी...म्हंजी चार भाकरीचं तुकडं तरी आणील. घरातल्यांचं एक टायमाचं जेवाण तर भाईर पडंल."

वडील कळवळून म्हणायचे, "आगा तात्या, प्वार अजून लय बारकं हाय. त्येला मागाला धाडलं तर एकादं कुत्रं-बित्रं चावील लेकराला. त्येला काय कळतंया व्हय, कसं मागाचं हाय ती... नागूतात्या, मी माज्या दादासाबाला साळंत घालणार हाय."

ते ऐकून आजोबा फार चिडले आणि म्हणाले, "आरं मलारी, तुला याडबिड लागलंया का काय? आरं प्वार साळंत घालायचं म्हणजी, एखाद्या गावात ऱ्हायाला पायजी... अशी रानात साळा तुज्या पालाबरुबर यीतीया व्हय."

माझे वडील ते ऐकून गप्प बसायचे. नाहीतरी काय करणार? दोन-तीन दिवसाला एका गावाला आमचा मुक्काम असायचा. कोणत्या शाळेत नाव घालणार? माझ्या वडलांनी मला सांगितलं,

"दादासाबा, उद्यापास्नं तू हितल्या साळंत जा. जावून लांब बसाचं... मास्तर काय सांगतूया ती नीट ऐकाचं. काय म्हणतुया मी?"

मग मी 'हो' म्हणून मान हालविली. गावापासून मैला-दीड मैलावर आमची पालं. तिथून दररोज सकाळी शाळेला यायचं. सकाळी मुलकाची थंडी पडलेली असणार. मनात विचार यायचा, जाऊ दे तिकडं कधी जावावं शाळेला. पण दुसरा विचार मनात यायचा, बघावं तर एकदा जाऊन, मास्तर मारंना तर जायाचं साळंला. न्हाय तर पुन: जायाचंच न्हाय. दुसऱ्या दिवशी सकाळी शाळेला जायचं या आनंदानं झोपी गेलो.

दुसऱ्या दिवशी सकाळी मी सलगरेच्या प्राथमिक शाळेत गेलो. मी शाळेत गेल्या गेल्या सगळी पोरं माझ्याकडं एखाद्या सर्कशीतल्या विदूषकाकडं पाहिल्याप्रमाणं पाहू लागली. त्यांचंही बरोबरच होतं. माझा एकंदर अवतारच तसा बघण्यासारखा होता. एक बारकी चड्डी, तीबी टिर्ऱ्यावर फाटलेली. केसांचं बोचकं झालेलं. मेंढरांच्या लोकरीवाणी केस नुसतेच वाढलेले. अंगात एक अंगरखा, की जेणेकरून त्याला ठिगळं लावायला जागासुद्धा उरली नव्हती. तीही त्याच दिवशी घातली होती. शाळेला चाललो होतो म्हणून. न्हायतर उघडानागडाच असायचो. हातापायावर जवळजवळ दोनदोन बोटं जाड मळाचा थर बसलेला. मला पाहून मास्तर जोरात ओरडले,

"येऽऽ पोरा कुणाचा आहेस तू?"

मी तो आवाज ऐकून भ्यालो. कसंतरी भीतभीत उत्तर दिलं, "मी-मी जोश्याचा हाय..."

पुन्हा मास्तर खेकसले, "इथं कशाला आला आहेस?"

मी रडव्या सुरात उत्तर दिलं, "साळा शिकाला आलूया. आमच्या आण्णानं मला साळंला जायाला सांगितलंया."

मास्तर नम्रपणे म्हणाले, "तू भिकाऱ्याचा मुलगा, तुझं नाव कसं घालायचं शाळेत? जा, तुझ्या वडिलांना सांग. तुझं नाव शाळेत घालता येत नाही. जा... पळ."

मला फार वाईट वाटलं. मी आनंदानं शाळेपर्यंत आलो होतो. मी रडायला सुरुवात केली. मास्तरांना माझी दया आली व म्हणाले,

"हे बघ, आज आला आहेस, असू दे. त्या पटांगणात बस. तुला ऐकायचं असेल ते ऐक आणि शाळा सुटल्यानंतर जा."

मी शाळेच्या पटांगणात बसलो. तिथून गुरुजी बऱ्याच अंतरावर होते. गुरुजी जे काही शिकवत होते, ते मला नीट ऐकायलादेखील येत नव्हतं. कसातरी बसून ऐकू लागलो. इतरांना वाटायचं की, हा मुलगा अंगणात बसून भीक मागायला लागलाय. पण मला काहीच वाटत नव्हतं. माझ्या बालमनाला समजत नव्हतं की,

आम्हासारख्या गोब, भटक्या, निराधार जमातीसाठी शाळा नाही. चार शब्द कसेतरी कानावरून गेले. माझ्याजवळ पाटी नव्हती की पेन्सील नव्हती. शाळा सुटली. इतर मुलं माझ्याकडं वळून बघत आपापल्या घरी जाऊ लागली. मीदेखील आमच्या दुनियेत आलो. पालात शिरलो. आई वाटच बघत बसली होती. तिला अभिमान वाटत होता की, आपला मुलगा शाळेला गेलाय. गेल्या गेल्या मला आईनं *विचारलं,*

"काय काय शिकवलं रं मास्तरानं?"

मी काय उत्तर देणार? मला तरी कुठं ऐकू आलं होतं. पण मी तसाच नेटानं बोललो,

"आय...आय, आज गुरुजींनी लय शिकवलं."

लई शिकवलं म्हणजे आईला तरी काय कळणार होतं? तिला वाटलं आपलं पोरगं एका दिवसात बरेचसं शिकलं असावं. आमच्या पालाच्या शेजारीच वडलांच्या चुलत बहिणीचं पाल होतं. आमची आई मोठ्यानं ओरडून म्हणाली,

"आवऽ किसना व्हंजी, आज दादासाब साळंत लय शिकलाय न्हवं. का आता आलाया."

किसना व्हंजीला तर काय कळणार की, लई शिकलाय म्हणजे काय? ती लगेच म्हणाली,

"आगऽ... आनुसया, पोराला एक भाकर आणिक चटणी दी. भुक्याजलं आसल. वर त्याल बी घाल. आज साळंला जावून आलंया."

मग मला आईनं जवळ घेऊन कुरवाळलं. एक पूर्ण भाकर, तेल, चटणी घालून दिली. ती भाकरी खात होतो. भाकरी संपण्यापूर्वीच आई म्हणाली,

"आरं, सांच्याला चुलीला जळाण न्हाय. जरा लेंड्या, गवऱ्या, लाकडं तर गोळा कर की. जरा जपून जा. काटं-बिटं मोडत्याली."

मी उठलो. सूप घेतलं आणि गवऱ्या, लेंड्या गोळा करायला सुरुवात केली.

दुपार झाली होती. प्रत्येक पालातील एक-दोन माणसं भीक मागून काही मिळेल ते काखेला मारून, उन्हातून येत होती. पालांतील बायका मोठ्या आशेनं त्यांची हाडप (झोळी) पाहत होत्या. एखाद्या भाकरीच्या तुकड्यावर कसली तरी भाजी असली की, मोठ्या खुशीनं मिटक्या मारून खात होत्या. शेंबडी, नागडी पोरं भोकाड पसरून खायला मागायची पण ती एवढीशी भाजी कोणाच्या वाट्याला येणार? मग मोठमोठ्यानं शिरोमणी वाद्य, शंख वाजवीत पोरं पालातून बाहेर पाय आपटत पळत होती. माझे वडील आले. मोठ्या खुशीने मी व माझी लहान भावंडं वडिलांच्या आडवे गेलो. वडिलांच्या खांद्यावरील हाडप घेतली. वाटेतच आत काय आहे ते चाचपडू लागलो. पण खाण्यासारखं काहीच दिसलं नाही. आशेची निराशा

झाली. पालात आलो. आल्या-आल्या वडलांनी विचारलं,

"तू गेला व्हुतास का रं साळंला?"

मी 'व्हय' म्हणालो. लगेच दुसरा प्रश्न ऐकू आला,

"काय-काय शिकालाच?"

मी काय सांगणार; एकाच दिवशी शाळेला गेलो होतो. ते पण गुरुजींनी बाहेर पटांगणात बसवलं होतं. व्यवस्थित ऐकायला येत नव्हतं. मनात वाटलं की, सांगून टाकावं एकदाचं. मी आज अंगणात बसलो होतो. मला शाळेत घेतलं नाही, म्हणून ऐकू आलं नाही. पण विचार केला आण्णा उद्या शाळेला पाठवणार नाहीत. तसाच मूग गिळल्यासारखा गप्प बसून राहिलो. आईनंच माझी बाजू सावरली. आई म्हणाली,

"आज दादासाब लय शिकून आलाया."

हे ऐकून वडलांना समाधान वाटलं. दुसरा दिवस मंगळवार होता. मंगळवारी सलगरेचा बाजार. बाजारात मला एक बारा आण्याची पाटी घ्यायची ठरली. माझा आनंद ओसंडू लागला. उद्या पाटी मिळणार, त्यानंतर मी लिहायला शिकणार, या कल्पनेनं मला बेचैन केलं. आजचा दिवस कधी जातो असं वाटू लागलं. पण लगेच दुसरा विचार आला की, त्या पाटीवर काय लिहायचं? मला तरी काहीच येत नव्हतं. ना का लिहिता येईना, नुसती चित्रं तरी काढायला येतील. माझी मीच समजूत घालून घेतली. प्रत्येक पालातील माणसं उद्याच्या बाजाराची तयारी करीत होती. उद्याची वाट बघत होती.

एकदाचा उद्या उजाडला. मंगळवारचा दिवस. त्या दिवशी बरेच लोक मागायला गेले नाहीत. प्रत्येक आठवड्याला सुट्टी घेतल्याप्रमाणं बाजाराच्या दिवशी बसून राह्यचं. सकाळी लवकरच भीक मागून मिळवलेल्या धान्यातून जे काही शिल्लक ठेवलेलं असायचं ते धान्य एकत्र करण्यास सुरुवात झाली. धान्य कसलं ते, बारा घरी वाढलेलं, बारा मिसळ होती त्यामध्ये. तांदूळ, ज्वारी, गहू, हरभरा, मूग, बाजरी, मका अशा नाना प्रकारच्या जातीचं धान्य एकत्र करीत होते. ते मिसळीचं धान्य विकून तेल, मीठ भागवायचं. अशा प्रकारचं अनेक जातीचं धान्य आणि काही लोकांनी कोंबड्या मिळवलेल्या असायच्या. मिळवलेल्या कसल्या, दुसऱ्यांना खोटं सांगून त्यांच्याकडून घेतलेल्या. म्हणजे एखाद्याला सांगायचं तुझ्या घरी सुख निर्माण करतो, तुझ्या संपत्तीत बरकत आणतो, तुझ्या मुलांनी तुझं ऐकावं असं करतो, घरातील भांडण मिटवतो, पण त्यासाठी जीवदान म्हणून एक कोंबडी पाहिजे. अडाणी, अंधश्रद्धेनं ग्रासलेले लोक त्यांचं ऐकून त्यांना जीवदान म्हणून कोंबडी देतात. या समाजाला समजतच नाही की, आम्हाला संपत्तीच्या शिखरावर उभं

करणारा माणूस भाकरीच्या तुकड्यासाठी दारोदार भीक का मागत फिरतो? त्याला स्वत:साठी संपत्ती का निर्माण करू शकत नाही? सुखी होण्याच्या खोट्या आशेनं समाज आमच्या लोकांना कोंबड्या देतो. त्या कोंबड्या विकून आमच्या जमातीमधील चार-दोन रुपये गोळा करतात. अशा तऱ्हेनं मिळवलेल्या कोंबड्या, आज बाजारात विकण्यासाठी बऱ्याच लोकांनी घेतल्या होत्या. आमचा तांडा बाजार करण्यास निघाला. जवळजवळ पन्नास माणसं एका समूहानं चालली होती. कोणाची धोतरं गुडघ्यापर्यंत फाटली होती. त्या धोतरांना चार-पाच रंगांची ठिगळं लावली होती. कोणाच्या अंगरख्याला एका बाजूची बाहीच नव्हती. बटणाचा तर पत्ताच नव्हता. डोक्याला चिंधी गुंडाळल्यावाणी पटका बांधलेला. त्यातून अर्धं डोस्कं उघडंच दिसायचं. शेताला कुंपण घातल्याप्रमाणे कडेनं पटका असायचा आणि मधलं टाळकं उघडंच असायचं. एका पायात स्लिपर, तर दुसऱ्या पायात कातडी चप्पल दिसायची. बहुतेक करून बऱ्याच लोकांच्या पायात काही नव्हतंच. बायकांचाही विचित्र अवतार दिसायचा. लुगड्याला विविध रंगांची ठिगळं लावली होती. चांभारानं चपलेला टाक घातल्याप्रमाणे सुईनं ठिगळं लावल्याली रंगीबेरंगी दिसत होती. चोळी बघितली की, बघणाऱ्यांना समजतच नव्हतं की, हे काय आहे. कारण फाटलेल्या जागी भाकरीच्या कापडाचं ठिगळ लावलेलं असायचं. कितीतरी रंग त्या चोळीमध्ये दिसायचे. डोक्यावरील केस कापायचे नसतात म्हणूनच वाढवलेले होते. नाही तर काय? तेलाचा आणि त्या केसांचा कधी संबंधच येत नव्हता. केसांच्या जटा झाल्या होत्या. पाठीमागं उघडीनागडी, काळी कुळकुळीत चिखलानं, घाणीनं भरलेली पोरं शेंबूड ओढीत, रडत पळत होती. असा हा तांडा बाजार करण्यासाठी निघाला होता. रस्त्यावरील येणारे-जाणारे लोक, हा एक फिरता चित्रपट चालू आहे या दृष्टीनं पाहत, स्वत:शीच हसत निघून जात होते. आम्ही बाजारात पोचलो.

बाजारातील माणसं जास्तीत जास्त आमच्यापासून दूर जाण्याचा प्रयत्न करीत होती. कारण आम्ही चोरी करू अशी त्यांची समजूत. आमच्याकडील बारा मिसळीचं धान्य, एखादी-दुसरी कोंबडी असलेली तेदेखील कोणी घेत नव्हतं. कोंबडी कदाचित चोरून आणली असेल म्हणून. सारा बाजारच आमच्याकडे चोर आहेत या दृष्टीनं पाहत होता. कोंबड्यांचं खाद्य किंवा जनावरांचं खाद्य म्हणून ते मिसळीचं धान्य बाजारातील दरापेक्षा निम्म्या किमतीनं विकायचं. कोंबड्यादेखील इतर लोकांच्या कोंबड्यांपेक्षा कितीतरी पटीनं कमी किमतीनं विकायच्या. म्हणजे आमच्या वस्तूंना त्या बाजारात किंमतच नव्हती. आम्ही समाजात गणलो जात नव्हतो. आमचं जगच वेगळं होतं. धान्य, कोंबड्या विकून थोडे पैसे मिळाले की, आमचे लोक बाजार करीत होते. आठवड्यासाठी चार-आठ आण्यांचं तेल घ्यायचं. कालवण कधी करतच नव्हते. फक्त चटणीवर ओतून खाण्यासाठीच त्या तेलाचा उपयोग होत

होता. त्यामुळे तेवढं तेल आठ दिवसांसाठी जास्तच होतं. मीठ वगैरे पदार्थ घ्यायचे. लहान-लहान पोरं बाजारातील खाद्यपदार्थ बघून मोठमोठ्यानं कोकलायची; परंतु बाजारातील आवाजात त्यांचा आवाज मिसळून जायचा. एखादं पोरगं जास्त रडायला लागलं, तर त्याचा बाप त्याला एखादी-दुसरी थप्पड मारायचा. पोरगं गप्प बसत होतं. कारण जास्त रडल्यानं आणखीन मारच मिळणार हे ते जाणून असायचं. कोणाकडं जास्त पैसे जमले असतील तो आठ-बारा आण्यांची दारू ढोसायचा आणि डुलत त्या दारूच्या नशेत आपली दु:खं, चिंता, सर्व काही विसरून आपल्या पालाकडं यायचा.

मी व वडील दोघं मिळून बाजारात आलो होतो. मला बाजारात पाटी घ्यायची होती. माझ्या पाठोपाठ माझा लहान भाऊ, आबासदेखील रडत, आपटत उघडानागडाच आला होता. आमच्याजवळ विकायला काहीच नव्हतं. वडलांकडं पैसे किती होते मला माहीत नव्हतं. वडलांनी मला बारा आण्याची एक पाटी घेऊन दिली. पाच पैशाला दोन पेन्सिली घेतल्या. जवळजवळ ऐंशी पैसे माझ्या एकट्यासाठी खर्च झाले होते. एक रुपयामध्ये आमच्या घरचा आठवड्याचा बाजार होत होता. तिथं ऐंशी पैसे माझ्यासाठी खर्च झाल्यामुळे वडलांची मन:स्थिती बिघडली होती आणि अशा परिस्थितीतच समोर बोरं विकायला बसलेली मला दिसली. मी वडलांना म्हणालो,

"आण्णा, मला पाच पैशाची बोरं घिऊन दी."

वडलांचं डोस्कं फिरलं. वडलांनी कसलाच विचार न करता ताडकन एक मुस्काडीत मारली आणि म्हणाले,

"आताच येवढं पयसं घातल्याती तुला. साळा शिकतूयाच का दिवा लावतूयाच कुणाला ठावं हाय. गप, कुत्र्यावाणी चल."

माझा भाऊ, आबासदेखील खायला मागत होता; परंतु त्यालादेखील काही मिळालं नाही. मी व आबास तोंडात मारल्यासारखं पालाकडं निघालो. जाता जाता वडलांनी दहा पैशाची बोरं, चार आण्याचे पेरू घेतले. पण ते घरी गेल्याशिवाय मिळणार नव्हते हे उघड होतं.

सायंकाळी सहा वाजेपर्यंत सर्व जण बाजार करून पालावर पोचले. कोणी दारू पिऊन झिंगत होता, तर कोणी जास्त पैसे खर्च झाले म्हणून तळमळत होता. त्या छोट्याशा जगात चार-पाच माणसं तरी अशी होती की, नित्यनेमानं दर आठवड्याला न चुकता दारू प्यायची. ती माणसं म्हणजे नागू दोरकर, रामा शिंदे, निवृत्ती शिंदे, शिवाजी ढांगापुरे व सुभाष भोसले. हे पाच पांडव दारू पिऊन आपोपल्या घरात मोठमोठ्यानं ओरडत,

"आगंऽ... येऽऽ बाने जेवाण झालंय का न्हाय? जेवाला वाढ. न्हायतर तुजा मुडदाच पाडतू."

बाकीचे लोक तमाशा बघत होते.

रामा शिंदे मधूनच ओरडायचा, "आयला, जगाचच कशापाय? माणसानं मरुस्तवर मिळवाचं आणिक मराचं. तवा चयनी केल्याली काय वाईट हाय?"

लगेच निवृत्ती शिंदे आपल्या मुलीवर खेकसत होता, "येऽऽ ज्यांते, कुठं मिलीयाच. कवाच्यापास्न बोंबलतूया तर ओ बी देत न्हायीस. तुज्या आयला म्हणावं मास्कांड लवकर शिजीव."

अशा प्रकारचे निरनिराळे स्वर ऐकू येत होते. मोठी, शहाणी माणसं दारू पिणाऱ्या माणसांना शिव्या देत होती. एकूण वातावरण फार मनोरंजक दिसत होते. माझे वडीलदेखील दारू पीत होते परंतु प्रत्येक बाजाराला नाही तर एक-दोन बाजार सोडून. दारू पिऊन आले की, आमच्यावर बिघडायचे. मग घरातील सर्वांनी गप्प बसायचं. थोड्या वेळानं वडील बडबडतच झोपी जायचे. रात्री थोड्या वेळानं त्या पालात शांतता नांदत असे.

दुसऱ्या दिवशी मी शाळेला गेलो. बाहेर पटांगणातच बसलो. गुरुजी शिकवत होते. मी कान टवकारून ऐकत होतो. सातआठ दिवस असेच निघून गेले. रोज शाळेला येत होतो. पटांगणात बसत होतो. मला आता ग, म, भ, न येत होतं. पण फुटक्या नशिबाच्या माणसाला चांगली साथ कधी कशी मिळेल? पुढच्या आठवड्यात आमचा मुक्काम दुसऱ्या गावाला निघाला. पालं काढली. गबाळं साठवली. ओझी घोड्यावर लादली. काही गठुळी बांधून लोकांनी पाठीशी घेतली. आमची दिंडी दुसऱ्या गावाला निघाली. कोणत्या गावी जायचं हे मात्र निश्चित नव्हतंच. कारण जिथं पोटाला मिळेल, राहण्यासाठी जागा मिळेल, घोड्यांना चरण्यासाठी गवत असेल आणि जवळच पाण्याची सोय होत असेल अशा गावी राह्यचं आणि अशा तऱ्हेनं सर्व सोईंनीयुक्त असं गाव सहजासहजी मिळणं कठीण. एकेक दिवशी तर सकाळपासून संध्याकाळपर्यंत चालत राह्यचं; उन्हात मुलं तान्ह्याजून जात होती. पाय होरपळत असायचे, एखादं लहानसं जनावर एखाद्याच्या शेतात गेलं की, तिथल्या शेतमालकाचं नको ते बोलून घ्यायचं, वेळप्रसंगी मारायलादेखील तो शेतकरी यायचा. तरीपण त्यांना आम्ही काही बोलू शकत नव्हतो. कारण समाजातल्या अत्यंत हीन जमातीमध्ये आम्ही जन्माला आलो होतो. त्यामुळे त्यांच्या शिव्या, मार आम्ही निमूटपणे सहन केला पाहिजे. आमचा दुसऱ्या गावाला प्रवास सुरू झाला. ऊन मी म्हणत होतं. जमीन तापली होती. कुत्री उन्हानं व्याकूळ झाली होती. पुढं कुठंतरी थोड्या अंतरावर एखादं झाड दिसलं की, कुत्री जीव तोडून पळत होती. त्या झाडाच्या सावलीखाली आपली माणसं येईपर्यंत थांबत होती. आणि माणसं आपल्या जवळ आली की, सर्वांच्या बरोबर चालत होती. जवळजवळ आठ ते दहा बिऱ्हाडं

वाटेवरून जात होती. बाकीची पालं सलगरातच राहिली होती. तिथून ती एक-दोन दिवसांनंतर पाच-सहा बिऱ्हाडांच्या संख्येनं दुसऱ्या दिशेनं जाणार होती. आठ-दहा बिऱ्हाडांतील जवळजवळ पंधरा घोडी त्या रस्त्यावरून पाठीवर फिरता संसार घेऊन चालत होती. घोड्यावर ओझी लादलेली. पडू नये म्हणून त्या ओझ्याला दोरीनं घट्ट आवळलं होतं. त्यावर एखादी-दुसरी कोंबडी बांधलेली. तीदेखील उन्हानं मेल्यासारखी मरगळून पडलेली दिसायची.

प्रत्येक कुटुंबातील कोणी ना कोणी त्या घोड्यावर बसलेलं होतं. कोणाच्या कुटुंबातील एखादी स्त्री लहान तान्ह्या मुलास आडवं घेऊन बसली होती. कोणाच्या कुटुंबातील एखादा वयस्कर माणूस घोड्यावर बसला होता. तर एखाद्या घोड्यावर लहान लहान मुलं बसली होती. एका पांढऱ्या घोड्यावर पांडुरंग वायफळकर साठ ते पासष्ट वर्षांचा वयस्कर माणूस बसला होता. उजव्या बाजूला कोंबडी बांधली होती. मरून पडल्याप्रमाणं कोलमडली होती. डाव्या बाजूला कुत्र्याचं लहानसं पिल्लू बांधलं होतं. त्या पिलाला चालता येत नाही म्हणून घोड्यावर बांधलं होतं. पांडुरंग वायफळकर बरेच दिवस आजारी होते. आज त्यांना ऊन जास्तच लागलं आणि ते कसंतरी करू लागले. घोड्यावर बसले असतानाच तळमळू लागले. त्यांच्या घोड्याबरोबर चालत असलेली त्यांची मुलगी सुंद्रा- तिचं लक्ष पांडुरंग वायफळकरांच्याकडं गेलं. ती एकदम ओरडली,

"आरं, माणसानु पळा... पळा... माजा बाबा मराला लागला."

असं म्हणून ती मोठ्यानं रडू लागली. पांडुरंग वायफळकरांचं घोडं मध्यंतरी होतं. काही घोडी व माणसं पुढं गेली होती व काही मागं राहिली होती. तो आवाज ऐकून मागं राहिलेल्या माणसांनी घोडी ताणवली. पुढच्या लोकांनी घोडी मागं वळवली. सर्वत्र आरडाओरड सुरू झाली. बायकांनी मोठमोठ्यानं रडायला सुरुवात केली. पांडुरंग आजोबा या दंग्यानंच बेशुद्ध पडले. पांडुरंग आजोबास पुरुष माणसानं घोड्यावरून खाली उतरवलं. आम्ही लहान मुलं घाबरून फक्त बघतच राहिलो. काय झालंय हे मात्र समजत नव्हतं. फक्त माणसं रडायला लागलीत, ओरडायला लागलीत एवढंच समजत होतं. जवळच थोड्या अंतरावर रस्त्याच्या कडेला एक लिंबाचं झाड होतं. त्या झाडाखाली पांडुरंग आजोबाला नेलं. घोडी पाठीवर ओझी घेऊन रस्त्याच्या कडेचं गवत खुरटत होती. कुत्री झाडाखाली केव्हाच जाऊन बसली होती. त्यांना या दुःखाची काय कल्पना असणार? त्यांच्या पाठीवरील ओझ्याचंच दुःख त्या घोड्यांना जास्त झालं होतं. ओजाबाला सावलीत ठेवलं. बायका-माणसांनी चोहोबाजूनं घेरावा घातला. लगेच मारुती वायफळकर त्याचा भाऊ ओरडला,

"आरं... आरंऽऽ... वारं सोडा, मरील."

लोकांनी गर्दी जरा कमी केली. कोणी आपटून घेत होतं, तर कोणी ऊर बडवून घेत होतं. आमच्या फिरत्या कुटुंबावर फार मोठा आघात कोसळला होता. जवळपास गावदेखील नव्हतं. आडरानातच हा समाज दुःखाच्या खाईत कोसळला होता. निवृत्ती शिंदेनं पळत जाऊन कुठून तरी घागरभर पाणी आणलं. आजोबांच्या तोंडावर पाणी शिंपडलं. तरीदेखील आजोबा बेशुद्धच होते. बायकांनी मोठ्यानं रडायला सुरुवात केली. तोपर्यंत गंगूमावशीच्या अंगात आलं. ती मोठमोठ्यानं घुमू लागली. किंकाळ्या ठोकीत हातवारे करू लागली. आमच्यातील काही जाणकार लोक कुजबुजू लागले, 'आगा... येऽऽ म्हारुतीमामा. गंगूमावशीच्या आंगात आंबाबाय आली.' गंगूबाई दोरकरीन आमच्या समाजातील अंगात देव येणाऱ्या बायकांपैकी एक चांगली समजली जात होती. तिच्या अंगात आलं की कसलंही दुखणं बरं होणारच, असा आमच्या जमातीचा समज होता. सर्व जण शांत झाले. गंगूमावशी घुमत होती. किंकाळ्या ठोकीत होती. मग पांडुरंग आजोबांची मुलगी सुंद्रा, गंगूमावशीच्या पायावर पडली. आणि रडत रडत म्हणू लागली,

"आय आंबाबाय, तुला काय पायजी ती माग. पर माज्या बाला येवडं बरं कर. आमचं घरात मिळवतं कोण बी न्हाय. तुला माहीतच हाय."

लगेच गंगूमावशीनं आवाज वाढवला आणि म्हणाली, "आरं मीऽऽ हितला झुटिंग हाय. भर उनात तुमी माज्या हाद्दीतनं चाललाय. नेमकंच माज्या टायमात घावलाय. मी ह्येला सोडत न्हाय."

मारुतीमामा गंगूमावशीच्या आडवा पडला आणि विनवण्या करू लागला, "बाबा राजा झुटिंगा, तू काय बी माग. पर माज्या भावाला तेवडा सोड."

नंतर गंगूमावशी किंचाळत बोलली, "मला सोडवाचं आसल तर एक कुंबडी, पाच चपात्या, एक नारूळ, भात आणिक लिंबू. तुमी आज सांच्याला गेल्याबरुबर माज्या नावावर ह्या वाटंला त्वांड करून उतरून टाका. तरच मी जाणार हाय. न्हायतर ह्येला माज्या बरुबर घिऊन जाणार हाय."

त्या आठ-दहा कुटुंबांतील प्रत्येक माणसानं झुटिंगाला उतारा द्यायचा कबूल केला. मग कुठं गंगूमावशीच्या अंगातलं गेलं. गंगूमावशीच्या अंगातली अंबाबाई हळूहळू जात होती. बायका तिला धरून बसवत होत्या. कोणी तिच्या पाया पडत होतं, तर कोणी तिची स्तुती करीत होतं. रामा शिंदे म्हणीत होता,

"काय बी म्हणा- गंगूमावशी म्हंजी साक्षात दिवीच हाय."

बाकीची माणसं माना डोलवून त्याला साथ देत होती. माझे वडील त्या गडबडीमधून केव्हा बाहेर गेले होते ते कोणालाच माहीत नव्हतं. वडील पळत पळत आले. त्यांच्या हातात पातीचा कांदा होता. कोणाच्या तरी शेतातून उपटून आणला होता. तो कांदा गडबडीनं फोडला. पांडुरंग आजोबांच्या नाकाला लावण्यास सुरुवात

झाली. इतक्यात एक शेतकरी हातात चाबूक घेऊन पळतच आला. आल्या-आल्या त्यानं आमच्यातील सुभाषला एक जोरदार फटका मारला, तसा सुभाष विव्हळला,

"आगं आय, मेऽऽलो."

सर्व लोकांनी त्या शेतकऱ्याकडं बघितलं. तो शेतकरी रागानं मुसमुसत होता. त्यानं करड्या आवाजात विचारलं,

"आता माज्या शेतातनं कोण पळत आलंया? म्या माज्या डोळ्यानं बघितलंया."

माझे वडील पुढं गेले व म्हणाले, "मालक, म्याच आलु व्हुतू तुमच्या शेतात. आवं आमचा एक म्हातारा मरायला लागला व्हुता. सुदीतच नव्हता. म्हून कांदा आणलाया. चुकलो मालक."

माझे वडील व्याकूळ स्वरात बोलत होते. आणि माझ्या काळजाच्या चिंधड्या होत होत्या. पण मला काहीच करता येत नव्हतं. काहीतरी बोललो असतो तर चाबकाचे चार फटके बसले असते. उलट आमच्याच लोकांनी मला मारलं असतं. गप्प बसलो. तेवढ्यात त्या शेतकऱ्याच्या घरातील आणखी काही माणसं पळत आली. मला वाटलं वडलांना आता मारतात. मी रडायला लागलो. आई पळत जाऊन त्या शेतकऱ्याच्या पायावर पडली. रडत रडत म्हणू लागली,

"मालक, आमच्यावर यीवडी दया दाकवा, त्येनास्नी सोडा. मी तुमच्या पाया पडते."

शेतकऱ्यानं विचारलं, "मला न इचारता का कांदा आणलास?"

वडील म्हणाले, "मालक, ततं कोणच दिसत नव्हतं. तवा कुणाला तर हुडकावं म्हटलं तर उशीर हुतूया म्हून आणला वं."

शेतकऱ्याचा स्वर माणसात आला, "पुन्हा असं करू नगा. न्हाय तर हागवाण लागस्तवर मारत्याली कुणी बी."

एवढं बोलून तो शेतकरी व त्याच्या घरातील आलेली माणसं परत गेली. आमच्या लोकांना सुटल्यासारखं वाटलं. नाहीतर काय? एक संकट संपण्याअगोदर दुसरं उभं राहिलं होतं.

या गोंधळात दिवस बराच खाली गेला होता. घोड्यावर ओझी तशीच होती. त्यांच्याकडं लक्ष देणारच कोण? पांडुरंग आजोबा आता शुद्धीवर आले होते. थोड्या वेळानं त्यांना थोडं बरं वाटू लागलं. नागू दोरकर म्हणाला,

"आता चला, जायला रात हुईल."

माणसं भराभर उठू लागली. पहिल्यांदा पांडुरंग आजोबाला घोड्यावर बसवलं. त्याच्या घोड्याबरोबर पाच-सहा बायका व दोन-तीन पुरुष चालू लागले. लोकांनी आपोपली घोडी धरली. त्यांच्यावर लहान मूल, तान्ही मुलं घेतलेल्या बायका बसवल्या. परत आमची दिंडी वाट चालू लागली. झाडाच्या सावलीला बसलेली

कुत्री कान झाडून उठली. त्यांना इतका वेळ विश्रांती मिळाली होती. त्यांच्या दृष्टीनं आतापर्यंत घडलेला प्रसंग फायद्याचाच ठरला होता. कसंतरी आदळत, आपटत आरगेला आलो. आरग गावाच्या पूर्वेला थोड्या अंतरावर माळ होतं. त्या माळाकडं घोडी वळवली. एक एक घोडं माळावर जाऊन उभं राहू लागलं. सर्व घोडी व माणसं माळावर एकत्र जमली तेव्हा वडलांचे चुलते नागू मोरे म्हणाले,

"हातं ऱ्हा या. पालं द्याला मोकळी जागा हाय. जवळच वडा हाय. घोड्यास्नी बी चराला झालं. चिंगळी काट्याची सोय झाली."

सर्व लोकांनी मान्यता दिली. पांडुरंग आजोबाला प्रथम खाली उतरवलं. त्यांना कलांडण्यासाठी कोणाच्या तरी घोड्यावरून एक पटकूर काढून दिलं. मग प्रत्येक जण आपोपलं ओझं उतरवण्याच्या कामात गुंतला.

घोड्यावर कोलमडून पडलेल्या कोंबड्या सोडल्या. पाणी तापवायची भगुली, मातीच्या-पत्र्याच्या घागरी सोडल्या. बायका डोकीवर घागरी व काखेला भगुली घेऊन विहिरी शोधण्यासाठी निघून गेल्या. आई मला म्हणाली,

"दादासाब, तू तवर ह्या पुरीला घी. मी पाणी आणती."

वर्षा-सव्वा वर्षाच्या छायाला घेऊन मी बसलो. वडील घोड्यावरील ओझं खाली उतरू लागले. प्रथम कटाळ खाली उतरली. नंतर वाकळंची केलेली एक मोठी हाडप खाली उतरली. घोड्याचा खोगीर काढला. ज्याला एकट्याला हाडपा उतरवण्यास येत नव्हत्या तो दुसऱ्याला मदतीला बोलावीत होता. जेव्हा घोड्यावरील ओझं खाली उतरवलं तेव्हा घोड्याच्या पाठी अंघोळ घातल्याप्रमाणे दिसत होत्या, घामानं भिजून. घोड्यांना आता मोकळं झाल्यासारखं वाटत होतं. घोड्याला कळवा घातला. वडील ओझं व्यवस्थित ठेवू लागले. घोडी गडागडा लोळू लागली. वडलांनी हाडपतल्या खुट्या काढल्या. दर घेऊन दोन मेढी समोरासमोर रोवल्या. बाकीची माणसंदेखील आपोपली पालं तयार करण्याच्या कामातच गुंतली होती. वडलांनी नंतर आडं त्या मेढींना घट्ट बांधलं. पोत्याचं पाल जे घडी करून घोड्यावर टाकलं होतं ते त्या आड्यावर टाकलं. तशातच माझ्याजवळील माझी लहान बहीण मोठमोठ्यानं रडत होती. ते रडं ऐकून वडलांचं डोकं बिघडलं. वडील माझ्यावर खेकसले,

"दादास्या, टाकून दी त्या पुरीला. आयला, रडायला काय येळ वकुत आसतूया का न्हाय?"

त्या लहान बाळ जीवाला कशी वेळ समजणार? मी पण काही बोललो नाही. कारण वडील कामानं त्रासून गेले होते. सकाळपासून चालत होते आणि दुपारी तो शेतकरी बोलला होता आणि आता हे पाल तयार करण्याचं काम चाललेलं. वडील परत म्हणाले,

"दादास्या, हे बघ, हाकडं यी. हिकडचं पाल धर."

मी छायाला तिथंच टाकलं आणि उठून पालाची एक बाजू धरली. मेढीच्या दोन्ही बाजूला खुट्या मारायच्या होत्या. एका बाजूला पाल धरून उभा राहिलो. वडील पुन्हा खेकसले,

"आरंऽऽ ये, नीट धर. येवडा मोटा धगुरडा झालायाच, तुला आजून पाल धराला येत न्हाय. उद्याच्याला मागाला कसा जाणार?"

मग मी पाल ओढून धरलं. एका बाजूच्या सर्व खुट्या रोवून वडील दुसऱ्या बाजूच्या खुट्या रोवू लागले. कुत्रं गडबडीनं पालात बसू लागलं. वडलांनी कुत्र्याला एक शिवी हासडली,

"आरं हाऽऽड, तुला गिधाडानं खाल्लंऽऽऽ"

ते ऐकून कुत्रं तिथून दुसऱ्या बाजूला जाऊन बसलं. नंतर पाठीमागं लावण बांधलं. लावण म्हणजे लहान पाल. मागच्या बाजूनं वारं येऊ नये म्हणून बांधत असतात.

झालं एकदाचं घर उभं करून. पालात येऊन वडलांनी हाडप, कटाळ, बाकीचं ओझं व्यवस्थित एका बाजूला ठेवलं. एक फाटकी वाकळ अंथरली आणि त्यावर बसले. लहान मुलगी सारखी रडतच होती. लहान भाऊ आईबरोबर पाणी आणायला गेला होता. थोड्या वेळानं आई आली. डोकीवर मातीची घागर. अनेक ठिकाणी भोकं पडली होती त्या घागरीला. त्या भोकांतून पाणी गळू नये म्हणून कापडाचे बोळे घातले होते. त्या घागरीवर पाणी तापवायचं एक मोठं जरमनचं भगुलं ठेवलं होतं. ते भगुलं बाहेरच्या बाजूनं काळंमिट्ट झालं होतं. त्यामधून आईच्या अंगावर पाणी सांडत होतं. आई डोक्यापासून पायापर्यंत भिजली होती. आई मला म्हणाली,

"दादासाब, ही भगुलं हाळूच खाली घी."

एवढं बोलून आई तशीच खाली बसली. त्याशिवाय मला भगुलं खाली घेताच येणार नव्हतं. मी पाण्याचं भगुलं खाली घेतलं. आईनं मातीची घागर खाली ठेवली. आणि लहान मुलीला घेऊन पाजू लागली. ते लहान मूल रडत-रडतच पीत होतं आणि पिता-पिताच झोपी गेलं. तोपर्यंत माझा भाऊ आबास, डोक्यावर लहान फुटकं भगुलं घेऊन आला. दोन तांबे पाणी बसेल एवढं ते भगुलं. त्यातील एक तांब्या पाणी वाटेतच त्याच्या अंगावर सांडलं होतं. कुत्रं मुतल्यावाणी वगाळ त्याच्या अंगावर दिसत होते. केसांतून पाणी गळत होतं. उघडानागडाच होता तो. डोक्यावर केस जास्त वाढल्यानं मान एकदम लहान दिसत होती. बाहुलीच्या मानेसारखी त्याची मान कृत्रिम वाटत होती. आबासनं पाण्याचं भगुलं खाली ठेवलं. वडलांनी त्याला जवळ घेऊन मुका घेतला आणि मांडीवर बसवला. धनगराला ज्याप्रमाणे कोकरू प्रिय असतं, त्याप्रमाणे भिकाऱ्याला लेकरू प्रिय असतं. ते कितीही घाणेरडं

असलं तरीदेखील त्यांना ते प्रियच असतं. वडील आईला म्हणाले,

"भाकऱ्या काय हायत्या का?"

आईनं हाडपंतून एक लहानसं गठुळं काढलं. सकाळच्या जेवणातून जेमतेम तीन भाकऱ्या शिल्लक राहिल्या होत्या. तेवढ्या सर्वांच्या पुढं ठेवल्या. त्यातील दोन कुत्र्यांना थोडी-थोडी भाकरी टाकली. उरलेली भाकरी आम्ही चौघांनी मिळून खाल्ली. भाकरी कोणालाच पुरली नाही म्हणून शेवटी भाकरीवरील चटणी तशीच खाल्ली. पोटात भुकेची आगच पेटली होती तर काय करणार?

आई मला म्हणाली, "दादासाब, रात झाल्याया, वायशा, गवऱ्या, लेंड्या गोळा करू चल. आबास पुरीला घितूया."

मी उठलो. सूप हातात घेतलं. आईनं दुरडी घेतली आणि जाता-जाता आबासला म्हणाली,

"आरऽऽ ये आबा, पुरगी झुपलीया, तिला उठवू नगं. जवळच बस. काय वाजवू नगं, नायतर उठल्यावर रडील."

आबास उठला आणि म्हणाला, "आये-आये, मी बी यीऊ का जळाण आणायला?"

आई उत्तरली, "गप्प बसतूय का न्हाय? यीवडी माणसं फिरत्याती सगळ्या माळानं, रात झाल्याया. आणिक तुला जळाण घावतंया होय. श्येणा हायीस."

आबास खाली बसला. आम्ही दोघं जण लेंड्या, गवऱ्या, लाकडं गोळा करीत फिरू लागलो. दिवस कधीच मावळला होता. प्रत्येक पालातील बायका-पोरं जळाण गोळा करण्यासाठी फिरत होती. मला एखादं वाळलं लाकूड दिसलं का अंधाराची पर्वा न करता पळत होतो. कारण आपल्या अगोदर जाऊन कोणी घेऊ नये म्हणून. मी व आई थोड्या वेळानं पालाकडं आलो. पालासमोर जळाण टाकलं. आईनं मोठे मोठे तीन दगड आणले. त्या दगडांची चूल केली. कोणाच्या पालासमोर चूल पेटली आहे ते बघून तिथून विस्तव आणायचा आणि आपली चूल पेटवायची. आईनं मला सावित्रामामीच्या चुलीतून विस्तव आणायला सांगितलं. मी कापडाच्या चिरगुट्यात विस्तव आणला. आईनं चूल पेटवली. त्या तीन दगडांवर तवा ठिवला. तव्याखाली लाकडं घालून जाळ केला. आईनं एका फुटक्या जरमनच्या थाटलीत पीठ मळलं. भाकरी थोपटण्याचा कार्यक्रम सुरू झाला. प्रत्येकाच्या चुली पेटल्या होत्या. कुत्री भुंकायची, मुलं रडायची, मधूनच कोणाला तरी एखादं गाणं म्हणायची लहर यायची. तो मोठ्यानं एखाद्या गाण्याच्या दोन-तीन ओळी म्हणायचा. बायका स्वयंपाक करण्याच्या कामात होत्या. वडलांनी नागू आजोबांना हाक मारली,

"आगा येऽऽ नागू तात्याऽऽऽ... हाकडं यी."

नागू आजोबा आमच्या पालाकडं आले. वडलांनी त्यांना बसण्यासाठी पटकूर

पुढे टाकले आणि काळजीच्या सुरात विचारलं,

"आगा, आता आपुण ह्या गावाला आलु, तवा दादासाबाच्या साळंचं कसं?"

नागू आजोबांनी थोडा वेळ विचार केला व थोड्या वेळानं म्हणाले, "हे बघ मलारी, त्येला उद्यापास्नं मागाला लावून दी. त्येच्या नशिबात जर साळा नसंल तर उद्याच्याला त्येला मागून खायाला बी याचं न्हाय. आणिक साळा बी न्हाय. आरं, आपुण आसं फिरणार, आपलं प्वाट घोड्यावर, तवा त्येला साळा कशी शिकवाची? उद्याच्याला बोंबलत फिरंल. आरं, आपल्या जातीला कोण श्याण काढाया सुदीक ठिवत न्हाय."

वडलांनादेखील याची कल्पना होतीच, पण माझा मुलगा शिकावा ही त्यांची फार मोठी इच्छा होती. पण परिस्थिती बघून वडलांनी आपला विचार बदलला.

वडलांनी व नागू आजोबांनी, उद्यापासून मी मागायला जावावं हा अंतिम निर्णय घेतला. थोडा वेळ इकडील-तिकडील गप्पा मारीत दोघं जण बसले होते तोपर्यंत आजोबांच्या मुलानं ईश्वरतात्यानं हाक मारली,

"येऽऽ बाबाऽऽ हिकडं याऽऽऽ जरा काम हाय."

आजोबा उठून गेले. आईचं अंत:करण राहिलं नाही. आई वडलांना म्हणाली,

"आवं, आजून पोराला मागायला येत न्हाय. त्येला कसं मागाला लावून देताया?"

वडलांनी रागातच उत्तर दिलं, "मग कवा म्हातारा झाल्यावर जावू दी का मागाला? ते काय न्हाय, 'दादास्या तू उद्यापास्नं मागाला जा."

माझं काय कुत्र्याला 'छव' म्हटल्यावर ज्याप्रमाणं कान उभं करतं, त्याप्रमाणंच परिस्थिती. मागायचं कसं हे मात्र काही समजेना. मग मी वडलांना काकुळतीच्या स्वरात विचारलं,

"आण्णा, मी काय-काय म्हणून मागाचं? पयल्यांदा काय म्हणाचं?"

हे ऐकून आईचं अंत:करण भरून आलं. आई रडू लागली. वडलांनादेखील वाईट वाटलं, पण लगेच माझ्या भवितव्याचा विचार करून म्हणाले,

"हे बघ, तू एखाद्याच्या घराम्होरं गेला म्हंजी म्हणाचं, 'जय चालतंया... लक्ष्मी पावतीया... द्वंद्व वाढतंया... येस मिळतंया... मावशी एक भाकरीचा तुकडा द्या.' असं म्हणाचं आणिक भाकरीचा तुकडा दिल्याशिवाय ततनं हालाचं न्हाय. तसंच मागत उभा ऱ्हायाचं. आन कुत्र्यावर ध्यान ठेवत जा. कुत्रं-बित्रं चावाला आलं तर फोक आडवी धरायची, त्येला माराचं न्हाय. कुत्र्यांच्या म्होरं पळाचं न्हाय. हळूहळू जायाचं. नीट ध्येनात ठिव."

मी ते सर्व ऐकून घेतलं. आईनं आम्हा सर्वांना जेवायला वाढलं. भूक लागली होती. भराभर भराभर घास गिळत होतो. वडील नागू आजोबाला बोलावत होते,

"येऽऽ तात्या, जेवाला यीऽऽ"

दुसऱ्या पालांतूनही असेच आवाज येत होते, "येऽऽ रामा, जेवाला यीऽऽ"

रामा म्हणीत होता, "जेवा येऽऽ मी जेवलूया."

अशा प्रकारे एकमेकांना जेवणांचं निमंत्रण सुरू झालं. माझं कोणाकोणाकडंच लक्ष नव्हतं. फक्त गिळणं हा एकच धंदा होता.

रात्री जेवणं झाली. आईनं अंथरूण घातलं. अंथरूण कसलं ते? - एकूण दोन वाकळा. त्या बी मी जन्माच्या वेळी शिवल्या होत्या म्हणून आई सांगत होती. त्या वाकळांना मोठीच्या मोठी भस्की पडली होती. वाकळ अंगावर घेतली की, त्या भस्क्यातून डोस्कं बाहेर येत असे. लहान लहान छिद्रांचा तर काय विचार करायला नको. बाहेरचं सर्व दिसत होतं. खाली अंथरायला एक वाकळ. ती पण निम्म्यापेक्षा जास्त फाटलेली. निम्मं-अर्धं अंग मातीलाच असायचं. त्या दोन वाकळांमध्ये आम्ही सर्व जण पाय पोटाशी घेऊन पडत असत. पालात थंडी लागायची. तसंच गप्प पडून राह्यचं. पडल्या पडल्या विचार आला. उद्या आपणाला मागायला जावं लागणार. आण्णांनी काय-काय म्हणायला सांगितलं ते मी आठवू लागलो- 'जय चालतंया... लक्ष्मी पावतीया... द्वंद्व वाढतंया... यस मिळतंया... मावशी एक भाकरीचा तुकडा द्या.' या विचारात मी बराच वेळ अडकून राहिलो. मला समजलं नाही की, घरातील सर्व जण केव्हा झोपलेत. मलाही विचार करता करता केव्हा झोप लागली ते पण समजलं नाही.

मी जागा झालो तेही वडील गडबडीनं उठल्यामुळं. वडलांनी तोंडावरून पाणी मारलं. बहुतेक आज वडलांना उठण्यास उशीर झाला होता. म्हणूनच ते गडबड करीत होते. इतक्यात पहाटे कुठून तरी कोंबड्याच्या ओरडण्याचा आवाज आला. तो आवाज ऐकून वडील मारुतीमामांना म्हणाले,

"मामा, येऽऽ मामा कोंबड्यानं बांग दिली की, येताय का न्हाय?"

मारुतीमामादेखील गडबडीनंच उठले असावेत. कारण लगेच बाहेर आले व म्हणाले, "झालं... झालं. लगीच आवरतू."

मग वडलांनी अंगात फाटका कोट घातला. डोस्क्याला चिंधी गुंडाळल्यावाणी पटका बांधला, भांबा (कुडमुडे) गळ्यात अटकावला. पंचांगाचा गठ्ठा हाडपत टाकला. अशा रीतीनं पोशाख करून हाडप खांद्यावर टाकली. एका हातात काठी घेतली. मारुतीमामानंदेखील असाच पोशाख केलेला. फक्त त्यांनी कंदील एक जास्त घेतलेला, अंधारात वाट दिसावी म्हणून. सर्व जण झोपले आहेत या विचारानं वडील तसंच कोणालाही न बोलता मारुतीमामाबरोबर निघून गेले.

प्रत्येक जोश्याचा पोशाख असाच असतो. त्याशिवाय तो पिंगळा जोशी म्हणून ओळखला जात नाही. सर्व पुरुष माणसं, पहिला कोंबडा आरवल्यापासून दिवस

उगवेपर्यंतच मागायचे. दिवस उगवल्यानंतर त्यांना परत पालावर यावं लागत असे. कारण पिंगळा फक्त पहाटेच बोलत असतो, आणि त्या पिंगळ्याची भाषा आमच्या जमातीला समजते, अशी आपल्या देशातील एकूण समाजाची कल्पना. भांबा वाजवत गावातून फिरायचं. कोणाच्या तरी दारावर उभं राहायचं आणि फक्त तोंडाला येईल ते बडबडायचं. तो जोशी काहीही बडबडला तरी तो पिंगळा पक्षी जो काही बोलला तेच बडबडत होता असं समाज मानतो. तो पिंगळा पक्षी कशाला जगाच्या दु:खाची काळजी करीत बसेल? हेदेखील सत्य आहे की, आमच्या जमातीमधील प्रत्येक माणसाला माहीत आहे की, पिंगळा आपल्याशी बोलत नाही, की आपल्याला त्याची भाषा समजत नाही. भिकाऱ्या-भिकाऱ्यांना ते पाखरू कुठं दिसतदेखील नाही. पहाटे कुठं दिसणार तो पक्षी? तरीपण जगण्याचं एक साधन म्हणून आमची जमात त्या पक्ष्यांच्या नावाखाली जगत आहे. फक्त दुसऱ्याला वाईट बोलायचं नाही म्हणूनच चांगलं होतंय, तुमच्या घरात लक्ष्मी येतीया, असे उद्‌गार आमच्यातील माणसं काढतात. परंतु समाजाला हे समजत नाही! तरीदेखील आशा कोणाला नाही? माझं चांगलं होतंय या दृष्टीनं ते थोडी का होईना भीक घालतात. असं पहाटेपासून दिवस उगवेपर्यंत चालतं. दिवस उगवताच माणसं मागायचं बंद करून पालावर येतात. माणसं पालावर आली न आली तोच त्यांची मुलं, लहान असो किंवा मोठी असोत, हातात जरमनच्या थाळ्या, फुटकी भगुली, डबे हातामध्ये झेपेल ते घेऊन, गावात भाकरीचे तुकडे मागण्यासाठी पळतात.

सकाळ झाली. दिवस उगवून बराच वर आला होता. मी उठलो. पालातील जवळजवळ सर्वच मुलं, त्यामध्ये मुलीपण होत्याच, हातात जरमनच्या थाटल्या, फुटकी भगुली घेऊन गावाच्या दिशेनं पळत होती. एकापुढं एक पळत होता. आशा ही फार वाईट असते. मी पण त्यांच्याबरोबर जरमनची एक फुटकी थाटली घेऊन पळत गेलो. आई फक्त माझ्याकडं पाहत राही. टिऱ्र्यांवर फाटलेली छड्डीच तेवढी घातलेली. बाकीचं शरीर उघडंच होतं. गावात गेलो. प्रत्येक जण एकेला गल्लीत गेला. मला मागण्यासंबंधी काहीच माहिती नव्हती. वडलांनी शाळेला घालायचं आहे म्हणून कधी मागायला पाठवून दिलं नव्हतं. वडलांनी सांगितल्याप्रमाणं एक शेवरीची फोक घरातूनच घेतली होती. पहिल्या घरासमोर गेलो आणि म्हणायला सुरुवात केली.

"जय येतंया... लक्ष्मी पावतीया... येस येतंया.. मावशी भाकरीचा एखादा तुकडा द्या."

घरातून कोणीच बाहेर येईना. मी तीच वाक्यं मोठमोठ्यानं म्हणू लागलो. थोड्या वेळानं एक बाई आली आणि माझ्या अंगावर खेकसली,

“कुठनं तुम्हाला ऊत आलाय रं? दुसरीकडं दुकूळ पडलाय का काय? जावा की मरा जावा. जगाला येत नसल तर का आमाला पिडा लागलाय.”

एवढं बोलून एक भाकरीचा चतकोर तुकडा कुत्र्याला टाकल्याप्रमाणं माझ्या ताटात टाकला. माझ्या डोळ्यात पाणी आलं. विचार केला की, यापुढं दुसऱ्या घरात मागायला जायचं नाही. दुसरा विचार नकळत स्पर्श करून गेला की, घरी गेल्यानंतर वडील म्हणतील, ‘एकच भाकरीचा तुकडा आणलास व्हय?’ म्हणून पुढच्या दारात गेलो. कंठ भरून आला होता. बोलण्यासाठी शब्द फुटत नव्हता. तरीदेखील घट्ट मनानं मी तसाच पूर्वीची वाक्यं बोलत उभा राहिलो. त्या घरातून एक माणूस बाहेर आला आणि म्हणाला,

“येऽऽ पोरा, आमच्या म्हशीचं श्याण काढायला ऱ्हातू का? आयला, फुकट खायाला तुमची जात सोखलीया. हो म्होरं हो.”

मी तेथेच थांबलो होतो. ते पाहून त्या माणसाचे टाळकं बिघडलं आणि तो मोठ्यानं ओरडला,

“आता जातूस का लाथ घालू.”

मग मात्र मला फार भीती वाटली. मी तिथून पुढं गेलो. तोपर्यंत एक मोठा कुत्रा भाँ-भाँ करीत माझ्या पाठीमागं येऊ लागला. काय करावं हेच समजेना. मी गप्प उभा राहिलो. तो कुत्राही उभा राहून भुंकू लागला. वाटलं जोरात पळावं पण लगेच वडलांनी सांगितलेलं आठवलं. आणि हळूहळू चालू लागलो. तो कुत्रा भुंकत भुंकत थोडं अंतर पुढं आला आणि परत निघून गेला. त्याचं कर्तव्य त्यानं पूर्ण केलं. आपल्या मालकाच्या घराची राखण केली. त्याचं काम संपलं. नंतरच्या घरात मला आणखीन एक भाकरीचा तुकडा मिळाला. त्याच्या पुढील घरचा माणूस जरा दयाळू दिसत होता. त्यानं अर्धी भाकरी आणि बटाट्याची सुक्की शिळी भाजी आणून दिली. माझ्या तोंडाला पाणी सुटलं. कधी न खाण्यास मिळालेला पदार्थ आज दिसला होता. मी मागता मागताच खाऊ लागलो. तो माणूस माझ्याकडं पाहत होता विचित्र नजरेनं, पण मला कुठं सवड होती त्याच्याकडं पाहण्यासाठी. एका दमात ती भाकरी आणि भाजी खाऊन मोकळा झालो. पुढच्या घरासमोर गेलो, ‘जय येतंया... लक्ष्मी पावतीया.’ ही वाक्यं म्हणीत होतो. तोपर्यंत आमच्याच जमातीतला माझ्यापेक्षा जरा लहान मुलगा, माझ्याजवळ येऊन उभा राहिला. घरातून एक बाई आली. आम्हाला दोघांना पाहून रागानं म्हणाली,

“दोघं-दोघं यायला का तुमच्या बानं पेंड आणून ठिवलंया?”

लगेच तो मुलगा म्हणाला, “मावशी, मी एकलाच आलुया. मला वाडा.”

त्या बाईनं आणलेला भाकरीचा तुकडा त्याच्या ताटात टाकला. तो मुलगा तिथून निघून गेला. तो मुलगा एक गल्ली मागून माझ्या आडवं आला होता. मला

वाटू लागलं, यांना कोणी बोलत नाही काय? पण मला त्याचं कोडंच सुटेना. तिथून मी तसाच पुढं घरानंतर घरं मागत गेलो. प्रत्येक घरी भाकरीचा तुकडा नसला तरी शिव्यांचा प्रसाद तरी मिळत होता. मी तसाच शिव्या खात, भाकरीचा तुकडा घेत गाव मागितलं.

गाव मागून संपल्यानंतर पालाकडं निघालो. आमच्यातील आलेल्या मुलांपैकी बरीच मुलं पालाकडं निघून गेली होती. जी काही थोडी फार राहिली होती ती पाठीमागं येत होती. माझ्या पाठीमागं गंगूमावशीचा म्हवण्या येत होता. तो पळत माझ्यापर्यंत आला. मला म्हणाला,

"तुला भाकऱ्या किती मिळाल्या रं?"

मी माझं ताट त्याला दाखवलं. त्यामध्ये जेमतेम तीन-चार भाकरीचे तुकडे होते. त्याच्या ताटात मात्र बरेच तुकडे होते. आम्ही पालावर आलो. आईनं माझ्या हातातील ताट घेतले आणि त्यामधून भाकरीचे तुकडे काढून मोठ्या अभिमानानं खाऊ लागली. स्वत:शीच म्हणू लागली, 'आता माजा बाळ मिळवा लागला.' पंधरा दिवसांपूर्वी घेतलेली शाळेची पाटी काढली. पाटीकडं बघून नकळत दोन आसवांचे थेंब टपकले. एका कापडाच्या गाठोड्यात बांधून ठेवली, फुटू नये म्हणून. वडीलही मागून आले होते. त्यांना माझं कौतुक वाटत होतं. पाखराच्या पिलाला उडता येऊ लागलं की पाखराला आनंद होणारच. पण मी मात्र आतल्या आत जळत होतो. सकाळपासून कितीतरी शिव्या घेतल्या होत्या. अनेक शब्द बोचत होते. माझ्या बालमनाला न पेलणारे ते शब्द मला एकसारखे अस्वस्थ करीत होते. मी गप्प बसून होतो. पांडुरंग आजोबा मागून येत असलेले दिसले. मला आश्चर्य वाटू लागलं. काल मरणाच्या दारात उभा असलेला म्हातारा आज मागायला कसा गेला होता? मी आईला विचारलं,

"आय, पांडुरंग आजोबा आज मागाला कसा गेला? त्येला काल बरं वाटत नव्हतं."

आई म्हणाली, "आरं त्येनला आय आंबाबायनं चालाला संगत दिलीया. एका दिसात खड्या धोंड्यावाणी केलाया."

मला काहीच समजेना. न बोलता तसाच गप्प राहिलो. आईनं मी आणलेले भाकरीचे तुकडे, वडलांनी आणलेले भाकरीचे तुकडे एकत्र केले. मला व आबासला खायाला दिले. आम्ही दोघं जण खाऊ लागलो. कोणीतरी दिलेलं लोणचं, हिरव्या मिरच्यांचा खरडा, झुणका असे अनेक प्रकार त्यामध्ये असायचे. वडील आमच्या अगोदरच काहीतरी वाळलं, वलं खाऊन बसले होते. आई आमच्याबरोबर खाऊ लागली.

दिवस बराच वर आला होता. सर्व माणसं मागून आली होती. वडलांनी

हाडपंतून भोर जाळं काढलं आणि एक हारळी दिली,

"येऽऽ गड्यांनो, चला माश्याला. मासं धराला जावं चला वड्यावर."

हारळी ऐकून, पटके गुंडाळत, कोणी धोतर सावरत, पालाच्या बाहेर आले. पांडुरंग आजोबांना सोडून बाकीचे सर्व जण माशाला निघाले होते. पांडुरंग आजोबा अंथरुणावर पडून होते. नाइलाजानं मागायला गेले होते. त्याशिवाय पोटाला काय खाणार? घरातील इतर माणसांच्या पोटाला तरी काय देणार? त्यांचा आजार दिवसेंदिवस वाढत होता आणि आमची माणसे देवाच्या नावाखाली, भुताच्या नावाखाली त्यांना मागायला जाण्यास प्रोत्साहन देत होती. सर्वांच्या बरोबर मी पण माशाला निघालो. माझ्या वयाची बरीच मुलं निघाली होती. आमच्या पालापासून जवळजवळ एक मैलावर ओढा होता. कसंतरी, दगडातून, काट्यातून ओढ्यापर्यंत चालत गेलो. ओढ्यावर पोचलो. कपडे काढले ते फक्त मोठ्या माणसांनीच. आम्हा पोरांना कपडे होतेच कुठे काढायला? सर्व कपडे एका गाठोड्यात बांधले. माणसं जाळं घेऊन पाण्यात गेली. कोणी दोन्ही बाजूला जाळं धरलं. त्याला पसारी धरणं असं म्हणतात. कोणी ढोणा करू लागले. ढोणा म्हणजे- दोन्ही हातांनी पाणी वाजवणे. ओढ्यात सर्वत्र आरडाओरड सुरू झाली. नारायणमामांनी व वडलांनी पसारी धरली होती. नारायणमामा मोठ्यानं ओरडले,

"गड्यांनोऽऽऽ जरा नीट ढोणा करा. एक लय मोठी चिंगळी हाय, मला ढुसलून गेली."

ते ऐकून सर्व जण हुशारीनं धरू लागले. जाळं पाण्यातून बाहेर काढलं पण ती मोठी चिंगळी आली नाही. माणसं तळमळू लागली. पुन्हा पाण्यात जाळं घेऊन गेली. कोणी जाळ्याबरोबर मासे धरीत होते, तर कोणी बिळात हात घालून खेकडे धरीत होते. बराच उशिरापर्यंत हा कार्यक्रम सुरू होता. शेवटी मासे धरणं बंद केलं. खेकडे धरणारी माणसंदेखील पाण्यातून बाहेर आली. कोणी आपापल्या घोड्यांसाठी गवत कापू लागले. प्रल्हाद मोरे ओरडले,

"आरं, चला दिस मावळा लागलाय."

सर्व जण गडबडीनं गवताचे भारे डोकीवर घेऊ लागले. आम्ही सर्व जण ओढ्यातून बाहेर पडलो. माझ्यासारखी इतर पोरं, ती म्हणजे— ईश्वरतात्यांचा सुरेश, मनोहर, गुंडाप्पा, माणिक आम्ही सर्व जण उघडेबोडकेच पळत सुटलो. सांच्याला आम्हालाबी अर्धा माशाचा वाटा मिळतोय म्हणून आम्ही खुशीत पळत होतो. अर्धा वाटा जास्त मिळावा म्हणूनच आमची मोठी माणसं आम्हाला माशाला नेत होती. वडलांनी ओलंच जाळं खांद्यावर घेतलं होतं. त्यामधून पाणी गळत होतं. वडील झपाझप चालत होते. शेपूट धरल्याप्रमाणे मी त्यांच्या पाठीमागं पळत होतो. प्रत्येक मुलगा आपापल्या वडलांच्या मागं चालत होता. कसंतरी आम्ही पालं जवळ केली.

पालं जवळ आल्यानंतर आमच्या पायातला जीवच गेल्यासारखा झाला. पांडुरंग आजोबांच्या पालाम्होरं बायकांनी गर्दी केली होती. नागू आजोबा सर्वांना उद्देशून बोलत उभे होते. आम्हाला वाटलं की, काहीतरी भयंकर प्रसंग घडला असावा. आम्ही सर्व जण पळत सुटलो. कोणाच्या डोकीवर गवताचे भारे होते, त्यातील गवत खाली पडू लागलं. कोणाच्या हातात माशांची पिशवी होती ते घेऊन पळू लागले. त्या पिशवीतून मासे खाली पडू लागले. वडील ओलं जाळं घेऊन पळत होते. सर्व जण पांडुरंग आजोबांच्या पालासमोर आलो. वडलांनी गडबडीनं विचारलं,

"आगा तात्या, काय झालं?"

नागू आजोबा नम्रपणे म्हणाले, "काय व्हतंया? काल आपुण त्या झुटिंगाचा निवद कवा दिलाय, म्हणूनशान गंगाबायच्या आंगात आला व्हुता."

सर्व जण आपोपल्या पालाकडं गेले.

गंगूमावशीच्या अंगातून आंबाबाय कधीच निघून गेली होती आणि बायका तिची स्तुती करीत बसल्या होत्या. मात्र पांडुरंग आजोबा अंथरुणावर तळमळत पडले होते. त्यांना त्रास होणं साहजिकच होतं. कारण जिवाला बरं वाटत नसतानादेखील ते मागायला गेले होते. उन्हातून चालत आले होते. अंगात शक्ती नव्हती. आणि आजार कसला आहे हे त्यांनाच माहीत नव्हतं. तसं म्हणजे त्या पालातील कोणालाच आजार कसला आहे त्याची कल्पना नव्हती. मग औषध घ्यायचा प्रश्नच कुठं निर्माण होतो. त्रास होईना तर काय तब्येत सुधारेल? आमची जमात गंगूमावशीच्या जोरावर निष्काळजी राहत होती. बायका उठून पालात गेल्या. आई आली. मी आईला विचारलं,

"आये, काय झालं व्हुतं आजोबाला?"

आईनं झालेली घटना सांगून टाकली. आई म्हणाली,

"दुपारा- पांडुरंगमामा लय तरमाळाला लागला तवा, सुंद्रा गंगूमावशीकडं गेली. गंगूमावशी पांडुरंगमामांजवळ जाऊन बसली. लगीच तिच्या आंगात आंबाबाय आली. काल त्या झुटिंगाला उतारा द्याचा व्हुता. आजून कवा दिलाया."

मी आईला मध्येच विचारलं, "पर-आये, कालचा उतारा गंगूमावशीच्या ध्येनात कसा आला?"

आई म्हणाली, "आरं येड्या, ती दिवी हाय. तिला समद्या जगाचं कळतंया. आन उतारा ध्यानात नसतूया व्हय. तिनं आज सांगितलंया, एक कुंबडी, सात चपात्या, पाच लिंबू, दोन नाराळ आणिक थाटीभर भात आज सांच्यापातूर ठिवलं तर बरं हाय न्हायतर त्यो झुटिंग पांडुरंगमामाला घिवून जाणार हाय."

मला गंमत वाटू लागली. एक दिवस उशीर झाला म्हणून उताऱ्याच्या संख्येत बरीच वाढ झाली होती. उताऱ्यावर चर्चा प्रत्येक पालातून चालू होती. पांडुरंग

आजोबांची पत्नी आनसा प्रत्येक पाला-पालातून फिरत होती. तिच्याजवळ एक कोंबडी होती पण गव्हाचं पीठ नव्हतं. चपात्या कशा करायच्या? त्याही पण आज पाचऐवजी सात चपात्या झाल्या होत्या. आणखीन थांबलं तर त्या चपात्यांची संख्या वाढणार होती हे उघडच होतं. नारळ आणायला पैसा नव्हता. भात शिजवायला तांदूळ मिळणं तर फारच लांब. गव्हाचा दाणा एकाच्याही पालात नव्हता. गहू जास्त कोणाला मिळायचे नाहीत. आणि जर का मिळाले तरी बाजारात त्याला जास्त किंमत मिळतेय म्हणून, जिवापलीकडं जपून चार-चार गव्हाचे दाणे एकत्र करून विकत होते. त्यामुळे कोणाकडं गहू मिळणं कठीण होतं. मासे वाटत-वाटतच लोकांनी ठरवलं की, पांडुरंग आजोबांना उधार पैसे द्यायचे. मग कोणी आठ आणे, कोणी बारा आणे एकत्र गोळा केले.

एकूण पाच-सहा रुपये जमले. सुभाष भोसले पळत-पळत आरगेत गेला. दुकानातून किलोभर गहू, किलोभर तांदूळ, लिंबू, दोन नारळ घेऊन आला. माणसानं मासे वाटले होते. पांडुरंग आजोबांनाही वाटा घातला होता. त्यांना मुलगा नव्हता. फक्त चार मुलीच होत्या. तीन मुलींची लग्नं झालेली होती. शेवटची एकच सुंद्रा बिनलग्नाची राहिली होती. त्यामुळे त्यांच्या पालातील माशाला येणारं कोणीच नव्हतं. वाटा घालूनदेखील त्यांना जास्त मासे दिले. कारण जिवाला बरं वाटत नाही, जास्त खावावं म्हणून. प्रत्येकानं आपोपला वाटा घेतला. माणसं पालापुढं येऊन मासे फोडू लागली. काही बायकांनी भाकरी केल्या. काही बायका भाकरी करीत नव्हत्या, कारण सकाळी मागून आणलेल्या भाकरीच्या तुकड्यावरच भागवणार होत्या. तवा भाकरीसाठी ठेवला होता. भाकरी संपल्यानंतर त्या तापलेल्या तव्यामध्ये गुद्दू टाकला. गुद्दू शिजवला. भाकरीच्या तुकड्यावर गुद्दू घेऊन जो तो वाळल्या भाकरी फोडू लागला. मासे धुतले. तीन दगडाच्या चुलीवर जरमनचं एखादं फुटकं भगुलं चढवलं. भगुल्यात माशाचं कोरड्यास शिजू लागलं. एकमेकांच्या पालातून चटणी मागायला सुरुवात झाली. आमच्या घरी पण चटणी नव्हतीच. आई मला म्हणाली,

"दादासाब, संताकाकूकडं चटणी हाय का बग."

मी संताकाकूंच्या पालाजवळ गेलो. त्यांचा कुत्रा लय चावका होता. माणूस जवळ आला का चावत होता. म्हणून भीतभीत लांबूनच बोललो,

"आमच्या आयनी चटणी मागितलीया."

संताकाकू म्हणाली, "आत्ताच रं, बाबा, म्या राधाकाकूकडनं आणली."

मी परत आलो. चटणी मिळणार कशी? देणाऱ्यापेक्षा मागणाऱ्यांची संख्याच त्या पालातून जास्त होती. आईनं वाळल्या हिरव्या मिरच्या एका गठुळ्यातून काढल्या. कधी ठेवल्या होत्या कोण जाणे? ताटात वाळल्या हिरव्या मिरच्या

घेतल्या आणि बेलट्यानं वाटायला सुरुवात केली. बेलट्यानं वाटून त्या मिरच्या बारीक होणार होत्या थोड्याच? निम्म्या-अर्ध्या मिरच्या टाकल्या कोरड्याशात.

माळावर माशाच्या रश्शांचा वास दरवळू लागला. जेवणाला सुरुवात झाली. आरडाओरडा सुरू झाला. एकमेकांना जेवायला बोलवणं सुरू झालं. कोणी म्हणीत होतं,

''नेवराऽऽ यी जेवालाऽऽ''

निवृत्ती शिंदे म्हणीत, ''न्हाय-न्हाय- द्या तुमी. हाय आमच्या बी घरात.''

अशा प्रकारे एकमेकांना फक्त बोलवीतच होते. केवळ रिवाज म्हणूनच बोलवीत असावेत. जो तो खाण्याच्या नादातच होता. भुक्याजून गेले होते. दुसऱ्यांची वाट बघायला वेळ होताच कुठं? पांडुरंग आजोबांच्या पालात सुंद्रा व आनसा आजी भात शिजवणं, चपात्या करणं असल्या कामात गुंतल्या होत्या. कोंबडी धरणं, लिंबू एकत्र करणं, नारळांची केसर काढणं या कामामुळे त्यांना खाण्यासाठी सवडच नव्हती. पोरांची रडारड सुरू झाली होती. 'मला केवडं वाढलंया?' 'मला मुठी चिंगळी पायजी' असले आवाज रडता रडताच ऐकू येत होते. आई-वडील आपोपल्या रडणाऱ्या मुलाची समजूत काढीत होते. एखाद्याची आई रडणाऱ्या मुलाची समजूत काढीत होती. एखाद्याची आई रडणाऱ्या मुलाला मारत होती. ते मूल जास्तच रडत होतं. बायका जेवायला बसल्या. आनसा आजीला व सुंद्राला उतारा दिल्याशिवाय जेवायचं नव्हतं. जेवत-जेवतच बायका एकमेकांना बोलवीत होत्या,

''आवं राधाका, या की जेवाला.''

राधामामी लगेच उत्तर देत होती, ''मी जेवा लागलयाया. तुमी खावा.''

आईनं कृष्णाआत्याला बोलवलं, ''आवं-किसना व्हंजी, दोन गासं खावून जावा की.''

कृष्णाआत्या आईलाच म्हणीत होती, ''आनुसया, यी-हिकडंच यी. पोरं रडाला लागल्याती.''

अशा प्रकारे आपलं एकमेकांवरील प्रेम व्यक्त करीत माणसं जेवत होती. थोड्या वेळानंतर सर्वांची जेवणं संपली. माणसं पांडुरंग आजोबांच्या पालासमोर जमली. प्रत्येकानं एक-एक याप्रमाणे उताऱ्याचं साहित्य घेतलं. ईश्वरतात्यांनी कंदील पेटवून घेतला, ईश्वरतात्या पुढं व बाकीची माणसं मागं चालत होती. सलगरेहून आलेल्या रस्त्यानं बरंच लांबपर्यंत चालत गेलो. निवृत्ती शिंदे म्हणाले, ''हितनंच द्या की उतारा. किती लांब जायाचं?''

लगेच मारुतीमामानं टोमणे मारलेच, ''लय श्याणा हू नगंस. हितल्या हितं म्हागारी आलं म्हंजी कळंल.''

आम्ही बरंच अंतर पुढं चालत गेलो. एका अंधाऱ्या जागेवर, वाटेच्या कडेलाच बसलो. एक कोंबडी... दोन नारळ... सात चपात्या... पाच लिंबू... थाटीभर भात

ठेवला आणि पाया पडून उठलो. नागू आजोबा म्हणाले,

"राजा झुटिंगा, ही खा आणिक जा बाबा. आमाला गरिबाला पिडू नगंस."

आम्ही तिथून निघालो. ज्या थाटलीत भात ठेवला होता ती थाटली तिथंच ठेवली. कारण त्या थाटलीबरोबर भूत परत येईल म्हणून थाटली आणली नाही. आम्ही सर्व जण पालावर आलो. बायका मुलं घेऊन गप्प झोपल्या होत्या. स्मशान घाटामध्ये ज्याप्रमाणं शांतता नांदते त्याप्रमाणं पालं शांत होती. आम्हाला पाहून कुत्र्यांनी त्या शांततेचा भंग केला. कुत्री भुंकू लागली. आपलीच माणसं आहेत ही त्या कुत्र्यांनी खात्री करून घेतली आणि गप्प बसली. माणसांनी घागरीतून पाणी घेतलं, पाय धुतले. पाठीमागं वळून नमस्कार केला. थोडा वेळ पालासमोर बसले आणि आपोपल्या पालात जाऊन झोपी गेले. मी पण वडलांच्या जवळ झोपलो.

आम्ही चार-पाच दिवस आरगेतच काढले. मी रोज सकाळी मागायला जात होतो. मला लोकांनी शिव्या दिल्या किंवा काहीही बोलले तरी काहीच वाटत नव्हतं. कारण ते अंगवळणी पडलं होतं. पाचव्या दिवशी संध्याकाळी बिऱ्हाडातील शहाणी, कर्ती माणसं, की ज्यांना त्या आठ-दहा बिऱ्हाडांचे पुढारी समजलं जात होतं ते एकत्र जमले. बाकीचे लोक आपोपल्या पालात बसले होते. या पुढाऱ्यांमध्ये नागू आजोबा, मारुती वायफळकर, नारायण शिंदे आणि वडील अशी माणसं होती. त्यांना प्रत्येक गावात भिकाऱ्यांसाठी जागा कुठं आहे त्याचा नकाशाच माहीत असावा. नागू आजोबा म्हणाले,

"म्हारुती, उद्याच्याला आपुण, मलंवाडीला जावू या. न्हाय म्हंजी घोड्यास्नी चराला बी हाय आणिक हातनं जवळ बी हाय."

मारुतीमामा म्हणाले, "आवऽ मामा, मलंवाडी हितनं लय जवळ हाय. भवतीची गावं समदी मागून झाल्याती. ततं जावून काय मागाचं?"

त्यानंतर थोडा वेळ शांतता निर्माण झाली. सर्व जण विचार करीत बसले. नारायणमामा मध्येच म्हणाले,

"मालगावला जावं चला. ततं चार खिडी बी हायती भवतनं मागाला. जनावराला बी चराला हाय. गाव जरा मोटं हाय. पोरं भाकरीचं तुकडं तर आणत्याली."

हा विचार सर्वांना मान्य होता. पण निवृत्ती शिंदेंनी मध्येच आडफाटा आणला, "आगा हितनं मालगाव काय जवळ हाय का काय? घुडी मरत्याली का न्हाय वज्यानं?"

वडलांनी समजावणीच्या सुरात सांगितलं, "आरं नेवरा, जरा लवकर निघाचं म्हंजी शिरवाळात जातं माणूस. आन् शिरवाळाचं जनावराला बी चालाला काय वाटत न्हाय. न्हायतर लांब गेल्याशिवाय पोटाला कसं मिळाचं?"

सर्वांनी उलटसुलट चर्चा करून, मालगावला जाण्याचं निश्चित केलं. उद्या कोणत्या गावाला जायचं आहे, हे ऐकण्यास सर्व माणसं उत्सुक असायची. लांब जायचं आसल तर लवकर उठलं पाहिजे, गबाळ साठवून, जमल्या तर दोन-चार भाकरी बडवल्या पाहिजेत. त्यामुळे कोणत्या गावी जायचं आहे हे समजायला पाहिजे. नागू आजोबा मोठ्यानं म्हणाले,

"माणसानु, उद्याच्याला आपुण सगळी जणं मालगावला जायाचं हाय. सगळ्यांनी लवकर उठून साटवायला पायजी."

झाली. एकदाची सभा संपली. निर्णय जाहीर झाल्यानंतर उद्या आपणाला लवकर उठायचंय म्हणून सर्व जण मुस्काटून झोपी गेले.

भल्या पहाटे वडील उठले, आईला उठवलं व म्हणाले, "आगंऽ आज सांच्याला काय पिट हाय का?"

आई म्हणाली, "सकाळच्या पुरत्या दोन-चार भाकऱ्या होत्याल्या. सांच्याला पिट न्हाय आणिक दळाला सुदीक दाणं न्हाईत. व्हुतं तेवडं कालच दळून आणल्याती."

वडलांनी थोडा वेळ विचार केला. मला उठवण्यासाठी ओरडले, "दादासाब, ऊठ."

मी अगोदरपासूनच जागा झालो होतो. मी त्यांचं ते संभाषण ऐकलं होतं. लगेच उठून बसलो. वडील म्हणाले,

"हे बघा, मी आज म्होरं जातू. वाटच्या वस्त्या, वाटवरलं एकांदं गाव मागत मालगावला यीतू. तुमी गबाळ घिवून या. नीट जपून आणा. काय टाकून यीव नगा."

एवढं बोलून फाटका कोट अंगात घातला, पटका बांधला तो पण डोस्क्याला नीट पुरत नव्हताच. गळ्यात भांबा अडकवला. खांद्यावर हाडप टाकली आणि हातात काठी घेऊन निघाले. मला काहीच वाईट वाटलं नाही, कारण मीदेखील मागायला जात होतो. विचार करू लागलो. हे सर्व गबाळ मी आणि कसं आवरणार? आबास तरी लहान आहे. तो जास्तीत जास्त लहान मुलीला घेऊन बसेल. वडलांची तर काय चूक होती म्हणा. संध्याकाळी पोटाला का बिबं घालणार होतो. आई उठली. कालच काड्याची पेटी आणली होती. आईनं चूल पेटवली. तवा घासला. तो आवाज ऐकून बाकीच्या पालांतील बायका उठल्या. थोड्या वेळात सर्वांच्या चुली पेटल्या. प्रवास लांबचा होता म्हणून सर्वांनी इथंच भाकरी करून घेण्यास सुरुवात केली. तोपर्यंत मी पालाच्या खुट्या सोडल्या. खुट्या उपसून काढल्या. पाल काढलं. पालाची घडी केली. पाल काढल्यानं गार वारं आबासला व छायाला लागलं. ते दोघं जणही उठले. छाया रडायला लागली. आईनं भाकरी करता-करताच उठून पोरीला घेतलं. आडवं घेऊन पाजत भाकरी थापटू लागली. आबास मेढी उपसण्यासाठी मदत करू लागला. तोपर्यंत तांबडं फुटलं. सर्व जण

गडबड करू लागले. आईनं भाकरी करण्याचं आवरलं. भांडी धुऊन हाडपंत भरली. खुट्या कटाळीत घातल्या. मी व आबास बारीकसारीक कामं करू लागलो. शेजारीच मारुतीमामांचं पाल होतं. त्यांचीही आवराआवर चालली होती. मारुतीमामांना माझे वडील कुठं दिसेनात. त्यांनी विचारलं,

"आनुसया, मलारी कुठाय?"

आईनं उत्तर दिलं, "सांच्याला पिट न्हाय म्हणून म्होरं गेल्याती."

घोड्याला लगाम घातला. मला खोगीर घालायला कुठं येत होता. आईनं खोगीर घातला. आई म्हणाली,

"दादासाब, त्या नेवरा भावजीला तेवढं जरा बुलीव, वजं घोड्यावर टाकाचं हाय."

मी निवृत्ती शिंदेंकडं गेलो. त्यांना बोलावून आणलं. आईनं व निवृत्ती शिंदेंनी हाडप घोड्यावर टाकली. त्यावर कटाळं लादली. त्यांचं ओझं घोड्यावर लादण्यासाठी निघून गेले. आईनं एक दोरी घेऊन गबाळ आवाळलं. मी आईच्या हाताखाली भगुली, घागरी द्यायची कामं करीत होतो. आबास छायाला घेऊन बसला होता. एकदाचा आमचा संसार त्या घोड्यावर लादला. बाकीच्या लोकांनीदेखील आपोपला संसार घोड्यावर लादला.

मग पुढारी लोकांनी घोडी पुढं ओढली. पांडुरंग आजोबांनादेखील घोड्यावर बसवलं होतं. त्यांच्या अंगावर एक वाकळ दिली होती. दिशाहीन वाऱ्याप्रमाणे आमचं जीवन भटकत चाललं. सर्व बिऱ्हाडांतील पंचवीस-तीस कुत्री, कोणी घोड्यावर कोंबड्या बांधल्या होत्या, कोणाच्या हातात कुत्री बांधलेल्या साखळ्या होत्या. असा आमचा प्रवास सुरू झाला. गावाजवळून जाताना घरातील माणसे दाराजवळ येऊन बघत उभी राहत होती. गावातील कुत्री आमच्या कुत्र्यांवर चवताळून येत होती. आम्ही तसंच कुत्र्याला वाचवीत कधी स्वत:ला वाचवीत पुढं जात होतो. घोड्यावर आबासला व छायाला बसवलं होतं. माझ्या हातात कुत्र्याला बांधलेली साखळी होती. आईच्या हातातदेखील कुत्र्याला बांधलेली साखळी होती. कुत्रा मधूनच हिसका मारत होता तसा मी खाली पडत होतो. आई कुत्र्याला शिवी देत होती, 'आरऽ हाऽऽड. मारून टाकीन.' कुत्रा पळील त्याप्रमाणे मलासुद्धा पळावं लागत होतं. वाटलं, आण्णा असते तर बरं झालं असतं. मला हे कुत्रं तरी धरावं लागलं नसतं. आम्ही तसंच पुढं बरंच अंतर चालून गेलो. पाय दुखायला लागले पण नाइलाज होता. चालावं लागत होतं. आई म्हणाली,

"तू दमलायीस व्हय रं?"

माझा चेहराच रडवा झाला होता. मग मी नाही म्हणून तरी काय फायदा होता. म्हणून 'व्हय' म्हणालो. आईनं आबासला घोड्यावरून खाली उतरवलं आणि मला घोड्यावर बसवलं. दोन्ही कुत्री आपल्या दोन्ही हातांत धरली. आईची ओढाताण होत

होती. मी तरी काय करणार? माझेही पाय दुखत होते. आबास आईला म्हणाला,

"आये, मी एक कुतलं धलू का?"

आईला त्याचं बोलणं ऐकून समाधान वाटलं. त्याच्या हातात कुत्र्याला द्यावं इतपत त्याचं वय नव्हतं. जर एखादं कुत्रं त्याच्याकडं दिलं असतं, तर ते खट्याळ कुत्रं त्याला ऐकलं नसतं. हिसका देऊन पळून गेलं असतं. आई आबासला म्हणाली,

"तू नुसता चाल, म्हंजी चिक्कार झालं."

आबास चालत राहिला. इतर माणसांबरोबर त्याला पळावंच लागत होतं. सकाळचं वातावरण असल्यामुळे पांडुरंग आजोबांनादेखील त्रास होत नव्हता. ते एक चांगलं झालं होतं. मैलभराचं अंतर चालून गेल्यानंतर आबास रडायला लागला,

"आये, मला घोड्यावल बसीव."

आईनं मला घोडं थांबवण्यास सांगितलं. माझ्या पाठीमागं त्याला बसवलं. माझ्या कमरेला धरून तो बसला. आबास मला म्हणाला,

"दादा, आयला घोड्यावल बसू दी का?"

लहान जीव. त्याला काय समजणार की, घोड्यावर बसण्यासाठी जागाच नव्हती. मी त्याला सांगितलं,

"थांब, पुढं गेल्यावर मी उतरतू. मंग आयला बसवू घोड्यावर."

आबास गप्प बसला.

निम्म्यापेक्षा जास्त अंतर आम्ही प्रवास संपवला होता. रस्त्यावर जत्रा भरल्याप्रमाणे दिसत होते. आई घोड्याबरोबरच चालत होती. पोरं खाली पडत्याली ही काळजी तिला होती. मी आईला म्हणालो,

"आये, तू घोड्यावर बस. तुजं पाय दुकायला लागलं असत्याली."

आई म्हणाली, "जवळ आलंया आपुण ऱ्हायाचं गाव. तंवर मी चालती, तुमी बसा."

आई चालतच राहिली. खरोखरच मालगाव दिसू लागलं. ऊन लागायला सुरुवात झाली होती. कसंतरी आम्ही मालगाव गाठलं. गावाच्या अलीकडं गावंदरीलाच वडील वाटेवर बसले होते. ते आमचीच वाट बघत होते. आम्ही त्यांच्याजवळ गेलो. वडलांनी खांद्यावरील हाडप घोड्यावर टाकली. बसल्या बसल्या मी व आबास हाडप चाचपू लागलो. लहान मुलगी छाया आईला बघून रडायला लागली. काहीतरी खाण्यासाठी आणलं आहे का ते आम्ही पाहत होतो. वडलांचं लक्ष रडणाऱ्या मुलीवर गेलं. वडलांनी मला एक शिवी हासडली,

"कडुबेन्या, काय बगतूयास. पुरगी रडत्याया दिसत न्हाय."

मी लगेच छायाला समजावण्याचा प्रयत्न केला. पुढं बघत गप्प घोड्यावर

बसून राहिलो. वडलांनी आईच्या हातातील एक कुत्र्याला बांधलेली साखळी धरली. बाकीची घोडी, माणसं पुढं गेली होती. घोडी मालगावच्या खालच्या बाजूनं गावाच्या पलीकडं चालली होती. राहण्यासाठी जागाच गावाच्या पलीकडं होती. सर्वांत पुढं मारुतीमामांचं बिऱ्हाड होतं. आम्ही गावाला वळसा घालून राहण्याच्या जागेपर्यंत आलो. वाटलं, बरं झालं. जास्त ऊन लागायच्या अगोदर जागेवर आलो. सर्व जणांच्या चेहऱ्यावर समाधानाचं चिन्ह दिसत होतं.

मारुतीमामांना राहण्याच्या जागेवर पारधी समाजाची काही पालं दिसली. मारुतीमामांनी आपलं घोडं पाठीमागं वळवलं. आणि दबक्या आवाजात म्हणाले,

''आरऽऽऽ ये, घुडी म्हाघारी वळवा. हितं पारदी ऱ्हाल्याती.''

आमच्या जमातीतील सर्व लोक घाबरले. चेहऱ्यावर समाधानाच्या जागी भीतीचं चिन्ह दिसू लागलं. सर्वांनी लगेच घोडी पाठीमागं वळवली. मला काहीच समजेना. आमच्याप्रमाणेच ते लोकदेखील पालं देऊनच राहिले होते. फक्त त्यांच्याजवळ घोडी नव्हती. पालासमोर गायी बांधल्या होत्या. दिसायला थोड्या प्रमाणात आमच्यापेक्षा घाणेरडी वाटत होती. नाहीतरी तसा विशेष फरक त्यांच्यामध्ये आणि आमच्यामध्ये नव्हताच. तरीपण आमची जमात त्यांना का भीत होती, हे मात्र मला समजेना. घोडी गावाच्या अलीकडं आणली. गावापासून बऱ्याच दूर अंतरावर माणसं, घोडी, कुत्री सर्व लवाजमाच एकत्र जमला. नागू आजोबा म्हणाले,

''आता, आपुण... ह्या गावाला ऱ्हायचं न्हाय. तवा दुसऱ्या कंच्या गावाला जावं या.''

तिथं विचार करायला जास्त वेळ नव्हता. वडील म्हणाले,

''हातल्या हातं नागजाला जाव. चला, ऊन पडाच्या आत जातंया. न्हायतर कडक ऊन पडलं का जितरापाची, माणसांची तारांबळ हुयाची.''

सर्वांना ते म्हणणं पटलं. गबाळं नागजकडं वळली. मला एकसारखा तो प्रश्न भेडसावीत होता की, आमची जमात, पारध्यांपासून दूर का पळत होती? मला राहवलं नाही. मी घोड्यावर बसूनच चालणाऱ्या वडलांना विचारलं,

''आण्णा-आपुण त्या पारध्यापशी का ऱ्हालू न्हाय?''

वडील म्हणाले, ''ती पारदी चुरी करत्याती. घोड्याची केसं कापून न्हेल्याती. सांच्याला भांडी बी नेत्याती. ती जात लय वायीट आसत्याया बरं का.''

मग मला समजलं की, आमच्या लोकांनी इतक्या गडबडीनं तिथून घोडी का वळवली. मला तरी त्या वेळी काय समजणार? गप्प भीतभीत ऐकत राहिलो.

भटक्या जमातीमध्ये अनेक पोटजाती. त्याच एकमेकांपासून दूर जात होत्या. दुसऱ्या जातीपासून अलग राहण्याचा प्रयत्न करीत होत्या. कुडमुडे जोशी, पारधी, डोंबारी, डवरी, गोंधळी, गोसावी, नंदीवाले, रोहिली अशा अनेक पोटजाती भटक्या

जमातीमध्ये पाहायला मिळतात. प्रत्येक जात दुसऱ्या जातीला आपल्यापेक्षा कमी लेखण्याचा प्रयत्न करीत असते. एकमेकांच्या जवळ जायची बोंबाबोंब तर मग भटक्या जमातीचा उद्धार होणं तर लांबच. आमच्या जातीची सोयरीक गोंधळी जातीशी व्हायची. माझी आई गोंधळ्याची. गोंधळेवाडी जत तालुक्यातील एक खेडंगाव. तेच माझं आजोळ. मी बऱ्याच वेळा गोंधळेवाडीला गेलो असेन, पण अस्पष्ट आठवण येत होती. तिथंही आमच्याप्रमाणेच भिकारी राहत होते. त्यांची भीक मागण्याची पद्धत वेगळी होती. आमच्या जातीत भविष्य सांगून, होरा सांगून, पिंगळा जोशी म्हणून भीक मागितली जाते, तर गोंधळी समाजात गोंधळ घालून, देवीचा पुजारी म्हणून भीक मागितली जाते.

त्यांचं जीवन आमच्यापेक्षा थोड्या प्रमाणात का होईना चांगलं आहे. ते घोड्यावर संसार घेऊन गावोगाव फिरत नाहीत. जवळच्या गावाला जायचं असेल तर गठुळी खांद्याला अडकवतात. बायका डोक्यावर संसार घेतात. एक भलं मोठं गाठोडं बांधून त्यामध्ये स्वयंपाकाची भांडी, घागर, कपडे घालून ते गाठोडे डोक्यावर घ्यायचं. पुरुषांनी मुलं घ्यायची आणि एका गावाहून दुसऱ्या गावाला प्रवास सुरू करायचा. त्यांचा संसार त्यांच्याच पाठीवर असतो. लांबचा प्रवास असेल तरच एसटीनं जात होते. कोणत्याही गावात गेलं की, त्या गावातील धर्मशाळेत, चावडीमध्ये, एखाद्या पडक्या देवळात किंवा स्टॅन्डवर त्यांचा मुक्काम. शाळेच्या, देवळाच्या, स्टॅन्डच्या पटांगणामध्ये आमच्याप्रमाणेच तीन दगडांची चूल करून चार भाकरी अर्ध्या-कच्च्या भाजून खातात. लग्नसराईमध्ये गोंधळी जातीला मिळकत बरी असते. दुसऱ्यांच्या लग्नात गोंधळ घालून चार पैसे मिळवता येतात. बाकीचे दिवस मग आमच्याप्रमाणंच काढतात. त्यांच्यामध्ये आणि आमच्यामध्ये फरक इतकाच की, ते घोड्यांचा वापर करीत नाहीत आणि भीक मागण्यासाठी देवाचं साधन उपयोगात आणतात आणि आम्ही पिंगळा पक्षी उपयोगात आणतो. गोंधळी समाज धर्मशाळेचा, देवळांचा, चावडीचा, स्टॅन्डचा उपयोग निवारा म्हणून करतात आणि आम्ही पालं मारून राहतो. बाकीचं जीवन आमच्याप्रमाणंच होतं.

मी विचारांच्या चक्रात अडकून उलटसुलट फिरत होतो. वडलांचे शब्द ऐकू आले,

"दादासाब, खाली उतर. ऱ्हायाची जागा आल्याया."

मी एकदम भानावर आलो. एका खेडेगावाच्या गावंदरीलाच आमची घोडी, माणसं थांबली होती. गावाची गावंदर होती ती. सगळीकडं गू-घाण दिसत होती. पण आमच्या लोकांना त्याची घाण येत नव्हती. त्या घाणीतच आम्ही ओझी उतरवण्यास सुरुवात केली. ऊन भयंकर पडलं होतं. कुत्री कासावीस झाली होती. पारध्यांच्या भीतीनं गावाच्या लांब राहिलो नव्हतो. भराभरा घोड्यांवरील ओझी

उतरली. कुत्री हाडपंतून तोंड घालू लागली. कोंबड्या रोगानं झिंगल्यासारख्या पडल्या होत्या. लहान पोरं रडू लागली. माणसं पालं तयार करायच्या कामाला लागली. काही माणसांनी दोन काठ्या रोवून त्यावर वाकळ टाकून पांडुरंग आजोबासाठी सावली करून दिली. बायका भगुली, घागरी घेऊन पाणी आणायला गेल्या. आमच्या जागेवरील घाण मी लोटून काढली. सगळा 'गू' होता तिथं. पण आम्ही त्या जागेवर पालं उभी करीत होतो. बापय माणसांनी पालं उभी केली. बायकांनी पाणी आणलं. उन्हाचा कडाका सुरू होता. आग लागल्याप्रमाणं झळा दिसत होत्या. आईनं हाडपंतून भाकरीचं गठुळं काढलं. आम्ही हातात भाकरी, त्यावर वडलानंच आज मागून आणलेलं लोणचं घेऊन खाऊ लागलो. भूक लागली होती. त्या घाणीच्या जागेकडं बघतो कोण? प्रत्येक जण अगोदर गिळायचं बघत होता. एकदाची माणसं जेवून मोकळी झाली. घोडी चारायची कुठं? हा प्रश्न होता. प्रत्येकाच्या घरी मुलांना ताकीद देण्यात आली,

"घुडी घिवून वड्याला जावा. घोड्यापास्नं हालाचं न्हाय. पारदी हायती जवळच्याच गावाला. केस कापून न्हेत्याली घोड्याची."

सर्व पोरं आपोपली घोडी घेऊन ओढ्याकडं चालू लागली. मी पण आमचं घोडं घेतलं. मरतुकडं घोडं. नाळ (जखम) पडली होती त्याला. तरीसुद्धा कसंतरी ओझं वागवीत होतंच. ओढा घोड्यांनी भरला. घोडी जोरजोरानं खिदळत होती. कळवंड करीत होती. आम्ही लांबूनच दगड मारून ती कळवंड सोडवीत होतो. दिवस मावळेपर्यंत आम्ही घोडी राखली. दिवस मावळताना सर्व मुलांनी घोडी पालाकडं आणली. तोपर्यंत वडलांनी आज मिळालेलं बारा मिसळीचं धान्य दळून आणलं होतं. येता-येता पाच पैशाची बिस्किटं आणली होती. त्यामधील एक मला, दोन आबासला व दोन छायाला अशा रीतीनं बिस्किटांची वाटणी झाली. मला एकच बिस्कीट मिळालं होतं. ते लवकर संपू नये म्हणून थोडं-थोडं खात होतो.

बायकांनी जळण गोळा केलं होतं. काही मुलांनी ओढ्यातूनच जळण आणलं होतं. चुली पेटल्या. गावंदरीला उजेड दिसू लागला. गावातील लोकांना परसाकड बसायची पंचाईत आली होती. हागणदारीलाच आमची पाले दिली होती. गावातील लोकांना आम्ही म्हणजे पीडाच झाली होती. त्या रात्री गावकरी ओढ्याला परसाकडला गेलीत. ओढ्याला जाता जाता परस्परांत कुजबुजत होती, 'च्यामारी... न्हायती साडंसातीच हाय. हागणदारीला कशाला मराला राहील्याती? घाण वास घ्याला.'

आम्ही ऐकूनदेखील न ऐकल्याप्रमाणं करीत होतो. स्वयंपाक चालू होता. गावातील माणसं दिसली की कुत्री भुंकत होती. मग मात्र चांगल्या इरसाल शिव्या गावकरी हासडत होते आणि निघून जात होते. रात्रीची जेवणं सुरू झाली. एकमेकांना जेवायला बोलवणं सुरू झालं. नेहमीप्रमाणं सर्व काही साचेबंद चालू होतं. रात्री जात

होत्या. दिवस उगवत होते. आणि दिशाहीन वाऱ्याप्रमाणं आमचं जीवन वाहत होतं. गावामागून गावं येत होती आणि जात होती. मुक्काम पोस्ट बदलत होते आणि आमची भटकंती सतत सुरू होती.

मला आता मागायला चांगलं येत होतं. कधीतरी पाटीची मधूनच आठवण यायची. मग मी पाटी घेऊन चारच अक्षरं गिरवीत होतो : ग, म, भ, न. एवढंच येत होतं. पांडुरंग आजोबांची तब्येत दिवसेंदिवस बिघडत चालली होती. आमच्या जमातीमधल्या लोकांच्या अंगात वेगवेगळे देव येत होते. कोणाच्या अंगात अंबाबाई येत होती, तर कोणाच्या अंगात म्हसोबा येत होता, तर कोणाच्या अंगात आणखी दुसराच देव येत होता. त्यांच्या अंगात येण्यानं पांडुरंग आजोबांना मरणाच्या दारात उभं केलं होतं. त्यांना उठता येत नव्हतं की बसता येत नव्हतं. अन्न जात नव्हतं. पिठाच्या गंजीवर दिवस ढकलीत होते कसेतरी. लोक त्यांना धरून उठवीत होते. बसवीत होते. दुसऱ्या गावाला चाललो की, दोघातिघांनी मिळून घोड्यावर बसवायचं, एकादोघांनी त्यांच्या घोड्याबरोबर चालायचे. आनसा आजी व सुंद्रा उसनं-पासनं काढून जगत होत्या. त्यांना मिळवून घालणारंच कोण नव्हतं. रोज रडत दिवस काढीत होत्या. उसनं घेऊनच देवधर्म करीत होत्या. गरिबांकडं बघण्यास देवाला तरी वेळ होता कुठं? पांडुरंग आजोबांना आजार कसला आहे हे मात्र कोणालाच समजत नव्हतं. दवाखान्याला जाण्याचं तरी कोणी नावसुद्धा काढीत नव्हतं.

शनिवारचा दिवस होता. आम्ही घोरपडीला राहिलो होतो. पहाटेच सगळी माणसं मागायला गेली होती. रात्रभर पांडुरंग आजोबांची तब्येत बिघडत चालली होती. सर्व लोकांनी रात्र जागून काढली होती. बऱ्याच लोकांना पांडुरंग आजोबा जगतील असा भरवसा नव्हताच. तरीसुद्धा पोटासाठी मागायला जावं लागत होतं. सकाळी कोणाच्या चुली पेटल्या नव्हत्या. सर्व बायका पांडुरंग आजोबांच्या पालासमोर बसल्या होत्या. एखादा-दुसरा माणूस मागून येत होता. पांडुरंग आजोबा बोलत नव्हते. त्यांची जीभ पडली होती. आनसा आजी व सुंद्रा मोठमोठ्यानं रडत होत्या. बाकीच्या बायका डोळ्याला पदर लावून अश्रू गाळीत होत्या. थोड्या वेळानं पांडुरंग आजोबानं पाण्यासाठी तोंड उघडलं. त्यांच्या मुलीनं सुंद्रानं तोंडात पाणी घातलं. आजोबानं परत जे तोंड बंद केलं ते कधी उघडण्यासाठी नव्हेच तर कायमचंच. सर्वत्र रडायचा, बोंबलायचा दंगा सुरू झाला. सुंद्रा पालाच्या मेढीवर डोकं बडवून घेऊ लागली. आनसा आजी तर तोंडात माती घालून घेऊ लागली. बायका, पोरं, माणसं रडत होती, आरडत होती. ती रडारड, बोंबाबोंब, आरडाओरड ऐकून घोरपडीतील माणसं, पोरं, बायका पळत येत होती. पांडुरंग आजोबांचं प्रेत पालाच्या पुढच्या मेढीला टेकवून ठेवलं होतं. निवृत्ती शिंदे आणि रामा शिंदे त्या मढ्याजवळच बसले

होते. सारा गाव गोळा झाला होता. गावातील बायका कुजबुजत होत्या, 'काय गऽ द्वाड, भिकाऱ्याचं म्हातारं मेलंऽऽऽ रानावनातच परदेशी मडं झालं.' असं म्हणून आपली हळहळ व्यक्त करीत होत्या. नकळत त्यांच्या डोळ्यातून अश्रू टपकत होते.

मरणाचा प्रसंगच एक विचित्र प्रसंग असतो. एरवी तुच्छतेनं बघणाऱ्या जमातीला, आज त्यांच्यातील माणूस मेल्यामुळे इतर लोकांचं अंत:करण भडभडून येत होतं. इतरांना या जमातीची थोडा वेळ का होईना दया आली होती. आमच्यातील एखादा माणूस मागून येत असला की, लांबूनच त्याला समजत होतं की, पांडुरंग आजोबा गेले. दुपारपर्यंत आमच्यातील सर्व लोक जमले. बायकांचे रडून रडून डोळे सुजले होते. बडवून घेऊन तोंडं सुजली होती. आनसा आजीची, सुंद्राची व साईत्रामामीची परिस्थिती बघण्यासारखी नव्हती. सुंद्रा म्हणीत होती,

"बाऽऽऽबा, आता आऽऽमी कसंऽऽऽ जगाऽऽचं. आता आमाला कोण हाय?"

आनसा आजी पण मोठमोठ्यानं गहिवरून, बडवून घेत म्हणीत होती, "माऽऽजं कुऽऽकू पुसऽऽलं कीऽऽऽरं देवाऽऽऽ आता मीऽऽऽ काऽऽऽय करूऽऽऽ"

साईत्रामामी म्हणत होती, "तुऽऽला आताऽऽऽ बगाला न्हाऽऽऽय मिळाचं. माऽऽज्या आयऽऽला म्हागंऽऽ सुडून गेलाऽऽचं."

आमच्यातील दुसऱ्या बायका त्यांना समजावीत होत्या. एकीकडं डोळे पुशीत होत्या. दुसरीकडं त्यांना धीर देत होत्या. कृष्णाआत्या म्हणीत होती,

"आनसाक्का, आता का येतंच व्हय काय बी करून आपलं नशीबच फुटकं त्येला काय कराचं?"

आई म्हणत होती, "मामी, पिकलं पान कवातर एकदा जायाचंच. ऱ्हाऊन तर काय आसं कुत्र्यावाणी हालच व्हाचं, आपुण काय एका जागी ऱ्हातूय व्हय."

प्रत्येक जण त्या तिघींना समजावीत होता. त्याशिवाय दुसरा मार्गच नव्हता. मारुतीमामा म्हणीत होते,

"आज सनवाराचं मेलाय, चांगलं झालं. मारुतीच्या जल्माला जायील."

बाकीची माणसं माना डोलावून 'हो' म्हणायची. पोटाच्या मागं लागलेल्या त्या चिमुकल्या समाजावर दु:खाची वीज कोसळली होती. जो तो गुडघ्यात माना घालून रडत होता. थोड्या वेळानं नागू आजोबा म्हणाले,

"चला, वढ्याच्या कडंला डबरं खांदून यीवू."

सुभाष, रामा, मारुतीमामा, वडील अशी बरीच माणसं ओढ्याकडं चालू लागली. जाता जाता गावातल्या एका माणसाकडून कुदळ, खोऱ्या, पाटी मागून घेतली. ओढ्याच्या काठाला लहानसा खड्डा खणला. जेमतेम एका माणसाचं शरीर बसावं इतकाच. सर्व जण परत पालावर आलेत. पांडुरंग आजोबाचं प्रेत एका फाटक्या वाकळंत घातलं. बायका मोठमोठ्यानं रडू लागल्या. नागू आजोबांनी व

मारुतीमामांनी बायकांना मागं सारलं. वाकळंची मोट केली. चौघांनी चारी बाजूला धरलं. निवृत्ती शिंदे पांडुरंग आजोबांचे जावई होते. म्हणून त्यांनी शिकाळ धरली होती. बाकीचे सर्व जण त्यांच्या पाठीमागं रडत, आपटत चालले होते. प्रेतयात्रा ओढ्याच्या दिशेनं निघाली. माझ्या लहान भावानं विचारलं,

"आये, ही माणसं कुटं चालल्याती?"

आई म्हणाली, "वड्याला."

एवढं बोलून आई गप्प बसली.

खड्डा खणला होता तिथं आलो. ओझ्यांची राखण करायला कुत्री होतीच. अशा प्रसंगी ओझ्याची पर्वा कोण करतो. प्रेत वाकळंसह खड्ड्यात घातलं. प्रेतावर माती सारली. पांडुरंग आजोबांचं शरीर निम्मं-अर्ध उघडंच होतं. पुरुष माणसं ओढ्यातच थांबलीत. बायकांनीही अंग भिजवून घेतलं. मुलं पाण्यात बुचकाळली. आज किती दिवसांनी अंघोळ मिळाली होती कोणास ठाऊक? तीपण पांडुरंग आजोबांच्या मृत्युमुळे. बायका अगोदर पालाकडं गेल्या. माणसं प्रेत गाडलेल्या जागी बसून, कोणी विड्या ओढू लागले, तर कोणी तंबाखू मळून खाऊ लागले. थोड्या वेळानं पुरुष माणसंदेखील पालाकडं निघाली. प्रत्येकानं चुली पेटवून चहा केला. चहा कसला? गुळाचं पाणीच तापवलं होतं. सुंद्रा, आनसा आजी व साईत्रामामींना बोलवून चहा देऊ लागलीत. त्या कसा चहा पिणार? रिवाजच होता की, मेलेल्या माणसाच्या घरातील इतर माणसांचं तोंड गोड केलं पाहिजे. प्रत्येक जण त्या तिघींना आधार देत होता. तसं पाहिलं तर, सुंद्रा व आनसा आजीचेच खरे हाल होते. साईत्रामामी ही निवृत्ती शिंदेंची पत्नी. त्यामुळे तिला निराधार राहण्याचा प्रसंग नव्हता. तरीपण पांडुरंग आजोबांची दोन नंबरची मुलगी होती. म्हणून इतर माणसं तिलाही आधाराचे चार शब्द सांगत होते. सकाळपासून कोणाच्याच पोटात अन्न नव्हतं. अशा वेळी भाकरी करायची तरी सोय नव्हतीच. आणि मागायलादेखील मुलं गेली नव्हती. पुरुष माणसानं आणलेले दोन-चार तुकडे खातादेखील येत नव्हते. ती रात्र तशीच उपाशी काढली. रात्रभर कोणालाच झोप लागेना. कोणी एक चांगला माणूस गेला म्हणून तळमळत होता, तर कोणी पोटात कावळे ओरडायला लागलेत म्हणून तळमळत होता. एकूण सर्व जण तळमळतच होते.

पहाटे सर्व जण मागायला गेले. दुसऱ्या दिवशीपासून रोजचं जीवन सुरू झालं. जो गेला तो घासाला मुकला, याप्रमाणं पाठीमागं प्रत्येक जण आपोपलं जीवन जगू लागलं. तिसऱ्या दिवशी पांडुरंग आजोबांचं गोडं घालायचं होतं. माती लोटायची होती. सुंद्रा व आनसा आजीकडं पैसे नव्हतेच. साईत्रामामी तरी कुठून पैसे देणार? प्रत्येकी दोन रुपये याप्रमाणं वर्गणी काढायची ठरवली. वर्गणी काढली. एकूण वीस रुपये जमले. घोरपडीतून गहू, गूळ, नारळ, उदकाडी, पान-सुपारी आणली. रामा

शिंदे म्हणाले,

"गंगूमावशी, तू निवध कर."

तिला थोडं गव्हाचं पीठ दिलं. खीर करण्यासाठी कृष्णाआत्याकडं व आईकडं गहू कांडायला दिले. बाकीची कामं प्रत्येक बाईकडं एक याप्रमाणं वाटून दिली. पुरुष माणसं त्या दिवशी मागायला कोणीच गेली नाहीत. सर्व जण कामं करीत होते. मला व सुरेशला केळीचं पान आणायला पाठवलं. आम्ही दोघं जण पळत पळत एका शेतात गेलो. तो शेतकरी उसाला पाणी देत होता. मी म्हणालो,

"मालक, आमाला एक किळीचं पान पायजी."

शेतकरी म्हणाला, "लय, हावस आलयाया व्हय रं किळीच्या पानाची. खेळाला पायजी काय?"

मी म्हणालो, "न्हाय. आमच्यातला एक म्हातारा मेलाय, दोन दिस झालं. आज निवद न्हयाचा हाय."

मग त्यानं एक केळीचं पान काढून दिलं. ते पान घेऊन आम्ही दोघं जण पळतच पालाकडं आलो. निवद तयार करून ठेवला होता. नागू आजोबांनी केळीच्या पानावर निवद, पानसुपारी ठेवली. उदकाडी पेटवून घेतली. केळीचं पान उचललं आणि आजोबा पुढं झाले. त्यांच्या पाठोपाठ माणसं, बायका, मुलं चालू लागली. काही चारदोन माणसं गबाळाजवळ थांबलीत. खीर शिजवायची होती म्हणून. कांडलेले गहू मोठ्या पाणी तापवायच्या भगुल्यात टाकले. त्यामध्ये पाणी घालून, खालून जाळ लावला. तीन मोठेच्या मोठे दगड आणले होते. त्यावर ते भगुलं ठेवलं होतं, आणि खीर शिजवण्याचं काम चालू झालं होतं. सर्व माणसं ओढ्यात पोचली. सर्वांनी माती लोटली. निवद त्या मातीवर ठेवला आणि कावळा येण्याची वाट बघू लागली. कावळ्यानं निवद शिवला तर मेलेल्या माणसाचा आत्मा शांत झाला असा समज होता आणि निवद शिवला नाही की, आत्मा स्वर्गात जात नाही, भटकत राहतो असं मानलं जात होतं. बराच वेळ झाला पण कावळा आला नाही. थोड्या वेळानं दोन कावळे कुठून तरी येऊन शेजारच्या झाडावर बसले. त्या कावळ्याचं लक्ष निवदाकडं नव्हतं. म्हणून ते तिथंच बसले. मारुतीमामा हळूच म्हणाले,

"कावळा आला बरं का. कोण सुदीक बुलू नगा."

सर्व मंडळी शांत बसली. तो कावळा काही खाली येईना. एवढी भरमसाट माणसं तिथं बसली होती. कसा येईल तो नैवद खाण्यासाठी. नारायणमामा म्हणाले,

"पांडुरंगमामानं काय तर आडं धरलंया. पाया पडा त्येच्या. मागून घ्या कायतर."

ते ऐकून मारुतीमामा पुढं झाले आणि म्हणाले, "दादाऽऽ तुज्या पाया पडतो. ह्यो नैवद एवढा शिव. मी तुज्या माणसास्नी टाकत न्हाय. आन-पाणी कमी पडू देत

न्हाय. मला माहीत हाय तुला काळजी लागल्याया. आपल्या माणसाचं कसं व्हुईल म्हणून. पर आमी टाकत न्हाय.''

कावळ्याच्या पाया पडून तो थोडाच खाणार होता? परंतु आमचा निश्चय दृढ होता. प्रत्येक जण त्या कावळ्याची विनवणी करीत होता. निवृत्ती शिंदे उठले व म्हणाले,

''मामा, मी हाय म्हागं बगाला. तुमी काळजी करू नगा.''

माणसं कावळ्याच्या पाया पडीत होती आणि माणसं आपल्याकडं बघायला लागलीत म्हणून कावळा आणखीन थोडं मागं सरकत होता. दिवस डोक्यावर आला होता. आम्ही सर्व जण उन्हानं तापत होतो. वडील म्हणाले,

''चला, जरा जागा बदलू या.''

सर्व जण पाठीमागं गेले. माणसं पाठीमागं गेली आहेत हे पाहून कावळा खाली आला. दोन पायांवर उड्या मारीत मारीत सावधानीमध्ये नैवदाजवळ गेला. खाण्याचा पदार्थ दिसत होता, म्हणून खाऊ लागला. कावळ्यालादेखील बरंच झालं होतं. अनायासे खायाला मिळालं होतं म्हणून तो आनंदित होता आणि कावळ्यानं नैवद शिवला म्हणून आमचे लोक आनंदात होते. कोण आपल्याकडं येत आहे काय? हे बघण्यासाठी सारखी मान वर करून कावळा आमच्याकडं बघत होता. कावळा आपल्याकडं बघत आहे हे पाहून निवृत्ती शिंदे म्हणत होते,

''आजून मामाचा जीव आपल्या माणसाकडं कसा बगा लागलाय.''

बाकीचे लोक पांडुरंग आजोबांच्या आत्म्याची स्तुती करीत होते. एकदाच त्या कावळ्यानं असेल नसेल तेवढं मोकळं केलं आणि उडून गेला. त्याचा या माणसाशी काय संबंध होता? खायाला मिळालं ते खाल्लं. त्याचं काम झालं. मात्र आमच्यातील माणसं कावळ्यांनी सर्व खाल्लं म्हणून आनंदात होती. सर्व जण गोरीच्या पाया पडू लागली. कोणी आसवांचे चार थेंब गाळले आणि आम्ही तिथून निघून आलो.

पालावर येण्यास फार उशीर झाला होता. येतपर्यंत भुका लागल्या होत्या. खीर केव्हाच शिजली होती. लहान पोरांची पंगत बसली. थाटल्यांतून खीर वाढली. पोरं मिटक्या मारून खाऊ लागली. नंतर मोठ्या माणसांची पंगत बसली. माणसं भराभर भराभर घास गिळू लागली. ढेकरा देत माणसं उठत होती. ढेकर देतदेतच म्हणत होती, 'आत्ता पांडुरंगमामाच्या आत्म्याला शांती मिळाली.' बायकांनीदेखील प्रसाद म्हणून पोटभर खीर खाण्यास सुरुवात केली होती. जेवणातच दिवस मावळला. संध्याकाळी जेवण करायची गरजच नव्हती. प्रत्येकानं टिच्चून पोट भरून घेतलं होतं. आनसा आजी व सुंद्राच्या पोटाचा प्रश्न होता. उद्यापासून त्या दोघी काय खाणार? रात्री पेढीतले पुढारी एकत्र बसले; नागू आजोबा म्हणाले,

"आता आपुण आसं करू या, परत्येकानं एक-एक वाटी पिटं आणिक थुडी थुडी चटणी आनसाबायला व सुंद्रीला रोज द्याची. गबाळं जाताना परत्येक तळाला एकट्यांनी घोड्याला खुगिर घालाचा. वजं लादाचं. आसंच आपुण आपल्या गावापातूर न्हिवून सोडाचं. न्हायतर त्येनला ह्या आडरानात कुटं टाकाचं? पुरगी तरणी हाय. नेवराला संबाळाला जमाचं न्हाय. त्येची त्येला पोरं संबाळुस्तवर चिकार व्हुतंया. मग त्यो कसा ह्येंच्या पोटाला घालाचा?"

सर्व पंचांनी मान्यता दिली. त्याशिवाय करता येण्यासारखं काही नव्हतंच. तिथून दररोज एक-एक वाटी पीठ, थोडी थोडी चटणी आनसा आजीला प्रत्येक जण आणून देत होता. साईत्रामामी कधी आपल्याकडं जेवायला घेऊन जात. कमी जास्त बघत होती. गबाळ जाताना कोणीतरी खोगीर घालून, ओझं लादून देत होते. त्यांचं दुःख वाटून घेण्याचा प्रयत्न करीत होते. दिवसामागून दिवस जात होते. हळूहळू पांडुरंग आजोबांचा विसर पडू लागला. एके दिवशी नागू आजोबा म्हणाले,

"आकाड आता वट्टच म्हईनाबर ऱ्हालाय. तवा आपुण खाली गावाकडं जावू या."

आमच्या बिऱ्हाडांची दिशा बदलली. गाव जवळ करण्यासाठी गावाच्या दिशेनं बिऱ्हाडाचे तळ ठरले जाऊ लागले. बिऱ्हाडं दिवसेंदिवस गाव जवळ करीत होती.

माझ्यासमोर आमच्या गावाचं चित्र दिसू लागलं. आमच्या गावाचं नाव बावची. मंगळवेढा तालुक्यातील एक खेडंगाव. गावात जेमतेम हजार ते अकराशे लोकवस्ती. त्यातील चाळीस घरं आमच्या जातीचीच. घरं कसली? थोड्या-थोड्या भिंती मातीनं बांधलेल्या आणि त्यावर तणसं (गव्हाचं काड) टाकून शेकारलेलं. ती घरं बांधूनही कितीतरी वर्षं झाली असतील. आमची घरं म्हणजे उन्हाळ्यात ऊन लागावं, पावसाळ्यात पाऊस आत यावा आणि थंडीच्या दिवसांत थंडी लागावी असली घरं होती. समाजात एखाद्या व्यक्तीला ओळखण्यासाठी विशिष्ट नाव ठेवतात. त्याप्रमाणे विशिष्ट गावचे भिकारी हे ओळखण्यासाठी त्या गावाचा आधार घेतला होता. ते पण बावचीमध्ये मरगम्मा देवीचं देऊळ होतं म्हणून. प्रत्येक आषाढ महिन्यात मरगम्मा देवीची यात्रा करायची. त्यालाच आकाड म्हणत. आषाढ महिन्यातील एका ठरावीक मंगळवारी मरगम्मा देवीला बकरी कापायची, त्याचा नैवद देवीला द्यायचा आणि मगच पुढच्या कामाला सुरुवात करायची हा आमच्या गावाचा नियम. आषाढाच्या यात्रेसाठी देशात कुठंही भटकणारे भिकारी आपोपल्या गावी जमत होते. गोंधळेवाडीलादेखील मरगम्मा देवीचं देऊळ आहे म्हणून तिथं गोंधळी जमात राहते. ते पण महिनाभरच. म्हणून गोंधळी जमातीचं गाव ती गोंधळेवाडी. नराळ हे सांगोला तालुक्यातील एक फारच लहान खेडंगाव. तिथंदेखील मरगम्मा देवीचं देऊळ आहे म्हणून आमच्या जमातीमधील काही लोक नराळला राहतात. म्हणून त्यांचं गाव

नराळ. आमचे पूर्वज जेव्हा साथीचा रोग जगभर पसरला होता तेव्हा या वेगवेगळ्या गावांतून राहिले होते. त्यांना मरगम्मा देवीनं तारलं. साथीच्या रोगामध्ये मरगम्मा देवीच्या छत्राखाली त्यांना कसलीच इजा झाली नाही. म्हणून आषाढ महिन्यात देवीची यात्रा ते करीत होते. आजपर्यंत ही जत्रा चालत आली आहे.

वडलांनी मला आमच्या गावाचा इतिहास पूर्वीच सांगितला होता. गावाकडं जायचं म्हणून मला आनंद झाला होता. गावी गेल्यानंतर मला शाळेत जायला मिळणार होतं. कमीत कमी दोन-तीन आठवडे तरी आम्ही गावी राहत होतो. मनाला थोडं बरं वाटलं. दिवसामागून दिवस उगवत होते आणि मावळत होते. आमचं जीवन रोजच्याप्रमाणं वाहत होतं. त्या जीवनाला स्थिरता नव्हती. माझ्याबरोबर माझा लहान भाऊ, आबासदेखील मागायला येत होता. तो एका दरवाजासमोर व मी एका दरवाजासमोर उभे राहून भाकरीचे तुकडे मागत होतो. आबास माझ्याबरोबर मागायला आला होता, त्या दिवशी मला फार वाईट वाटलं होतं. कारण पहिल्याच दिवशी आबास मागायला आला होता. मला आईनं घरातच ताकीद दिली होती, 'दादासाब, पोरगं बारकं हाय. त्येला नीट संबाळून आण बाबा.' आम्ही कुमठ्याला राहिलो होतो. मी व आबास मागायला गेलो. दरवाजात उभा राहून आबास म्हणीत होता, 'एक भाकलीचा तुकडा द्या मावशी. मला लय भूक लागल्याय.' हे ऐकून माझं हृदय फाटत गेलं होतं. आमच्या जीवनाचा मला तिरस्कार वाटत होता. पण आज त्याचं काहीच वाटत नव्हतं. माणूस सवयीचा गुलाम बनतो, हे सत्य नाकारता येत नाही. आम्ही दोघं जण मागत असल्यानं आता घरात बरं चाललं होतं. मी चार तुकडे आणीत होतो. आबास चार तुकडे आणीत होता आणि वडील काही धान्य व भाकरीचे तुकडे आणीत होते.

आमची बिऱ्हाडं बाजला राहिली होती. दुपारपर्यंत सर्व माणसं मागून आली होती. कोणी झोपलं होतं, तर कोणी ओढ्यावर मासे, खेकडे धरण्यासाठी गेलं होतं. दिवस कलल्यानंतर रामा शिंदे गावात दळण आणण्यासाठी गेले. त्यांच्याबरोबर पालातील लहान-लहान मुलं, आपोपलं दळण फुटक्या भगुल्यात घेऊन उघडीनागडी, पळत होती. भगुल्याच्या तळातून ते बारा मिसळीचं धान्य दिसतदेखील नव्हतं. बऱ्याच वेळानं मुलं पालाकडं पळत येत असलेली दिसली. त्यांच्या पाठोपाठ रामा शिंदे चालत येत होते. मुलं आनंदानं उड्या मारत होती. रामा शिंदे झपाझप पावलं टाकीत पालावर आले व म्हणाले,

"भिकाऱ्यानु, आज बाजेत दोन लगन हायती. पाटलाच्यात लगीन हाय. पोळ्या केल्यात्या. तवा सांच्याला सगळी जण चला जेवाला."

ज्याप्रमाणे पाहुण्यांना निमंत्रण देतात त्याप्रमाणेच रामा शिंदे सर्वांना सांगत होते. लोकांनाही आनंद झाला, कारण आज घरात स्वयंपाक करायचा प्रश्न नव्हता.

आणि विशेष खायला मिळणार होतं. दिवस मावळल्या मावळल्या बायका सोडून, पालातील सर्व माणसं, मुलं, मुली हातात फुटक्या थाटल्या, भगुली घेऊन एकापुढं एक पळत होती. मला मिळेल किंवा नाही याप्रमाणे मागं राहणाऱ्याची पर्वा कोण करीत नव्हता. सर्व जण पाटलाच्या घरासमोर येऊन थांबलो. स्पीकर लावला होता. आम्ही लांब बसलो होतो. पंगती बसायला बराच उशीर होता. आम्ही लांबूनच तो मंडप पाहत होतो. आम्हाला त्या मंडपात येऊ कोण देतंय? मारुतीमामा म्हणीत होते,

"पोरानु, हातंच बसा. कुटं जाव नगा. न्हायतर पारद्यांचं पोरगं हाय म्हणून मारत्याली."

पोरं तिथून हालतात कशाला? गप्प बघत बसलीत. मव्हण्या उठला. समोर रंगीबेरंगी कागद पडला होता तो घेण्यासाठी. वडील जोरात ओरडले,

"येऽऽ कार्ट्या, गप्प बसतूच का न्हाय."

मव्हण्या येऊन जाग्यावर बसला. जेवणासाठी मंडपात पंगत पडली. गावातील लोक पंगतीला बसले. गावकरी त्यांना वाढीत होते. पंगतीतले लोक जेवत होते आणि आम्ही त्यांच्याकडं बघत होतो. इतक्यात दोन-चार कुत्री येऊन आमच्या जवळ उभी राहिली. जो तो आपल्याच कामात गुंतला होता. कोणी खाण्याच्या कामात, तर कोणी वाढण्याच्या कामात. आम्हाकडं कोण लक्ष देतो. तिथं बिनकामाचे तेवढे आम्हीच होतो. पंगतीतून एक रुबाबदार माणूस फिरत होता. म्हणत होता,

"घ्या, लाजू नगा. आवं तुमचंच लगीन हाय. आरऽऽ- गणप्या हातं वाड."

लगेच गणपती पळत जाऊन तिथं वाढत होता. बहुतेक तो माणूस म्हणजेच पाटील असावा असा नागू आजोबांनी तर्क केला. आजोबा उठले आणि त्या माणसाकडं गेले. आजोबा म्हणू लागले,

"सायब, आम्ही जोश्यांचं हाय. मागून खात फिरतूया. तुमच्या घरात लगीन हाय म्हणून समजलं. आलूया आशानं. जरा-जरा वाडा."

पाटलांनी एक दृष्टी आमच्यावर फेकली. जवळजवळ पंचवीस-तीस जणांचं टोळकं बसलेलं. हातात थाटल्या व भगुली वाजवीत. पाटलाला आश्चर्य वाटलं. त्याच्या पंगतीला आमच्यापेक्षा कमी माणसं बसल्यासारखी वाटू लागली. पाटील रागानं म्हणाले,

"आजून काय हायती का? घिवून यी. आयला तुमच्या, फुकटचं खाया मिळतंया म्हणून सगळी जातभायच घिवून आलायाच की. जा जा, श्याणा हायीस."

नागू आजोबा विनवण्या करीत होते. "तसं करू नगा. आवं तुमीच आमचं आनदातं. तुमी आसं म्हनाल्यावर आमी जगाचं कसं?"

माझे वडील म्हणाले, "मालक, आवं थोडं-थोडं परसाद म्हणून वाडा की. हितनं ततनं आलूया."

पाटलांचं टाळकं जास्त बिथरलं. पाटील रागातच म्हणाले,

"हितनं ततनं काय माज्यावर उपकार कराया आलायाच. जाता का न्हाय. न्हायतर काठ्या घालीन."

आम्हाला जेवण मिळण्याची आशा उन्हात ठेवलेल्या बर्फासारखी वितळू लागली.

मारुतीमामा म्हणाले, "तुमी न्हायंच म्हणा लागल्यावर काय इलाज हाय का? पर जरा आमची दया यीव द्या की तुमाला."

पाटलांनी थोडा वेळ विचार केला आणि वाडप्यांना हाक मारली, "येऽऽ परश्या, गणप्याऽऽऽ हाकडं या. ह्येनास्नी जरा-जरा खिरीचं पाणी वाडा. आयला, पिडालाचं आल्याती."

मग लगेच आमची पंगत बसली. थोडी-थोडी खीर आमच्या फुटक्या ताटात पडू लागली. पोरं, माणसं गडबडीनं खात होती. ते वाढपी एकदा वाढून गेले ते परत आले नाहीत. आमची पंगत हात वाळवत बसली होती. शेजारची कुत्री कमीत कमी खरकटं तरी पोटभर खात होती आणि आम्ही पोटाला थोडा नैवद दाखवून हात वाळवीत बसलो होतो. मारुतीमामा म्हणीत होते,

"आवं झालं आमच्या ताटातलं. या की."

ते ऐकून पाटील गुरकावले, "आता जाता का न्हाय. आयला, जातच तुमची लय आशाखोर. जावा... उटा... पळा..."

आमच्या लोकांनी बऱ्याच विनवण्या केल्या पण त्याचा काही उपयोग झाला नाही. आम्ही खरकटी तोंडं घेऊन, अर्धपोटी पालाकडं चालू लागलो. अर्धपोटी कसले, संपूर्ण उपाशीच होतो. पालावर आलो तर बायका निवांत झोपल्या होत्या. त्यांनाही आशा होती माणसं जेवून येतेवेळी आपल्यासाठीदेखील काहीतरी आणतील. कोणीसुद्धा स्वयंपाक केला नव्हता. झाला एकदाचा सर्वांचा उपवास. पोळ्या तर नाहीतच पण शिळे तुकडेही रात्री खायला मिळाले नाहीत. झोपलो गप्प कुत्र्यावाणी. नाहीतरी काय करणार? अशा प्रकारे गावानंतर गावं मागं टाकीत आम्ही आमचं गाव जवळ करीत होतो. आषाढ फार जवळ आला होता. लोकांनी आषाढाला पैसे लागतात म्हणून खर्च करायला हात आखडले होते. बाजारातून मुलांना खाण्यासाठीदेखील आणीत नव्हते. आषाढाची तयारी सुरू झाली होती.

आम्ही नंदेश्वरला राहिलो होतो. बावचीपासून नंदेश्वर अवघ्या नऊ मैलांवर होतं. नंदेश्वर हे जरा मोठं खेडंगाव. आठवड्याचा बाजार भरीत असे तिथं. दहा-पंधरा मैलांतील जवळपासचे लोक मेंढरं, शेळ्या, कोंबड्या, धान्य, भाजीपाला आणि इतर किरकोळ वस्तूंची खरेदी-विक्री करीत असत त्या बाजारात. गावाशेजारीच ओढा

होता. आम्ही ओढ्याच्या काठावरच ओझी उतरली. माणसांनी पालं दिली. बायका पाणी आणायला गेल्या. नियमित कार्यक्रम सुरू झाला. संध्याकाळी नागू आजोबा म्हणाले,

"चार दिसावर बाजार आलाय, कुणाला आकाडासाठी मेंढरं घ्याची असत्याली त्येनी घ्या. गावातनं म्हागारी कवा येताया?"

सर्वांनी ऐकून घेतलं. मनात विचार करू लागले. एखाद-दुसरं मिंढरू घिवून जावावं म्हंजी झालं.

वडील आईला म्हणाले, "आगं, आपुण काय करू या, न्हाय म्हंजी गावाला जावं या का नगू. आपल्याजवळ तर पयसा न्हाय. पोरास्नी कापडं घ्याला पायजीती. एकांदं बकरं घ्याला पायजी."

आई तरी काय म्हणणार? पैशाचा प्रश्न होता. आई म्हणाली,

"ऱ्हावं द्या-गावाला जायचं. आपुण हितंच ऱ्हावून एखादं कोंबडं कापू दिवीला."

वडलांनी थोडा वेळ विचार केला. स्वत:शीच काहीतरी पुटपुटले. आणि उठून नागू आजोबांच्या पालाकडं गेले. आजोबांना म्हणाले,

"तात्या, मला काय गावाकडं याचं जमायचं न्हाय. तवा मी हितंच ऱ्हातू. हितनंच दिवीला निवद दावतू एकांदं कोंबडं कापून."

नागू आजोबांना आश्चर्य वाटलं, कारण देवी कोपतीया म्हणून तिची जत्रा कोणीच चुकवीत नव्हतं. वडील तर असे बोलत होते. आजोबा एकदम कडाडले,

"मलारी, तुला काय डोस्कं हाय का? आरं तिच्या जिवावरच आपुण जगाचं आन् तिलाच इसरायचं व्हय? आन मिळाचं न्हाय तुला. चल मुकाट्यानं."

वडील काळजीच्या सुरात म्हणाले, "आगा तात्या, पयसा न्हाय जवळ. लेकरास्नी कापाडचोपाड घ्याला पायजी. बकरं कुकरू घ्याला पायजी. गावात ऱ्हायचं तवा खरचाला पयसा लागतूया. गावात समदं इकातच घ्याला पायजी. तवा काय करावं मला काय कळंना."

आजोबांनी लगेच साथ दिली, "तुला म्या पयसं दितू. तू काळजी करू नगं. जा झोप जा."

वडील तिथून उठले. आमच्या पालाकडं आले आणि अंथरुणावर विचार करीत पडले. नागू आजोबांची परिस्थिती इतरांपेक्षा चांगली होती. घरात दोन मोठी माणसं मिळवीत होती. घरात खर्च जास्त नव्हता. एकूण घरात पाच माणसं. ईश्वरतात्यांची दोन मुलं, सुरेश आणि बकुळा आणखीन मोठी तीन माणसं. ईश्वरतात्यांची पत्नी संताकाकू आणि आजोबा. त्यामुळे शिल्लक बरीच पडत होती. वडलांना काळजीतच झोप लागली.

शनिवारचा दिवस उजाडला. त्या दिवशी नंदेश्वरचा बाजार होता. सर्वांनी पालात

असेल तेवढं धान्य विकण्यासाठी काढलं. कोंबड्या विकण्यासाठी घेतल्या. धान्य, कोंबड्या विकून पैसा करण्यासाठी घेतल्या. धान्य, कोंबड्या विकून पैसा करायचा होता. एखाददुसरं मेंढरू घ्यायचं होतं. मुलांना कपडे घ्यायचे होते. मीठ, मिरची जत्रेसाठी घ्यावी लागणार होती. दुपारपर्यंत सर्वच माणसं मागून आली होती. माणसं मागून येईपर्यंत बायकांनी धान्य विक्रीसाठी काढून ठेवलं होतं. माणसं हातात भाकरी घेऊन गडबडीनं खात होती. फक्त आनसा आजीची व सुंद्राची तेवढी कसलीच हालचाल होत नव्हती. त्यांच्याजवळ विकण्यासाठी होतंच काय? कसंतरी इतर माणसं पीठ, चटणी देऊन जगवीत होती. या वर्षीचा आषाढ फार मोठं दुःख घेऊन आला होता त्यांच्यासाठी. वडील मागून आले. आज बाजार होता म्हणून दुपारपर्यंत मागत होते. दिवस उगवेपर्यंत पिंगळा जोशी म्हणून, तर दिवस उगवल्यानंतर ज्योतिषी म्हणून. मी व आबास गावातून लवकरच मागून आलो होतो. दुपारी माणसं बाजाराला निघाली. कोंबड्या, धान्य घेऊन, कोणी घरी असतील ते पैसे बरोबर घेऊन जात होते. बाजारात गेलो. धान्य, कोंबड्या मिळेल त्या किमतीला विकल्या. तिथून मेंढराच्या बाजारात गेलो. वडलांनी नागू आजोबांकडून शंभर रुपये कर्जाऊ काढले होते. आम्ही पण बकरे घेणार होतो. वडलांनी दोन-चार बकरे बघितली, परंतु त्यातील एकही त्यांना पसंत पडलं नाही. निवृत्ती शिंदेंनी एक लहान बोकड घेतला. रामा शिंदेंनी म्हातारी, थरडी मेंढी घेतली. नारायणमामांनी, घरात माणसं जास्त आहेत म्हणून कर्ज काढून दोन बकरे घेतली होती. सर्वांनी एक-दोन एक-दोन मेंढरे घेतली. वडलांनीदेखील एक बोकड घेतला. मारुतीमामा बाजारातच म्हणाले,

"आगा नागूमामा, सुंद्राचं आन् आनसावयनीचं काय कराचं?"

नागू आजोबांनी थोडा वेळ विचार केला आणि म्हणाले,

"आपुण हितंच समद्याकडनं दोन-दोन रुपयं वरगणी काढू या. बकरं न्हायलं, एकांदं कोंबडं तर घिवून द्याला पायजी."

सर्वांनी दोन-दोन रुपये वर्गणी दिली. एकूण वीस रुपये जमले. त्यातून बारा रुपयांचा एक कोंबडा घेतला. दोन रुपयांच्या मिरच्या घेतल्या. एक रुपयाचा मसाला घेतला व बाकीचे पाच रुपये त्यांना खर्च करण्यासाठी ठेवले.

जत्रेची तयारी झाली. आम्ही पालाकडं येण्यास निघालो. वडील आईला म्हणाले,

"ही बोकाड घिवून जा घरला. म्या पोरास्नी कापड घिवून यीतू."

आईनं बोकडाला धरलं आणि इतर माणसांबरोबर पालाकडं जाऊ लागली. मला आईबरोबर जाऊ वाटेना. कपडे म्हणजे मेलेला उठणार. कधी घालायला मिळायचेच नाहीत. आज नवीन कपडे घेणार होते. माझा आनंद ओसंडू लागला. मी वडलांच्या मागं पळू लागलो. तयार कपडे विकण्याची एक रांगच होती. एका कपडे विकणाऱ्याजवळ

जाऊन वडील थांबले. वडलांनी माझ्याकडं पाहिलं. नंतर कापड विक्रेत्याला म्हणाले,

"ह्येच्या मापाचं आंगरखा काडा बगू. हारकाचं काडा."

हारकाचे म्हणजे मला काय समजेना पण त्या विक्रेत्याला मात्र लगेच समजलं. त्यानं एक शर्ट काढून वडलांच्या पुढं टाकला. वडलांनी चार-पाच वेळा उचलून मागं-पुढं बघून त्या शर्टाची किंमत विचारली,

"काय घेताय ह्येला?"

दुकानदार उत्तरले, "पाच रुपये."

दुकानदारानं किंमत सांगितल्या सांगितल्या वडलांनी शर्ट टाकला. आणि उठले. मला फार वाईट वाटू लागलं. कारण आता वडील कपडे घेणार नाहीत असंच वाटू लागलं. दुकानदार म्हणीत होते,

"आहो-आहो काय झालं? आसं काय करता? मागा की तुम्ही. तुम्हाला परवडेल तेवढ्या किमतीला मागा."

वडील रागानं म्हणाले, "म्या तुमाला एका आंगरख्याची किंमत इचारली व्हुती, समद्या कापडाची नव्हं. एवढं पयसं सांगत्याती व्हय."

दुकानदार म्हणाले, "मी सांगितलं, म्हणून काय तुम्ही दिलेत? तुम्ही बोला काय देणार?"

वडील म्हणाले, "एक रुपाया दितू."

दुकानदारांना राग आला असावा वडलांचा. पण त्यांनी उघड केला नाही. उलट सरळ बोलत होते, "एका रुपयाला काय येतंय? बरं, ते जाऊ द्या. चार रुपये द्या."

वडलांना ते पटणार होतं थोडंच? वडील म्हणाले,

"ते काय न्हाय. दोन रुपयं दितू बगा. देत असाल तर द्या न्हाय तर ठिवून घ्या."

त्या दुकानदारांना असलं अजब ग्राहकच कधी भेटलं नसेल. त्यांना विशेष वाटत होतं की, वडील त्या शर्टाला भाजीपालाच समजत होते. त्यांना तरी काय माहीत होतं म्हणा. एक रुपयाची किंमत आमच्या जमातीमध्ये काय आहे? शेवटी कसातरी तो शर्ट तीन रुपयांना घेतला. छड्डी घेण्यासाठी दुसरंच दुकान. मला, आबासला व छायाला कपडे घेण्यासाठी, बाजाराला कमीत कमी आठ ते नऊ वेळा प्रदक्षिणा घातली मी व वडलांनी. मी गप्प वडलांच्या पाठीमागं चालत होतो. काही बोलण्याची सोय नव्हती. पैसे बरेच खर्च झाले होते. काही बोललो असतो तर एखादी-दुसरी थप्पड मारायलादेखील वडलांनी कमी केलं नसतं.

शेवटी एकदाचे कपडे घेऊन झाले. पालाकडं येण्यास निघालो. वडलांनी दहा पैशाची गाजरं, पंधरा पैशाचा चिवडा घेतला. पण मला तिथं काही दिलं नाही. मीठ, मसाला अगोदरच घेऊन आईबरोबर पाठवून दिला होता. वडलांना फार वाईट वाटत होतं की, दुसऱ्यांचे पैसे घेऊन कपडे विकत घेतले होते म्हणून. आणि मला आनंद

वाटत होता कारण नवीन कपडे घालायला मिळतात म्हणून. आम्ही पालावर आलो. प्रत्येकाच्या पालासमोर बकरी, मेंढ्या, बोकड बांधलेली दिसत होती. नवीन कपडे आणलेले, मुलांना बसतात का हे बघण्यासाठी मुलांच्या अंगावर घातले होते. मुलं नवीन कपडे घालून नाचत होती. पण लगेच त्यांचे आई-वडील कपडे काढायला सांगत होती, 'आरं घाण करू नगंस. काड आदी. जतरंत काय घालतूस?' मुले रडत रडतच म्हणत होती, 'आमी न्हाय काडत.' आई-वडील हिसकावून कपडे काढून घेत होते. मुलं भोकाड पसरून रडत होती. आबास कपडे घालणाऱ्या प्रत्येक मुलाकडं बघत होता. आईनं चूल पेटवली होती. आम्ही येत असलेलं पाहून आबास पळत आला. वडलांनी त्याला उचलून घेतलं. आम्ही पालासमोर बसलो. कपडे घालण्यास वडलांनी सांगितलं. आम्ही कपडे घातले. एक हात जरा लांब, तर दुसरा हात जरा आखूड असायचा. तरीदेखील शर्ट चांगलाच म्हणून आम्ही नाचत होतो. पट्ट्यापट्ट्याची जिरजिरीत छड्डी आणली होती. तसे कपडे बसतच होते. मी कपडे काढून ठेवले. परंतु आबास कपडे काढेना. म्हणू लागला,

"मी कापलं घालून झोपणाल हाय."

वडील म्हणाले, "आब्या, कापडं काढून दी. न्हिवून दिवून यीतू."

मग मात्र आबासनं गुपचूप कपडे काढले. छायाला कपडे आणले होते. पण तिला कपडे घातलेच नाहीत. खडकावर पाऊस पडल्यासारखं आम्ही उघडेच राहिलो. कपडे गठुळ्यामध्ये जत्रेसाठी बांधून ठेवले. आईच्या अंगावरील लुगडं फाटलं होतं. वडलांच्या धोतराला ठिगळं लावली होती. पण त्यांनी त्यांच्यासाठी काहीच घेतलं नव्हतं.

दुसऱ्या दिवशी सकाळी आम्ही आमच्या गावाला, बावचीला निघालो. पालं काढली. ओझी साठवली. घोड्यांना खोगिरं घातली. त्यावर ओझी लादली. गबाळ आवळलं आणि तिथून निघालो. गावाला जाण्याची उत्सुकता प्रत्येकाला होती. फक्त सुंद्राला व आनसा आजीला आणि साईत्रामामीला भयंकर दु:ख वाटत होतं. रस्ता ओळखीचा होता. त्यांना पांडुरंग आजोबांची आठवण येत होती. त्यांचे डोळे भरून येत होते. इतर लोक त्यांच्याकडं बघत तेव्हा इतरांचा आनंद नाहीसा होत होता आणि चेहऱ्यावर निराशा दिसायला लागत होती. लहान मुलांना एकदम आनंद झाला होता. गावात गेल्यावर ओढ्याला, अंघोळीला जायला मिळत होतं. या वर्षी मृग नक्षत्र निघूनदेखील पंधरा दिवस झाले होते तरी पाऊस पडायचं चिन्हच दिसत नव्हतं. लोकांनी या वर्षी दुष्काळ पडणार असंच समजून घेतलं होतं. आकाशात फक्त ढग जमत होते आणि वाऱ्यानं विरून जात होते. बघता बघता आम्ही गावाच्या शिवेत आलो. गाव जवळ येईल तसा सुंद्रा, साईत्रामामी व आनसा आजी रडायला लागल्या. गावाच्या गावंदरीला आलो. त्या तिघींनी या मोठ्यानं रडायला

सुरुवात केली. सुंद्रा बडवून घेत म्हणत होती, 'बाऽबा, तुलाऽऽ न्हाय गाव बगाला मिळाऽऽला. तुलाऽऽ आवंदा कसलाऽऽ आकाड आलाऽऽ निगून गेलाऽऽय.' असं म्हणून जोरजोरात रडत होती. बायका तिला समजावीत होत्या. ते रडणं-ओरडणं ऐकून गावातील आमची जमात पळत आली. पांडुरंग आजोबा मेले हे त्यांच्या लगेच लक्षात आलं. सर्व जण एकमेकांच्या गळ्यात पडून रडू लागले. सारा गाव जमला. आमची सर्व जमात रडायला लागली होती. आमच्या जमातीमधल्या लोकांनी आम्हाला गावंदरीलाच पाण्याची घागर भरून आणून दिली. गबाळातल्या लोकांनी चुळा भरल्या. सुंद्राला, आनसा आजीला व साईत्रामामींना बायकांनी धरून त्यांच्या घरी नेलं. बाकीच्या लोकांनी घोडी आपोपल्या घराकडं वळवली. आम्ही आमच्या घरापुढं आलो.

ओझं दारातच टाकलं. घोडं भिंतीशेजारी खुटी रोवून बांधलं. घराच्या दाराला कडी घातली होती. ती कडी काढून आत जाऊ नये म्हणून चिंध्यांनी बांधलं होतं. कुलूप नव्हतंच. परंतु कुलूप लागतंयच कशाला? काय होतं घरात? मोकळंच घर. या आषाढाला घर उघडलं की, पुढच्या आषाढालाच परत उघडायचं. मग कशाला लागतंय कुलूप. वडलांनी चिंध्या सोडल्या. कडी काढली. दार उघडलं. संडासासारखा कुजवा वास येत होता घरातून. घरात नुसता उकिरडाच झाला होता. मोठमोठी भस्की पडली होती. निम्मा-अर्धा सूर्य घरातून दिसत होता. उंदरामांजरानं वरचं तणस खाली पाडलं होतं. हे सर्व बघून वाटलं, रानात होतो तेच बरं होतं. निदान माळावर इतकी घाण तरी नव्हती. आईनं घर झाडून काढलं. चांगला गाडीभर कचरा निघाला. ओझं घरात नेऊन ठेवलं. चूल फुटली होती. घराची बेकळा झाली होती. वडलांनी ओढ्याला जाऊन पाण्याची घागर भरून आणली. मी व आबास कचरा बाहेर टाकणं, देवळ्या साफ करणं ही कामं करीत होतो. छाया ओझ्यावर बसून खेळत होती. संपूर्ण घर स्वच्छ केलं. सकाळी केलेली भाकरी सर्वांनी थोडी- थोडी खाल्ली. आईनं सर्व साठवून ठेवलं, आणि पाटी हातात घेत म्हणाली, "दादासाब, तू आणिक आबास खेळत बसा घरात. मी जरा श्याण आणती."

मी मान हालवली. आई शेण आणायला निघून गेली. घराला एकूण दोनच देवळ्या होत्या. मी एका देवळीत, तर आबास दुसऱ्या देवळीत खेळायला काही सापडतंय का बघत होतो. पण काहीच सापडलं नाही. थोड्या वेळानं आई आली. वडील जेवण केल्यानंतरच गावात गेले होते. आई घर सारवायला लागली. मी व आबास खेळण्यासाठी घराच्या बाहेर पडलो.

जाता जाता सुंद्रा व आनसा आजीच्या दारावरून गेलो. त्यांचं घर बायकांनी, पोरांनी गच्च भरलं होतं. बायका रडत होत्या. कोणी म्हणीत होते, 'देवानं लय वाईट केलं. त्येचं दार झाकलं. रंडकीमुंडकी बाय आता पुरीला कशी संबाळाची?' असं

बोलून बायका हळहळ व्यक्त करीत होत्या. पांडुरंग आजोबांची पहिली मुलगी चंद्रा वडलांच्या थोरल्या भावाला दिली होती. चंद्राकाकू तर मोठमोठ्यानं भिंतीला धडक्या देत होत्या. म्हणत होत्या, 'बाऽऽबा, तुला कुटं बगू. तुऽऽजा मुडदासुदीक मला बगालाऽऽऽ मिळाला न्हाय.' असं म्हणून डोकं आपटून घेत होत्या. पांडुरंग आजोबांची आणखीन एक मुलगी अद्यापही गावी आली नव्हती. परमेश्वरानं त्यांच्यावरील पित्याचं छत्र मोडून काढलं होतं. त्यामुळं त्यांचं अंत:करण भडभडून येणं साहजिकच होतं. चंद्राकाकू गावातच राहत असत. माझे चुलते येदू मोरे बिऱ्हाड घेऊन रानात जात नव्हते. ते एकटेच एसटीनं मागायला जायचे. दोन-चार महिने मागायचे आणि परत घरी यायचे. ते म्हणत, 'रानात गेलं तर बी तेवडाच खरच येतूया आन घरात ऱ्हालं तर बी तेवडाच खरच येतूया. तवा आबदा कराला कश्याला जायाचं रानात.' त्यांचं म्हणणं बरोबर होतं पण आमच्या जातीत एकमेकांना सोडून जाणं म्हणजे वनवासाला गेल्यासारखंच वाटतंय. त्यामुळे एकमेकांना सोडून न जाता सर्व कुटुंबच गावोगाव फिरवीत होते.

वडलांची आई सोना आजी. येदूतात्यांच्याकडंच होती. वडील आजीला जमेल तेवढी पोटगी पैशाच्या रूपानं देत होते. आम्ही दररोज एका गावाला जाणार मग तिला बरोबर घेऊन फिरणं शक्य नव्हतं. सोना आजीनं माळ घातली होती. आणि रानात मासे, खेकडे धरणार, खाणार ते तिला सहन होत नव्हतं म्हणून येदूतात्यांच्याकडंच आजी राहत होती. नाहीतरी राहणार कुठं? दोन मुलगे आणि एक मुलगी. वेणूताई तिचं नाव. ती पण आपल्या पतीबरोबर मागून खात फिरायची. वेणूआत्यांना गोंधळेवाडीत गुरवाच्या घरी दिलं होतं. सोना आजी आम्हाला जवळ बसवून सांगायची, 'बाबांनो, म्या लय हाल खाल्लंया. मलारी-यीदू तुमच्या यीवडी बी नव्हती तवा त्येंचा बा मेलाया. यीणू तानी व्हुती तवापास्नं ह्या मनगटांवर लेकरं जगवल्याती. लोकांच्या घोंगड्यास्नी रेवड भरत व्हुतू आमी तिगंजनं मिळून. पोरास्नी बी लय हाल खाल्ल्याती. त्येंचा आता पांग फिटलाय. तुमी जलमलाय, आता मला किती बरं वाटतंया. इट्ठलानं चांगलं केलंय दोगांचं बी.' आजी सांगत राहायची आणि आम्ही गोष्टी ऐकल्यासारखं ऐकत बसत होतो. तिला बकरी कापलेली आवडत नव्हती. ती विठ्ठलाची भक्ती करीत होती. रोज मारुतीला गोपीचंद, गंध लावून पूजा करून येत होती. आजीची आठवण झाली आणि आनसा आजीच्या व सुंद्राच्या घरापुढून पळत सोना आजीकडं गेलो.

आजी आजोबानं बांधलेल्या घरातच राहत होती. येदूतात्यांनी एक तणसाचं घर बांधलं होतं, तर आम्ही एक तणसाचं घर बांधलं होतं. आजी मात्र आपल्या धाब्याच्या घरात राहत होती. काही काम असलं तरच आपल्या मुलांच्या घरी जात होती. नाहीतर पूजा करीत आपल्याच घरात बसून राहत होती. मी व आबास पळत

पळत आजीकडं गेलो. आजीनं आम्हाला जवळ घेतलं. डोक्यावरून पाठीवरून हात फिरवला. त्या खडबडीत हातातदेखील मायेचा ओलावा होता. आजी म्हणाली,

"दादासाब, आबा, तुमास्नी बगितल्यावर किती आनंद हुतूय. कवा दिसत न्हाय तुमी. कवातर वरसातनं एकदाच येताया. सोन्यावाणी वाटतंया."

एवढं बोलून आजीनं प्रसाद म्हणून चिरमुरे दिले. झाकणीतून पाणी प्यायला दिलं. आबास म्हणाला,

"आजी मला दीकी आजून चिलंमुलं."

आजीनं आणखीन थोडे चिरमुरे आबासला दिले. मला म्हणाली,

"आता तू साळा शीक. मागू नगंस."

शाळेचं नाव काढताच मला पाटीची आठवण झाली. मी आजीला म्हणालो,

"आजी, मी घरला जातू. मागनं सांच्याला यीतू."

आजी काय म्हणते आहे याकडं लक्ष न देताच मी घराकडं पळू लागलो. आबासदेखील माझ्या पाठोपाठ पळत येत होता. घरी येऊन हाडपा विस्काटू लागलो. पाटी कुठं दिसेना. मी सामान इकडं-तिकडं टाकत असलेलं पाहून आई म्हणाली, "काय हुडका लागलायंच?"

मी म्हणालो, "पाटी बगतूया साळंची. घावंना."

आई आली. एका गाठोड्यातून पाटी काढून दिली. मी म्हणालो,

"आय, आण्णाला सांग, मला साळंत घाल म्हणून."

आईनं मान हालवली. मी पाटीवर ग, म, न काढले. मध्येच कोणतं अक्षर आहे हे मात्र आठवेना. फक्त मध्यंतरी एक अक्षर राहिलं आहे एवढंच समजत होतं. पण कोणतं अक्षर आहे हे कळत नव्हतं. तिथं विचारायचं कोणाला? म्हणून मी ग, म, न च गिरवीत बसलो. आजी आमच्या घरी आली. आजी आलेली पाहून आईनं हातातील पोताऱ्याचा बोळा टाकला आणि आजीच्या पाया पडली. आजीनं आशीर्वाद दिला,

"लय वरसं जग बाय-सुकात ऱ्हा."

आजी बसली, आई व आजी बोलू लागल्या. आई म्हणाली,

"आवं आत्या, पांडुरंगमामा घोरपडीला मेला कीऽऽ... तुमाला कळलं का?"

आजी एकदम उठून उभीच राहिली. फार दिवसांचा जुना माणूस. आजीच्याच वयाचा. त्यामुळे आजीला वाईट वाटणं साहजिकच होतं. आजी म्हणाली,

"कसा गंऽऽ मेलाऽऽऽ... चांगला व्हुता बिच्यारा. लय वायीट झालंऽऽ..." असं म्हणून सुंद्राच्या घराकडं चालू लागली.

थोड्या वेळानं वडील आले. आई वडलांना म्हणाली,

"आवं, पोरगं साळंला जातू म्हणतंया. तवा पोराचं नाव तर घाला की साळंत."

वडील म्हणाले, "उद्याच्याला जातू साळंत. मास्तराला गाटं पडून यीतू."

मला थोडा धीर आला. उद्या शाळेत जायला मिळणार होतं. माझ्या अंगावर फाटकेच कपडे होते. कसं शाळेला जायचं ते समजेना. मी वडलांना म्हणालो,

"आण्णा, उद्याच्याला साळंला जायाला कापडं, कुटं हायती?"

वडलांनी डोक्याला हात लावला. थोडा वेळ विचार करीत बसले. वडील म्हणाले,

"काल नंदीसुराच्या बाजारात घेतल्याली कापडं घाल. कवांतर घालाचीच हायती. पर घाण करू नगंस."

मला मात्र विचित्र वाटत होतं. कपडे घातल्यानंतर घाण होणारच होते. ते पण शाळेत खाली बसायचं होतं. तरीपण काही बोललो नाही. जरी काही बोललो असतो तरी तेपण कपडे घालायला मिळणार नव्हते याची कल्पना होती. दुसरा दिवस उजाडण्याची वाट पाहत होतो. खेळण्यासाठी घरातून बाहेर पडलो. आंब्याच्या कुया रिंगणात मांडून खेळत होतो. सर्व जण आपोपली घरं सारवीत होते. शेण व माती एकत्र मिसळून, त्यामध्ये पाणी घालून त्याची राड करीत होते. त्या राडीनं झोपड्यांच्या भिंती सारवीत होते. कोणी तणसानं, तर कोणी पालापाचोळ्यानं घर शेकारीत होते. कोणी शेकारलेल्या घराला भस्की पडली होती ती सांधत होते. एकूण आमच्या घरांचे वाढदिवस साजरे केले जात होते. नाहीतरी वर्षाशिवाय त्या घराकडं कोणीच बघत नव्हतं.

दुसरा दिवस उजाडला. मी सकाळी लवकरच उठलो होतो. त्या दिवशी जवळजवळ पंधरा दिवसांतून अंघोळ केली होती. नवीन कपडे घातले. पट्ट्यापट्ट्याची जिरजिरीत छड्डी, त्यावर पांढरा हारकचा हाफ शर्ट. त्या दिवशी मी स्वत:ला इतरांपेक्षा वेगळा समजत होतो. मी कापडं घातली आहेत हे पाहून आबास रडायला लागला,

"म्याबी घालतू कापडं. म्या साळंला जाणाल हाय."

इतका वेळ शांतपणे बसलेले वडील एकदम कडाडले, "आब्या, गप बसतूय का कमरंत लात घालू."

आबास गप्प बसला. मार खाण्यापेक्षा गप्प बसलेलं फार चांगलं आहे, असं त्यानं समजलं असावं. मी पाटी हातात घेतली. एकसारखं वरून खाली, मी कपड्याकडं बघत होतो. ते पाहून वडलांना राग आला. वडील म्हणाले,

"आरं, बगतूयास कश्याला? चल लवकर, साळा भरल्याया."

मी वडलांच्या पाठीमागं चालू लागलो. आमच्या समाजातील माणसं, बायका, पोरं आश्चर्यानं आमच्याकडं पाहत होती. त्यांना माहीतच होतं की, आज शाळेला

जाणार आणि उद्या गबाळं चालली की, भीक मागायला रानात जाणार आणि शाळा इथंच राहणार. माझा मला अभिमान वाटत होता. शाळेपर्यंत गेलो.

शाळा गावातल्या मारुतीच्या देवळात भरत होती. देवळाची एक भिंत पडली होती. वरचा भागदेखील एका बाजूनं पडला होता. आतल्या बाजूस एक लहानशी खोली होती. त्यामध्ये काळीकुट्ट हनुमानाची मूर्ती ठेवली होती. गावातील लोक त्या मूर्तीची पूजा करायला येत होते. मूर्तीवरून ओतलेलं पाणी, शाळेत बसलेल्या मुलांच्या मांडीखालून जात होते. एक खुर्ची होती. टेबल नव्हतंच. चौथीपर्यंत शाळा भरत होती. एकच शिक्षक बावचीच्या शाळेसाठी नेमले होते. हरी केशव लाड. गुरुजींचं नाव. जेमतेम वीस ते पंचवीस मुलंच यायची शाळेला. गुरुजी खुर्चीत बसून शिकवीत असायचे. कधी कधी देवळासमोर पटांगण होतं. त्या पटांगणामध्ये एक मोठं पिंपळाचं झाड होतं. त्या झाडाच्या सावलीखाली मुलं गोल बसवून शिकवीत होते. मी व वडील बाहेर पटांगणातच थांबलो होतो. गुरुजी खुर्चीत बसले होते. आम्हाला पाहून म्हणाले,

"या मोरे. मुलाला घेऊन आला आहे?"

गुरुजी वडलांना ओळखत होते. वडील म्हणाले, "न्हाय. पोराला जरा साळंत घालाचं हाय. साळंत त्येचं नाव घालाया म्हणून आलूया."

गुरुजींनी विचित्र नजरेनं आम्हाकडं एकदा पाहिलं आणि म्हणाले,

"पण- मोरे तुमी थोड्या दिवसांनी मुलाला घेऊन गावोगाव फिरणार आणि शाळेत नाव घालून कोण शिकणार?"

वडील म्हणाले, "आवं गुरुजी, आमी आसतपातूर शिकील. मग म्होरचं म्होरं बगू."

गुरुजींनी परत प्रश्न विचारला, "आहो, पाडव्याला परीक्षा असते. परीक्षेला तरी आलं पाहिजे का नको?"

वडलांनी उत्तर दिलं, "परीकशेला म्या घिवून यीतू. परीकशा किती दिसं आसत्याया?"

गुरुजी म्हणाले, "एकच दिवस, तीपण तासाभरात संपेल. आहो, पहिलीच्या मुलांची कसली परीक्षा?"

वडलांना बरं वाटलं. वडील म्हणाले, "मग झालं तर, म्या आणतू की त्येला. उद्याच्याला पाडवा हाय म्हणताना."

लाड गुरुजी दयाळू दिसत होते. त्यांनी माझं नाव विचारलं, "काय नाव आहे मुलाचं?"

वडलांनी सांगितलं, "दादासाब"

परत गुरुजींचा दुसरा प्रश्न, "जन्मतारीख काय आहे?"

वडलांनी बोटावर हिशेब करण्यास सुरुवात केली. थोड्या वेळानं म्हणाले, "साडे-सात वरसं झाली. म्होरमाच्या महिन्यात आयीतवारी जनमलाय."

गुरुजी कशाला मोहरम आणि दिवाळी बघत बसतील? त्यांनी साडेसात वर्षंच गृहीत धरले. आमची जात गुरुजींना माहीतच होती. एकदाचं गुरुजींनी नाव नोंदवून घेतलं. गुरुजी मला म्हणाले,

"उद्यापासून रोज शाळेला येत जा. कधी शाळा चुकवू नकोस, समजलं?"

मी नंदीबैलासारखी मान हालवली. वडलांनी व गुरुजींनी एकमेकांना नमस्कार केला. आम्ही तिथून घराकडं निघालो. वाटेत कोणी भेटेल तो विचारीत होता,

"का गा मलारीमामा, लेकाला घिवून फिराला लागलायच."

वडील लगेच त्यांना अभिमानानं सांगत होते, "पोराचं साळंत नाव घातलं."

विचारणारा आम्हाकडं बघत ऱ्हायचा आणि आम्ही पुढं चालत जायचं. कसंतरी, वाटेत थांबत, अनेक माणसांना सांगत घरी पोचलो. घर आल्यानंतर वडील म्हणाले,

"आता उद्यापास्नं नीट साळा शीक. उगच बोंबलत फिरू नगंस."

मी गप्प ऐकून घेतलं.

जत्रेसाठी भिकारी आपोपली बिऱ्हाडं घेऊन गावी येत होते. जोशीवाडा भरत होता. जोशीवाड्यात माणसांची गर्दी वाढली होती. जत्रा फक्त आठ दिवसांवर आली होती. देवीला सजवण्याचं काम चालू होतं. देवळाला रंग देत होते. कापण्यासाठी आणलेले बोकड, मेंढ्या, बकरी लहान मुलं चारायला नेत होती. चोहोकडं आनंदाला ऊत आला होता.

दुसऱ्या दिवशी मी सकाळी शाळेला जाण्याची तयारी केली. कापडं घातली. पाटी घेतली. आणि शाळेकडं निघालो. सकाळी आठ वाजता शाळा भरत होती. मी साडेसात वाजताच शाळेत गेलो. माझ्याबरोबर आबासदेखील शाळेला आला. उघडाच होता. फक्त वडलांनी मागून आणलेली छड्डी घातली होती. शाळेत दोन-चार गावांतील मुलं आली होती. थोडी थोडी मुलं शाळेला येत होती. काही मुलांनी गुरुजींच्या खोलीतून घंटा आणली. गुरुजी दुसऱ्यांच्या घरी राहत होते. गुरुजींचं गाव भाळवणी होतं. मंगळवेढ्यापासून सात-आठ मैलांवर. रोज गावी जाऊन येणं शक्य नव्हतं, म्हणून गुरुजी दुसऱ्यांच्या घरीच एका खोलीत राहिले होते. मुलांनी घंटा वाजवली. हळूहळू येणारी मुलं पळू लागली. सर्व जण शाळेत बसलेत. गुरुजी आले. आम्ही उठून उभे राहिलो. गुरुजींनी आम्हाला बसण्यास सांगितलं. गुरुजी म्हणाले,

"मुलांनो, प्रार्थना म्हणा."

मुलं प्रार्थना म्हणू लागली. मी त्यांच्या चेहऱ्याकडं बघत बसलो. मला काहीच येत नव्हतं. प्रार्थना संपली.

गुरुजींनी मला विचारलं, "तुला मुळाक्षरं शिकवली पाहिजेत. पाटी-पेन्सील आणली आहेस का?"

मी म्हणालो, "गुरुजी मला ग, म, न, येतंय. मदलं आक्षार ध्येनात ऱ्हालं न्हाय."

गुरुजी थोडे स्वत:शीच हसले व म्हणाले, "मधलं अक्षर भ असतं. भ भटजीचा."

मी ते अक्षर चांगलं पाठ केलं. दिवसभर मी ग, म, भ, न ही चार अक्षरंच गिरवीत बसलो. गुरुजी दुसऱ्या मुलांना धडे, कविता शिकवीत होते. एखाद्या वर्गाला गणित सांगत होते. दहा वाजेपर्यंत वेळ कसा गेला समजलंच नाही. दहा वाजता जेवणाची सुट्टी झाली. सर्व मुलं दप्तर घेऊन घराकडं पळू लागली. इतका वेळ सर्वांच्या चेहऱ्याकडं बघत बसलेला आबास म्हणाला,

"दादा, आपुण बी घलंला जावं चल."

मी व आबास घरी आलो. शाळा शिकून आलो म्हणून आईनं दोघांनाही भरपूर खायला दिलं. खेळून आलो असतो तर अगोदर दोन शिव्या घ्याव्या लागल्या असत्या. मला वाटलं, रोज शाळेला गेलेलं बरं आहे. शिव्या मिळत नाहीत. काम करावं लागत नाही. आम्ही दोघं जण जेवलो. मी ग, म, भ, न ही अक्षरं गिरवीत बसलो. दुपारी दोन वाजता शाळा भरत होती. दुपारी मात्र आबास शाळेला आला नाही. सकाळीच त्याला शाळेत कोंडून घातल्याप्रमाणं झालं होतं. दुपारी सरळ खेळायला निघून गेला. दुपारी पण गुरुजी दुसऱ्याच वर्गाला शिकवीत होते. मी फक्त चारच अक्षरं गिरवीत बसलो होतो. संध्याकाळी शाळा पाच वाजता सुटली. मी घरी आलो. मला आज फार आनंद झाला होता. सलगरेमधल्या शाळेत मला अंगणात बसावं लागलं होतं. आणि आज मी वर्गात बसलो होतो. त्यामुळे दुसऱ्या दिवशी लवकर शाळेला जावावं असं वाटत होतं. मृग नक्षत्रानंतरचं नक्षत्र मात्र चांगलाच पाऊस घेऊन आलं होतं. आकाशात ढग जमत होते. वारं सुटलं होतं. जोरजोरात विजा कडाडत होत्या. आकाश काळंभिन्न झालं होतं. पाऊस पडणार म्हणून गावकऱ्यांना आनंद वाटत होता, परंतु पाऊस पडणार म्हणून आमच्या जमातीला दु:ख वाटत होतं, कारण पाऊस पडला तर, आषाढासाठी शेण-मातीनं सारवलेल्या भिंती धुऊन निघणार होत्या. अद्याप सारवलेल्या भिंती ओल्या होत्या. पाऊस आमच्या जमातीसाठी थांबणार होता थोडाच? संध्याकाळ होताच पावसानं सुरुवात केली. मोठमोठे थेंब जमिनीवर पडू लागले. बघता-बघता पावसाची गती दुपटीनं वाढली. बघावं तिकडं पाणी दिसू लागलं. लोकांनी सारवलेल्या भिंती धुऊन गेल्या. पहिल्यापेक्षा बेकार अवस्था घरांची झाली. जागोजागी पाण्याची तळी साचली. लोकं आपोपल्या घरातून दडून बसले होते. कोणाचं घर गळत होतं, तर कोणाच्या घरात

निम्मा-अर्धा पाऊसच पडत होता. कोणाचं घर पाण्यातच उभं होतं. उशिरापर्यंत पाऊस पडत राहिला. लोक दिवे, चिमण्या, कंदील घेऊन पाणी उपसत होते. नंतर पावसानं दया दाखवली आणि पाऊस पडायचा बंद झाला. आमच्या घराची स्थिती त्या वेळी खरोखरच बघण्यासारखी होती. फक्त पावसाच्या थेंबाचे दोन भाग होऊन घरात पडत होते एवढेच. घरात साठलेलं पाणी थाटीनं, भगुल्यानं भरून बाहेर काढीत होतो. सारी रात्र पाणी उपसून काढण्यातच निघून गेली. कोणालाच झोप मिळाली नाही. आई पाणी काढता-काढताच म्हणायची, 'ह्या पावसाच्या त्वंडात माती पडली. इतका कशापाय पडला?' पावसाच्या नावानं, कोणी देवाच्या नावानं खडे फोडीत रात्रभर पाणी काढण्यात सर्वांची झोप नाहीशी झाली होती.

सकाळी शाळेला गेल्यानंतर गुरुजींनी क, ख, ग, घ ही चार अक्षरं लिहून व म्हणून दाखवली. मी तीच अक्षरं गिरवीत बसलो. जेवणाची सुट्टी झाली. मी घरी आलो. जेवण केलं आणि ओढ्याला अंघोळीला गेलो. रात्री पाऊस पडल्यामुळे ओढ्याला भरपूर पाणी आलं होतं. पाणी प्रवाहाबरोबर ओढीत होतं म्हणून कडेलाच उड्या मारून आम्ही पाण्याच्या बाहेर येत होतो. किती वेळ गेला हे समजलंच नाही. नवीन पाण्यात अंघोळ करायला मजा वाटत होती. जवळजवळ सात-आठ मुलं होतो आम्ही. शाळेची वेळ होऊन गेली होती हे आमच्या लक्षातच आलं नाही. घरी वडलांनी वाट पाहिली पण माझा बेपत्ताच. वडील ओढ्यावर आले. मी आनंदात डुबक्या मारीत होतो. वडलांनी लांब असतानाच एक मोठी करंजाची फोक काढली. वडील माझ्या जवळ आले. माझे हातपाय अंगात आल्यासारखे थरथर कापत होते. भीतीनं शब्ददेखील फुटत नव्हता. वडलांनी माझ्याकडं बघितलं. गढूळ पाण्यात पोहून-पोहून माझे डोळे लाल झाले होते. चेहरा रडपाण्यानं घाणेरडा दिसत होता. असा अवतार बघून वडलांनी कसलाही विचार न करता एक फोक मारली. उघड्या अंगावर झणझणीत वळ उठला. मी बोंबलत बोंबलत पळत होतो. कापडं तिथंच राहिली. वडलांनी एका हातात कापडं घेतली आणि माझ्या मागं चालू लागले. रडत-बोंबलत घरी आलो. आईला अगोदर समजल्याप्रमाणं गप्पच बसली. मला आईचा राग आला. शेवटी नाइलाजानं मीच आईला म्हणालो,

"आयऽऽ... मला आण्णानं फोक मारली."

आईनं उलट मलाच शिवी हासडली, "मुड्द्या, कश्याला गेला व्हुतास वड्याला."

मग मला समजलं की, वडील आईलादेखील शिव्या देऊन तिकडं आले होते. मी गप्प बसलो. रडूनदेखील फायदा नव्हता. आई पण माया करणार नव्हती. शाळा भरून उशीर झाला होता. गडबडीनं शाळेला जावं म्हटलं पण कापडंदेखील वडलांकडे होती. वडील थोड्या वेळात आले. माझं अंग जास्तच थरथरू लागलं. आणखीन किती फोका बसणार होत्या कोणास ठाऊक? कापडं नसल्यामुळं

वडलांना चुकवूनदेखील शाळेला जाता आलं नाही. माझी वेळ चांगली होती. वडलांच्या पाठोपाठ नागू आजोबा काही कामानिमित्त घरात आले. वडील त्यांच्याशी बोलण्यात गुंतले. मी कापडं उचलली आणि कशीतरी उलटी-सुलटी अंगावर चढवली. पाटी हातात घेतली आणि शाळेला गेलो.

गावभर आनंद ओसंडत होता. जत्रा दोन दिवसांवर आली होती. मी रोज नियमित शाळेला जात होतो. पाच-सहा दिवसांत गुरुजींनी संपूर्ण मुळाक्षरं शिकवली होती. गावभर जत्रेची तयारी चालली होती. जोशी समाज देवी संतुष्ट होण्यासाठी बकरी बळी देत होता, आणि गावातील इतर समाजाचे लोक, गव्हाच्या पोळ्यांचा नैवद देवीला देत होते. गावभर धांदल दिसत होती. कोणी खुशीत होते, तर कोणी काळजीत होते. जवळजवळ सत्तर ते ऐंशी टक्के लोक काळजीतच होते. जत्रेसाठी पैसे लागणार होते. ते पैसे कुठून मिळवायचे? हा प्रश्न होताच. कोणी उधार-उसनवार पैसे दुसऱ्याकडून घेत होते, तर कोणी बकरी, बोकड, मेंढ्या उधार घेत होते. एकूण प्रत्येक जण गडबडीत होता. जत्रेची तयारी करण्याच्या कामाला लागला होता.

जत्रेचा दिवस उजाडला. मंगळवार होता. सकाळपासून भलतीच घाई दिसत होती. सकाळी देवीला गोड नैवेद्य करून दाखवावा लागत असे. प्रत्येक घरातून गोड नैवेद्य करण्याचं काम चालू होतं. एकदोन एकदोन मुलं देवीच्या देवळाकडं नैवेद्य घेऊन जात होती. मरगम्मा देवीचं देऊळ गावापासून पूर्वेला अर्ध्या मैलावर ओढ्याच्या काठावर होतं. नैवेद्य घेऊन मी व आबास देवीला गेलो. देवीचा गाभारा स्वच्छ दिसत होता. देवळाला बाहेरून व आतून चुना देऊन पांढरा रंग आणला होता. शिखरावरील कळस झगमगत होता. देवळाच्या दरवाजासमोर करंजाचा मंडप घातला होता. चारी बाजूला चार मोठे खांब रोवून त्याला आडव्या काठ्या बांधल्या होत्या, आणि त्यावर करंजाच्या फांद्या टाकल्या होत्या. आम्ही गाभाऱ्यात गेलो. गाभाऱ्याच्या मध्यभागी मरगम्मा देवीची मूर्ती होती. हसतमुख मूर्ती पाहून मनाला समाधान वाटलं. मूर्तीवरून पाणी ओतलं. घरी सांगितल्याप्रमाणं नैवेद्य कुठं ठेवायचा होता तिथं ठेवला. नमस्कार करून बाहेर पडलो. बहुतेक सर्वांच्या घरातील नैवेद्य देवीला पोचले होते. जत्रा संपूर्ण गावासाठी होती. फरक फक्त नैवेद्याचा होता. देवी एकच होती आणि नैवेद्य वेगवेगळे होते. मला विचित्र वाटत होतं. परंतु मी बोलू शकत नव्हतो. जत्रेसाठी शाळेला सुट्टी होती. गावातील प्रत्येक माणूस रुबाबात दिसत होता. कोणी लग्नात शिवलेले कपडे घातले होते, कोणी जत्रेसाठी मांजरपाट हारकचे कपडे शिवले होते, कोणी जुन्या बाजारात घेतलेला शर्ट घालून फिरत होतं. आपण भिकारी आहोत हा विचारदेखील कोणाच्या मनाला शिवत नव्हता. स्वतःचं अस्तित्व

माणसानं विसरलं होतं. नराळांची जत्रा शुक्रवारी असते. दर वर्षीप्रमाणं या वर्षीदेखील त्यांची जत्रा शुक्रवारीच होती. त्यामुळं आमच्या गावच्या जत्रेला नराळातील जोशी पाहुणे म्हणून आले होते. एकमेकांना आनंदानं भेटत होते. आमच्या समाजातील पोरांनी आज कपडे घातले होते. वर्षभर उघडीनागडी पोरं आज पूर्ण कपड्यात दिसत होती. एकंदरीत हे सर्व वातावरण पाहिल्यानंतर त्यांना भिकारी म्हणणं शोभत नव्हतं. जरी भिकारी म्हटलं असतं तरीदेखील कोणाला त्या वेळी खरं वाटलं नसतं.

दुपारी प्रत्येक घरासमोर मेढी रोवण्यास सुरुवात झाली. मेंढी, बोकड कापले म्हणजे उलटे करून त्या मेढीला टांगायचं आणि त्यांचं चामडं काढायचं यासाठी मेढी रोवल्या जात होत्या. चोहोकडं धांदल चालली होती. दिवस पश्चिमेकडं झुकला. जोशीवाड्यात दंगा-आरडाओरडा ऐकू येऊ लागला. मुलाणी हातात सुरा घेऊन मेंढीचा, बोकडाचा गळा सोडवीत होते. दोन मुलाणी एकसारखा सुरा चालवीत होते. मुलाण्यांनी आपल्या मेंढीचा गळा अगोदर सोडवावा म्हणून कोणी त्यांना ओढीत होते, तर कोणी आपल्या बोकडांचा गळा अगोदर सोडवावा म्हणून ओढीत होते. मुलाणी फक्त दोघं जण होते, तर मेंढ्या, बकरी, बोकड यांची संख्या कितीतरी पट जास्त होती.

एकेकाच्या घरी दोन-दोन, तीन-तीन देव होते आणि प्रत्येक देवाला एक-एक प्राणी बळी द्यायचा. मुलाण्यांनी आपल्याकडं यावं म्हणून ओरडत होते, 'आवं रसूल, हाकडं आदी या.' रसूल वैगातून गेला होता. कोणी काशीमला बोलवीत होतं. ज्यांची बोकडं, मेंढरं कापली होती, ते मेंढीला उलटं टांगून त्यांची चामडी काढीत होतं. संध्याकाळपर्यंत मुलाण्यानं आपलं काम संपवलं. लोकांनी त्या प्राण्यांना फाडलं. त्यांचं मांस शिजवण्यासाठी काढलं. त्याचा नैवेद्य तयार केला. मुलं नैवेद्य देवीपुढं ठेवून परत आली. बायकांनी मांस शिजवलं होतं. रात्री लोक दारू पिऊन तर्रर झाले होते. पोटभरून दारू पीत होते. निवृत्ती शिंदे म्हणीत होते, "आरं, आज वरसाचा दिस हाय. म्हागनं आपल्याम्हागं हाय की बोंबलत फिराचं. पिऊन घ्या."

आज पावसानंदेखील कृपा केली होती. सकाळपासून कडक ऊन पडलं होतं. रोज दारासमोर चिखलच असायचा, पण आज दारासमोरील जागा वाळली होती. पाऊस पडला की, गावातील गटारीवजा रस्ते भरून पाणी वाहत असायचे. त्यावरूनच लोकांना चालत जावं लागत होतं. पण आज पाऊस पडला नसल्यानं बकरी, मेंढरं, बोकड यांना कापायला जागा तरी मिळाली होती. पाऊस न पडल्याला कारणं अनेक असतील. आमचा समाज गृहीत धरीत होता की, 'दिवीची किरपा हाय म्हनून पाऊस पडला न्हाय.' लोकांच्या तोंडून देवीची स्तुती होत होती. रात्री जेवणासाठी एकमेकांना आग्रह चालू होते. कोणी दारूच्या नशेतच जेवायला बोलवीत तर कोणी नशेतच उत्तरे देत असत, 'आज येत न्हाय. उद्याच्याला यीन

जेवाला.' रात्री बराच वेळ हा गोंधळ चालू होता. दुसऱ्या दिवशी जोशीवाड्यात भेदीक गाणं ठेवलं होतं. नराळाचे केराप्पा मोरे यांचं भेदीक गाणं होतं. केराप्पा मोरेदेखील माझे चुलतेच होते. केराप्पातात्या पोवाडा म्हणण्यात पटाईत होते. बऱ्याच गावांतून त्यांची स्तुती होत होती. सर्व जमात उद्याच्या भेदीक गाण्याच्या धुंदीत, तर कोणी दारूच्या नशेत झोपी गेले.

सकाळी उठून तोंड धुतलं. पाटी घेऊन शाळेला निघालो. आज आबास माझ्याबरोबर शाळेला येण्यासाठी निघाला नाही. राहिलेलं मटण खायला मिळतंय म्हणून तो घरीच राहिला. प्रत्येक घराच्या दरवाजासमोर रक्त गोठलं होतं. गोठलेल्या रक्तावर माश्या घोंगावत होत्या. ते दृश्य पाहत मी पुढं जात होतो. शाळेत गेलो. नेहमीप्रमाणे प्रार्थना झाली. गुरुजींनी उपस्थिती पाहिली. गुरुजी शिकवण्याच्या कामात गुंतले. शाळेत फक्त माझं शरीर होतं आणि मन कालचा विचार करीत होतं. बकरी, मेंढ्या, बोकड, कोंबड्या गळा सोडवताना तडफडत होती. मला आमच्या समाजाची नफरत वाटत होती. गावातील इतर समाजदेखील देवीला नैवेद्य देत होताच पण किती फरक होता त्यांच्या नैवेद्यात आणि आमच्या नैवेद्यात. मी विचाराच्या वावटळीमध्ये दूर दूर उडत चाललो होतो. गुरुजींच्या शब्दानं मी एकदम वास्तव स्थितीत आलो. ते म्हणाले,

"दादासाहेब, तुला मुळाक्षरं येतात?"

मी म्हणालो, "येत्याती गुरुजी."

नंतर गुरुजी म्हणाले, "उद्यापासून पाढे शिकायचे. उद्या शाळेला यायचं. शाळा चुकवायची नाही."

मी 'व्हय' म्हणालो. थोड्या वेळानं जेवणाची सुट्टी झाली. आम्ही घरी आलो. जेवण केलं आणि खेळायला गेलो. जत्रेचे दिवस होते त्यामुळे खेळायला गेलो म्हणून कोणी बोलत नव्हतं. आबासला व छायाला नवीन घेतलेले कपडे घातले होते. आबासनं नवीन कपड्यांना रंगीबेरंगी केलं होतं. तरीपण वडील त्याला काहीच बोलले नाहीत. जत्रेचे दिवस होते. दुपारी शाळेला गेलो. मुळाक्षरं गिरवीत बसलो. गुरुजींनी माझ्याकडून मुळाक्षरं म्हणून घेतली. पाच वाजता शाळा सुटली. संध्याकाळी पोवाडा कधी सुरू होणार? याचा विचार करीत घरी आलो. पाटी ठेवली आणि बाहेर पडलो. लोकांनी पिण्याचा सप्ताह पाळला होता. जवळजवळ ऐंशी टक्के लोक दारू पीत होते. दारू ढोसून गावातून बडबडत फिरत होते. गावातील इतर लोक म्हणायचे, 'आयला, जोश्यांची चयनी हाय. वरीसबर मागत्याती आणिक यीवडी जतरा हुतपातूर मजा करत्याती.' आमचे लोक गरीब असले तरी एखादा फुटकातुटका रेडिओ काखेला मारत होते आणि गावातून फिरत होते. आम्ही पण गावात कमी नाही असं दाखवीत होते.

रात्री जेवण करून लोक गावंदरीच्या पटांगणावर जमू लागले. केराप्पातात्या व त्यांचे दोन्ही भाऊ आणि सगण्या केव्हाच आले होते. भुजंगा व आभंगा हे केराप्पातात्यांचे भाऊ सुरते म्हणून तात्यांच्या पाठीमागं साथ देत होते. सर्व जण घरचेच होते. फक्त सगण्या हरिजनांचा होता. सगण्या ढोलकी वाजवीत असायचा. कार्यक्रमाच्या वेळेपर्यंत सारा गाव एकत्र जमला होता. अशा सामुदायिक कार्यक्रमाला जात-जमात असा भेदभाव कोणी मानत नव्हतं. केराप्पातात्यांनी उभं राहून वंदन केलं आणि डफावर थाप मारली. भुजंगा व आभंगा हातात तुणतुणं व टाळ घेऊन पाठीमागं उभं राहिले. सगण्या गळ्यात ढोलकी अडकवून उभा होता. केराप्पातात्यांनी पुढं म्हणायला सुरुवात केली—

कराड तालुका सातारा जिल्हा
तांबव गाव कोयनेच्या काठाला
नवीन सोसायटी आली तांबव्याला
गावातील आण्णा बाळ निवडून दिलाऽऽ
जीऽऽ जीऽऽ जी...

ढोलकी, टाळ, तुणतुणं एका सुरात वाजू लागलं. वातावरण धुंद झालं. प्रेक्षक कान टवकारून ऐकू लागले. तात्यांनी विष्णू बाळाचा पोवाडा सुरू केला होता. लोक तल्लीन होऊन ऐकत होते. विनोदाचा प्रसंग आला की, हास्याचा कल्लोळ उठत होता. भुजंगा व आभंगा विनोद करीत होते. दु:खाचा प्रसंग असला म्हणजे प्रेक्षक डोळे पुसू लागत. बायका मुसमुसून रडत होत्या. केराप्पातात्या आपल्या कोमल आवाजानं प्रेक्षकांचं अंत:करण जिंकण्यात यशस्वी झाले होते. पहाटेपर्यंत हा कार्यक्रम सुरू होता. तांबडं फुटल्यानंतर पोवाडा संपला. लोक तोपर्यंत डोळ्यात तेल घालून जागरण करीत होते. त्यांना कंटाळा आला नव्हता. पोवाडा संपल्यानंतर केराप्पातात्यांची स्तुती करीत लोक आपोपल्या घरी जात होते. सकाळी केराप्पातात्या आमच्या घरी आले. मला त्यांचं कौतुक वाटत होतं. घरी त्यांना चहापाणी केलं. मी शाळेला गेलो. डोळ्यात झोपेची धुंदी होती. रात्रभर जागरण केलं होतं. गुरुजी आज पाढे शिकवणार होते त्यामुळं शाळेला जावंच लागणार होतं. शाळेत बरीच मुलं गैरहजर होती. गुरुजींनी एक, दोन, तीन... असे दहापर्यंत पाढे लिहून दिले. मी ते पाढे लिहीत व म्हणीत होतो. कशीतरी शाळा केली. जेवणाच्या सुट्टीत घरी आलो. जेवण करून झोपलो ते सायंकाळी सहा वाजताच उठलो.

येणारा दुसरा दिवस शुक्रवार होता. शुक्रवारी पालजत्रा केली जात असे. आषाढाच्या पाचव्या दिवशी सर्व जमातीतर्फे एक पाल तयार करायचं, सर्व

जमातीकडून वर्गणी काढायची, त्या वर्गणीतून एक बोकड किंवा मेंढी विकत घ्यायची, ती मेंढी किंवा बोकड देवीच्या नावानं सर्वांतर्फे बळी द्यायचे, त्यानंतरच भिकाऱ्यांना मागायला जाण्यास परवानगी होती. पालजत्रा केल्याशिवाय कोणी मागायला जायचं नाही असा आजपर्यंतचा रिवाज. पालजत्रा केल्याशिवाय जाणं म्हणजे केलेली सर्व जत्रा व्यर्थ होती. जत्रा करून आठ दिवस राहिल्याशिवाय कोणी जात नव्हतं. वर्गणी काढून बोकड किंवा मेंढी घ्यायची. ती कापून प्रसाद म्हणून सर्वांना थोडं थोडं शिजवून वाढायचं. माणसं संध्याकाळीच वर्गणी काढीत होते. धान्याचं पीठ प्रत्येक घरातून थोडं थोडं गोळा करीत होते. शुक्रवारचा दिवस उजाडला. आमच्यातील पुढारी लोकांनी गावातीलच एक बोकड खरेदी केला. पाल रोवलं. सकाळपासूनच वातावरण ढगाळ होतं. आकाशात काळेकुट्ट ढग जमत होते. दुपारी बोकडाला पालापुढं बळी दिलं. प्रत्येक घरचा एक माणूस व्यवस्था करण्यासाठी गुंतला होता. प्रत्येक घरी भाकरी करण्यासाठी जमलेल्या पिठांची वाटणी करण्यात आली. तिकटपण प्रत्येक घरातूनच जमा केलं होतं. दिवस थोडा पश्चिमेला झुकला. वाऱ्यानं थैमान घालण्यास सुरुवात केली. ढग एकत्र जमू लागले. विजा कडाडू लागल्या. थोड्या वेळातच पाऊस पडण्यास सुरुवात झाली. पाणी ओतल्याप्रमाणं पाऊस पडत होता. जो तो आपोपल्या घरी जाऊन बसला होता. जोशीवाड्याच्या मध्यभागी रामा भोसले यांच्या घरासमोर पाल दिलं होतं. पालजत्रेची संपूर्ण तयारी झाली होती. पाऊस पडत होता म्हणून कोणीदेखील पालाकडं जाण्यास तयार नव्हतं. घरासमोरून ओढा वाहिल्याप्रमाणं पाणी वाहत होतं. सुमारे दोन-तीन तासांनंतर पाऊस पडायचा थांबला. घरातून माणसं बाहेर येऊ लागली. तुरुंगातून कैदी सुटल्यानंतर, जसा गडबडीनं बाहेर येतो, त्याप्रमाणंच माणसं पालाकडं येण्यास बाहेर पडत होती. पंच लोकांनी प्रत्येक घरी सांगण्यास सुरुवात केली. 'दिवीचा परसाद घ्याला या.' पंच सांगून पुढं जात होते आणि मुलं थाटल्या घेऊन मागोमाग पालाकडं पळत होती. पंगत बसली. मुलांना परसाद म्हणून वाढण्यात आलं. पाण्यात, चिखलात बसून मुलं खाऊ लागली. थोड्या वेळानं मोठी माणसं जेवायला बसली. प्रत्येक जण देवीच्या नावानं खात होता. कोणी प्रसाद म्हणून थोडं खाऊन उठत होतं, तर कोणी वर्गणी दिली आहे म्हणून मनापासून खात होतं. सर्व जण खातच होते, पण खाण्याचे हेतू मात्र वेगवेगळे होते. रात्री बराच वेळपर्यंत जेवणाचा कार्यक्रम सुरू होता. शेवटी बायका प्रसाद घेऊन गेल्या. पालजत्रेचा कार्यक्रम संपला.

दुसऱ्या दिवशीपासून गावात नेहमीप्रमाणं कामकाज सुरू झालं. मी रोज शाळेला जात होतो. गावातील आमच्या जमातीचे लोक आनंदात होते. पैसे पाण्याप्रमाणे खर्च केले जात होते. गावात दोन किराणा मालाची दुकानं होती. एक

दुकान दामोदर सूर्यवंशी यांचं होतं, तर दुसरं दुकान बीराप्पा येडवे यांचं होतं. दामू सूर्यवंशी हे आमच्या गावातील जाधवांचे पाहुणे होते. त्यांनी आमच्या गावी येऊन दुकान घातलं होतं, म्हणून लोक त्यांना दामू पावण्याचं दुकान असं म्हणीत होते. दामू पाहुणे चार-पाच किलो गूळ, डबाभर रॉकेल, दोन-तीन किलो साखर, आणि इतर किरकोळ वस्तू आणून चार-आठ आण्याच्या जास्त फरकानं विकत असे. आषाढ महिन्यात त्यांचा व्यापार जोरात चालत असे. निम्मा गाव जोश्यांचा होता आणि वर्षाचा दिवस म्हणून जोशी हात सैल सोडून पैसे खर्च करीत होते. दहा-बारा दिवस आनंदात निघून गेले. आमच्या जमातीचे लोक चार-पाच बिऱ्हाडाच्या संख्येनं मागून खाण्यासाठी जाऊ लागले. एकमेकांना दु:खानं निरोप देत, रडत गाव सोडू लागले. पोटासाठी भटकणं सुरू झालं. मला आता शंभरपर्यंत पाढे लिहिता येत होते. लहान-लहान धडे वाचायला येत होते. परंतु आमच्यासारख्यांना शिक्षण नव्हतं हेच खरं होतं. मी संध्याकाळी पाच वाजता घरी आलो. वडील म्हणत होते, 'उद्याच्याला आपुण जायाचं हाय. चार बिऱ्हाडं बी हायती सुबतीला. शिरनांदगिला ऱ्हात्याती उद्या.' वडलांची वाक्यं ऐकून मी दारातच उभा राहिलो. उद्यापासून शाळा संपली होती. हातात थाटली, भगुलं घेऊन भीक मागत दिवस काढावे लागणार होते. अंत:करणात कालवाकालव होत होती. परंतु नाइलाज होता. रानात जावंच लागणार होतं. मी वडलांना म्हणालो,

"आण्णा, आपुण गुरुजीला-तर सांगू यी की, आमी उद्याच्याला जातूया आन् परीकशेला यीतू म्हणून..."

वडलांनी होकारार्थी मान हालवली. उद्या जायचं आहे म्हणून घरात सर्वत्र गडबड चालली होती. संपूर्ण संसारच साटवावा लागणार होता. आई रात्रभर ओझं साटवीत होती. हाडपं, कटाळं भरली. सकाळी मी व वडील शाळेकडं गेलो. गुरुजी अंगणात झाडाखाली बसले होते. वडील म्हणाले,

"गुरुजी, आमी आज जातूया. परीकशेला पोराला घिवून यीतू. पाडवा उद्याच्याला हाय म्हणताना."

गुरुजींना आम्ही जाणार याची कल्पना शाळेत माझं नाव घालतेवेळीच होती. त्यामुळं त्यांना आश्चर्य वाटण्यासारखं काही नव्हतं. गुरुजी म्हणाले,

"मोरे, मुलगा हुशार आहे. त्याला अंकलिपी घेऊन द्या. स्वत: वाचून समजेल त्याला. मुलाचं नुकसान करू नका."

वडलांनी होकारार्थी मान हालवली. वडील म्हणाले, "बरं हाय. चलतू आमी."

गुरुजींनी नमस्कार केला. वडलांनीदेखील नमस्कार केला आणि आम्ही घराकडं येण्यास निघालो. गुरुजी आम्हाकडं पाहत राहिले. शून्य नजरेनं. मुलंदेखील 'आ' वासून बघत बसली. मी पुढं बघून चालत होतो.

आम्ही घरी आलो. ओझं रात्रीच साटवून ठेवलं होतं. वडलांनी घोड्याला खोगीर घातला. ओझं लादलं, गबाळ दोरीनं आवळलं. त्यावर भगुलं, घागर, कंदील, तेलाच्या बाटल्या बांधल्या. आमचा संसार घोड्याच्या पाठीवर ठेवला. आबासला व छायाला घोड्यावर बसवलं. आईनं कुत्री साखळीला बांधून धरली होती. वडील पुढं चालत होते. आबास घोड्यावर बसून घोडं पुढं नेत होता. आई दोन्ही कुत्री धरून ओढीत होती. मी एक वेळा शाळेकडं, तर एक वेळा घराकडं बघत पाऊल उचलत होतो. आमच्याबरोबर बाबजी भोसले, गुंडाप्पा मोरे, मचिंद्र शिंदे, तुका मोरे अशा बिऱ्हाडांचा संच होता. बाबजी भोसले व वडील या बिऱ्हाडांचे पुढारी होते. कोणाची दोन घोडी होती, तर कोणाचं एकच घोडं होतं. माणसं, घोडी, कुत्री असा लवाजमा रस्त्याला लागला. आमचं वाहतं जीवन, बांध घातल्याप्रमाणं अडून राहिलं होतं ते परत वाहू लागलं. त्या दिवशी आम्ही शिरनांदगीला गेलो. सारा रस्ता संपेपर्यंत आषाढाची चर्चा चालू होती. आषाढ कसा झाला? किती पैसे खर्च झाले? कोणाचं भांडण कोणाबरोबर झालं. अशा प्रकारची चर्चा करीत शिरनांदगी गाठली होती. गावाशेजारी माळावर पालं दिली. पूर्वीप्रमाणे जीवन सुरू झालं. सकाळी मी व आबास मागायला गेलो. दुपारी मागून आलो. अंकलिपी आणि पाटी घेऊन अभ्यास करीत बसलो. तिसऱ्या दिवशी मारुती वायफळकरांचं बिऱ्हाड आम्हाला येऊन मिळालं. त्यांची मुलगी विमल, मचिंद्र शिंदे यांना दिली होती. आणि विमल गरोदर होती. तिची व्यवस्था करण्यासाठी मारुतीमामाचं गबाळ आमच्याकडं आलं होतं. विमलच्या बाळंतपणासाठी फार थोडे दिवस कमी होते. दोन-चार दिवसाला एक गाव याप्रमाणं आमचं जीवन भटकत होतं. नवनवीन गावाला मुक्काम होत होता आणि माझी शाळा दूरदूर राहत होती. पावसाळ्याचे दिवस होते. नित्यनेमानं पाऊस पडत होता. माणसांचे, घोड्यांचे, कुत्र्यांचे हाल होत होते. पाऊस जोरात पडायला लागला की, माणसं पालात दडून बसत होती. मागायला गेल्यानंतर वाटेतच भिजत होती. एका गावाहून दुसऱ्या गावाला जायचं झालं तर ओलं, भिजलेलं पाल घोड्यावर टाकून जावं लागत होतं. एका गावी पोटाला मिळायचं बंद झालं की, दुसऱ्या गावाला जावंच लागत होतं. मग तिथं भिजलेल्या पालाची, कपड्याची पर्वा कोण करीत बसेल? चिखल तुडवीत, पाणी ओलांडीत पुढचं गाव गाठीत होतो. कधी कधी वाटेत असतानाच पाऊस कोसळत होता. घोडी, माणसं वाटेतच भिजत होती. मुलाबाळांचे हाल होत होते.

आम्ही रेवनाळहून कुंभारीला जात होतो. कुंभारीला राहण्यासाठी जागा चांगली आहे. घोड्यांना चरण्यासाठी जवळच ओढा आहे आणि मागून खाण्यासाठी चार गावं भोवतीनं आहेत म्हणून बाबजीमामांनी, मारुतीमामांनी व वडलांनी ते गाव

राहण्यासाठी शोधून काढलं होतं. रेवनाळहून कुंभारी बरीच लांब होती. आम्ही सकाळी लवकरच निघालो होतो. आकाशात ढग गर्दी करीत होते. पाऊस पडणार हे सर्वांना कळून चुकलं होतं. आम्ही भराभर चालत होतो. कुंभारी चार-पाच मैलांवर होती. साऱ्या रस्त्यानं पळापळ चालू होती. बायका म्हणीत होत्या, 'मेगराज्या, म्हाराज्या, आमच्यावर यीवडी दया कर, आमाला तळावर पोचू दी मंग पड बाबा.' पण तो पाऊस यांची हाक ऐकणार होता थोडंच? मैलभर रस्ता पुढं गेलो असेन तोपर्यंत पावसानं गर्जना करीत कोसळण्यास सुरुवात केली. आम्ही सर्व जण रस्त्यावरच होतो. माणसं, ओझी भिजून चिंब झाली. विमलच्या दृष्टीनं ते फार भयानक होतं. विमलला त्रास होऊ लागला. माणसं पावसापासून वाचवण्यासाठी झाडांचा, खड्ड्याचा आधार घेऊ लागली. संपूर्ण पाऊस अंगावर घेत-घेतच आम्ही कुंभारी जवळ केली. ओझ्यावरून पाणी खाली पडत होतं. मुलांची रडारड सुरू झाली होती. पावसानं आमच्यावर कृपा केली. पाऊस पडायचा थांबला. आम्ही कुंभारीला गेलो. गावाच्या उत्तरेला माळ होता. त्या माळावर घोडी नेली. माळावरून पाणी वाहत होतं. जागा ओली झाली होती. ओल्या जागेवरच ओझी टाकली. पालं दिली. बायकांनी पाणी आणलं. रात्र चिखलातच काढली. पहाटे माणसं मागायला गेलीत. सकाळी आम्ही पण थाटल्या, भगुली घेऊन मागायला गेलो. कुंभारीला आल्यानंतर चौथ्या दिवशी विमलच्या पोटात जास्त दुखू लागलं. बायका मचिंद्र शिंदेंच्या पालासमोर जमल्या. लक्ष्मीआत्या म्हणू लागल्या,

"इमल बाळात व्हुत्याय आता. पावसाचं दिस हायती, तर म्या मचिंदरला म्हणत व्हुती पुरीला ऱ्हावदी गावात. पर त्येनं तर काय कराचं. पोटाला काय खात्याती?"

सर्व बायका काळजीत बसल्या होत्या. पुरुष माणसं मागायला गेली होती. पोटात पण सकाळी सकाळीच दुखायला लागलं होतं. विमलच्या पोटात जास्तच दुखायला लागलं. लक्ष्मीआत्या, जाईआत्या आणि आई विमलजवळ जाऊन बसल्या. आम्हा मुलांना पालाकडं येऊ देत नव्हते. पालाच्यासमोर वाकळ टाकून पाल झाकून घेतलं. बाहेर विमलच्या विव्हळण्याचा आवाज फक्त ऐकू येत होता. बायका आतल्या आत कुजबुजत होत्या,

"आगं लकसाका, जरा हाळूच धर. येवस्तीत बग."

आम्हाला काहीच समजत नव्हतं. थोड्या वेळानं लहान मूल रडण्याचा आवाज ऐकू आला. कोणीतरी म्हणीत होतं,

"बरं झालं गं बाय, पोरगं झालंया."

आम्ही बाहेरून फक्त ऐकत होतो. दुसरा आवाज आला. लक्ष्मीआत्या बोलत होत्या,

''कायतर व्हुदी. माजी पुरगी संकटातनं भाईर पडली, हीच चांगलं झालं.''

माणसं मागून येत होती. पालासमोर गर्दी पाहून ते तिथूनच समजत होतं की, विमल बाळंत झाली. माणसं गडबडीनं पालाकडं येत होती. मचिंद्र शिंदे पळत येत होते. त्यांना काळजी लागली होती. माणसं जमत होती.

बाळंत झाली आहे हे समजल्यानंतर विचारत होते, ''काय झालं गा. न्हाय म्हंजी पोरगा का पुरगी?''

बायका आनंदानं सांगत होत्या, ''पोरगा झालाया.''

माणसं खूश होत होती. बायकांनी मोठ्या जरमनच्या भगुल्यात पाणी तापवलं. लक्ष्मीआत्यांच्या पालाचं लावणं काढलं. त्याची न्हाणी तयार केली. त्यामध्ये विमलला धरून आणलं. बायकांनी विमलला पाणी घातलं. बायका सकाळपासून तिथंच गुंतल्या होत्या. त्यामुळे भाकरी कोणी केल्याच नव्हत्या. माणसानं मागून आणलेले भाकरीचे तुकडे खाऊन सर्व जण गप्प बसले होते. संध्याकाळी बायकांनी चुली पेटवल्या. स्वयंपाक करायला सुरुवात केली. लक्ष्मीआत्यांची पमा मचिंद्र शिंदेंच्या घरी स्वयंपाक करून देत होती. रात्री जेवण झाल्यानंतर मारुतीमामा, बाबजीमामा आणि वडील एकत्र बसले. मारुतीमामा म्हणाले,

''आता कसं कराचं बाबू, पुरगी तर बाळंत झाल्याया आणिक दोन दिसतर हातनं जायाला याचं न्हाय. गावं तर समदी मागून झाल्याती.''

बाबजीमामा म्हणाले, ''गावं झाल्याती म्हणून, पुरीला काय न्ह्याला येतंया व्हय. कसंतर उसनं-पासनं काडून खायाचं एकामेकाजवळचं.''

एवढं बोलून बाबजीमामा विचार करू लागले. इतका वेळ शांत बसलेले वडील म्हणाले,

''येवडं दोन दिस लांब-लांबची गावं मागून या. ह्येच्या म्होरंच पेनं लांबचं काडू. वाटंत जर पाऊस पडाला लागला तर पुरीचं हाल हुईल. पावसापाण्याचं दिस हायती.''

बाबजीमामा म्हणाले, ''मंग दोन दिस हातंच ऱ्हावं या.''

दोन दिवस कुंभारीलाच राहण्याचा निर्णय घेऊन सर्व जण उठले. आपोपल्या पालात जाऊन आडवे झाले. झोप लागते न लागते तोच विजा कडाडू लागल्या. आकाश काळंभिन्न दिसू लागलं. बाबजीमामा ओरडले,

''म्हारुती, मलारीऽऽ, मचिंदरऽऽ पाऊस या लागलाया. पालं निट हायती का बगा. परवा घ्या.''

हे ऐकून सर्व जण आपोपल्या पालातून उठले. परवा घेऊ लागले. परवा म्हणजे पालाच्या दोन्ही बाजूला पडणारं पाणी वाहून जावावं म्हणून चर काढलेले असतात. थोड्या वेळात पावसाचे थेंब खाली पडू लागले. मचिंद्र शिंदेंचं पाल तसं

पाहिलं तर लहानच होतं. मचिंद्र शिंदेंनी परवा घेतला. पाल व्यवस्थित करण्याच्या कामाला माणसानं सुरुवात केली होती. तोपर्यंत पावसानं जोर केला. पाऊस जोरात पडत आहे हे पाहून लक्ष्मीआत्या विमलच्या पालात गेल्या. काळाकुट्ट अंधार होता. काहीच दिसत नव्हतं. एकादेखील पालात दिवा नव्हता. आरडाओरड सुरू झाली. बाबजीमामा म्हणत होते,

"आरऽऽ ये मचिंदरा पुरीला नीट संबाळ. पालात पाणी यील बग. वली बाळातीण हाय."

वडील मचिंद्र शिंदेंना सांगत होते, "वझं भवतीनं लावून पुरीला मदी ठिव."

सूचनांवर सूचना होत होत्या. विमलच्या अंगाखाली पाणी आलं. विमल हळू आवाजात लक्ष्मीआत्यांना म्हणाली, "आय, पाणी कुटंतर आंगाखाली आलंया. थंड वाजा लागलंया."

लक्ष्मीआत्यानं हाताएवढा बाळजीव उचलून हातात घेतला. लाचार समाजाची दुःखं त्याला आईच्या उदरातून आल्या आल्या भोगावी लागत होती. विमलला ओझ्यावर झोपवलं. प्रत्येकाच्या पालात पाणी कुठून तरी येत होतं. ओझी भिजली होती. दररोजचं जीवनच असं होतं. त्यामुळं कुणाला काही वाटत नव्हतं. सर्वांना फक्त विमलचीच काळजी लागली होती. नुकत्याच जन्मलेल्या बाळाला पाणी लागलं तर त्याचं काय होईल याचा विचार करीत होते. फक्त विचार करणं एवढंच त्या वेळी त्यांच्या हाती होतं. उशिरापर्यंत पाऊस पडत राहिला. कोणी पालाच्या बाहेरदेखील येत नव्हतं. घोडी संपूर्ण पाऊस घेत उभी होती. परमेश्वराला त्यांची दया येऊन अंघोळ घालीत होता. नंतर पाऊस पडायचा थांबला. सर्व जण विमलच्या पालाकडं आले. पालासमोर जाळ करू लागले. ओली, भिजलेली लाकडंदेखील पेट घेईनात. कितीतरी फाटकी कापडं घालून लाकडं पेटवली. जाळ केला आणि त्या उजेडात पाहू लागली. लक्ष्मीआत्या लहान जीव, की जो संकटाचे वार झेलण्यासाठी नुकताच या जगात आला होता, तो हातामध्ये घेऊन बसल्या होत्या. विमलला ओझ्यावर झोपवलं होतं. वाकळ पांघरायला दिली होती. विमल थंडीनं गारठून गेली होती. आमच्या जातीतला प्रत्येक माणूस रानातच जन्मत होता आणि रानातच मरत होता. आमच्या माणसांनी असले कितीतरी प्रसंग उघड्या डोळ्यांनी पाहिले होते. मग त्यांना कसं वाईट वाटणार? रात्रभर झोप लागली नाही. झोपायला जागाच नव्हती. पालात सर्वत्र चिखलच झाला होता. अंथरूण, पांघरूण भिजलं होतं. रात्र तशीच उघड्या डोळ्यांनी काढली. सकाळी लाकडं ओली झाल्यानं पेटत नव्हती. बायका चुलीत तोंड घालून जोरजोरानं फुंकत होत्या. बराच वेळ झाला. चुली पेटेनात. आबास रडायला लागला,

"आय, मला भूक लागल्याय. भाकल दी."

पण त्याच्याकडं आईचं लक्ष नव्हतं. आईनं चुलीत तोंड खुपसलं होतं. चूल लवकर पेटत नव्हती. माणसं पहाटेच चिखल तुडवीत, पाणी ओलांडीत मागायला गेली होती.

दोन दिवस कुंभारीलाच काढले. तिसऱ्या दिवशी आमच्या लोकांनी पालं काढण्यास सुरुवात केली. आमचा मुक्काम शेगावला जाणार होता. सकाळी पालं काढली. ओलीच पालं. ओझंदेखील ओलंच होतं. ओझी घोड्यावर लादली. मचिंद्र शिंदेंना एकच घोडं होतं. विमलला घोड्यावर बसवलं. फाटकी वाकळ अंगावर दिली. विमलनं दोन दिवसांपूर्वी जन्मलेला बाळजीव आडवा घेतला. दिवस ढगातून कुठं दिसतच नव्हता. ऊन कसलं ते पडलं नाही. विमलला काही कमीजास्त होईल याची कल्पनादेखील स्पर्श करीत नव्हती. शेगावला जाण्यासाठी घोडी ओढली. शेजारी वस्त्या होत्या. त्या वस्त्यांवरील माणसं आमच्याकडं पाहत होती आणि आपापसात कुजबुजत होती, 'ही जुशी हायती का हायवाण— बाय कालच बाळात झाल्या— दोन दिस बी झालं न्हायती— आणिक आज— घोड्यावर बसवून न्ह्या लागल्याती— जातच भिकाऱ्याची वंगाळ—' आम्ही सर्व ऐकत होतो पण त्यांना तरी कुठं कल्पना होती की आमचं पोट जाईल तिकडं आम्ही भटकत होतो. दोन दिवसच आम्ही कसेतरी काढले होते. विमलच्या घोड्याबरोबर बऱ्याच बायका चालत होत्या. माणसं आपोपल्या घोड्याबरोबर चालत होती. रस्ता कच्चा होता. चिखल नको इतका त्या रस्त्यावर झाला होता. घोड्यावर ओली ओझी लादली होती. घोड्यांना सरळ चालता येत नव्हतं. घोड्यांचं निम्मे-अर्धे पाय चिखलात घुसत होते. कसंतरी नेटानं घोडी पाय वर उचलत होती. खाल्लेल्याची चाकरी करावी म्हणूनच. कसातरी रस्ता संपवला. आम्ही शेगावला पोचलो. पालं दिली. बायकांनी जवळच विहीर होती तिथून पाणी आणलं. आमचं वाहतं जीवन वाहत्या वाऱ्याप्रमाणे वाहू लागलं. उगवणारा प्रत्येक दिवस नवीन नवीन संकटं घेऊन उगवत होता. दिवस मावळेल तशी ती संकटंही मावळत होती. दिवसामागून दिवस लोटत होते. एखादं स्वप्न पडावं आणि जागं झाल्यानंतर वास्तव परिस्थितीमध्ये यावं त्याप्रमाणं आम्ही आमची घरं तयार करीत होतो, आणि मोडत होतो. मला व आबासला चांगलं मागता येत होतं. नवीन-नवीन गावांना भेटी देत आम्ही फिरत होतो. एके दिवशी संध्याकाळी बाबजीमामा म्हणाले,

''माणसानु, व्हळी दोन दिसांवर आल्याया— तवा व्हळी करू या का?''

वडील पालातूनच ओरडले, ''व्हळी कर ना तर काय करता—? न्हायतर वरीसबर बोंबलाला लागील.''

मारुती मामांनीदेखील सूर ओढला, ''वरसाचा सण हाय— तवा निवद करा आन् द्या व्हळीला. चिपट्या-मापट्याचा का सण करीनासा—''

एकमतानं होळी करण्याचं ठरवलं. दुसऱ्या दिवशी कोणी गावातून गहू विकत आणले. ते पण चिपटंभरच. आईनं चार-चार दाणे गव्हाचे गोळा करून ठेवलेले काढले. कसेतरी मापटंभर गहू झाले. गव्हासारखे दिसत होते, म्हणूनच त्याला गहू म्हणायचं. नाहीतरी निम्म्यापेक्षा जास्त बाकीचंच धान्य त्यामध्ये मिसळलं होतं. कोळवे, निळवे हरभऱ्याची डाळ आणली. होळीच्या सणाची तयारी झाली.

माणसं पहाटेच गेली होती सणाच्या पोळ्या मागून आणायला. आम्ही पण गावात जाऊन पोळ्या मागत होतो. बहुतेक सर्व लोक सण संध्याकाळीच करीत होते. त्यामुळे आम्हाला पोळ्या मिळणं अशक्य झालं होतं. भारतीय संस्कृतीनं होळीच्या सणाची जी प्रथा चालवली होती, ती आमच्या जमातीसाठी शापास्पद होती. सकाळी सण केला असता तर आम्हाला चार पोळ्या मिळाल्या असत्या. संध्याकाळी सण केला जात असल्यामुळे आम्हाला काही मिळत नव्हतं. माणसं दिवस झुकल्यानंतरच पालावर आलीत पण कोणाला पोळी मिळाली नाही. माणसांना माहीत होतं की, सकाळी लवकर पोळ्या मिळत नाहीत. म्हणून दिवसभर मागत होती. तरीपण कोणी लवकर सण केला तरच यांना पोळी मिळणार होती. सर्व जण निराशेनं परतले होते. आम्ही मागून आलो. भाकरीचे तुकडेच मिळाले होते. सर्व लहान मुलांनी माळावरच्या गोवऱ्या वेचल्या. एरंडाच्या झाडाची फांदी आणली. गोवऱ्यांच्या ढिगात मध्यभागी ती फांदी रोवली. बायकांनी थाटल्यावर पोळ्या करण्यास सुरुवात केली होती. गोवऱ्यांचा ढीग पेटवला. त्यामध्ये प्रत्येकानं आणून नैवेद्य टाकला. सर्व जण त्या पेटत्या ढिगाच्या भोवतीनं बोंबलत फिरू लागलो. बायका स्वयंपाक करीत होत्या. बायकांसाठी हा सण नव्हताच. फक्त माणसं आणि लहान मुलंच तेवढी बोंबलत होती. पोरं मोठमोठ्यानं बोंबलत होती. पोरांना बोंबलायची सवयच होती. मोठी माणसंदेखील बोंबलत होती. एरवी दुःखानं बोंब मारणारी माणसं आज आनंदानं बोंबलत होती. आपण का बोंबलत आहोत याची कल्पना कोणाला नव्हती. प्रत्येक गावातून होळी पेटते. सर्व जण बोंबलतात म्हणून आम्ही पण बोंबलत होतो. होळीचा सण आहे, बोंबलायला पाहिजे, एवढंच माहीत होतं. बोंबलून बोंबलून तोंडं दुखायला लागलीत म्हणून बोंबलायचं बंद केलं. तोपर्यंत बायकांनी स्वयंपाक केला होता. जेवणासाठी सर्व जण बसले. जेवायला बोलवण्याचा दंगा सुरू झाला. कोणी जेवायला एकाच्या पालावर येई, तर दुसरा त्याच्या पालावर जात असे. मध्यरात्रीपर्यंत कोणाला झोपच मिळाली नाही. जेवणानंतर सणाच्या आनंदात गोष्टी सांगण्याचा कार्यक्रम सुरू झाला होता. तुकाराम मोरे पांडवांची गोष्ट सांगत होते. बाकीचे लोक माना डोलवून ऐकत होते. मध्यरात्रीनंतर सर्व जण झोपी गेले. सर्वत्र शांतता पसरली.

खिळेगावला राहिलो होतो. दिवस वाऱ्यासारखे निघून जात होते. एके दिवशी संध्याकाळी वडील म्हणाले, "पाडवा आता पंधरा दिसावर आलाया. पोराच्या परीकशेचं काय करायचं?"

आई म्हणाली, "तुमीच घिऊन जावा की त्येला. परीकशा झाल्यावर लगीच म्हागारी घिऊन या."

वडील चिंतेच्या स्वरात म्हणाले, "परीकशेला बावचीला जायाला पायजी. उगच साळंत नाव घातलं ह्यचं."

आई म्हणाली, "पोरगं साळा शिकतू म्हणतंया तवा शिकवाच. काय व्हुईल ती व्हुईल तेच्या नशिबाचं."

वडील विचार करीत बसले. नंतर म्हणाले, "बरं हाय. घिऊन जातू त्येला."

परीक्षा फक्त पंधरा दिवसांवर आली होती. परीक्षा कशी असते याचीदेखील कल्पना नव्हती. विचार केला, परीक्षा कशी का असेना. शिकवलं आहे तेवढं वाचावं. मी लगेच गठुळ्यात बांधून ठेवलेली पाटी आणि अंकलिपी काढली. मुळाक्षरं, पाढे लिहीत बसलो. दिवसा मागायला जात होतो आणि रात्री अभ्यास करीत होतो. दहा-बारा दिवस कसे गेले समजलंच नाही.

वडील म्हणाले, "दादासाब, परवाच्या दिसी आपुण बावचीला जायाचं हाय तुज्या परीकशेला. तवा आब्यास कर."

दोन दिवस मी मागायला गेलो नाही. शंभरपर्यंत पाढे लिहीत होतो. मुळाक्षरं लिहीत होतो. जमेल तेवढं वाचत होतो. परीक्षेला जाण्याचा दिवस उजाडला. आम्ही कनूरला राहिलो होतो. सकाळी लवकरच वडलांनी घोड्याला खोगीर घातला. आईनं भाकरी बांधल्या. मी पाटी, अंकलिपी घेतली. आम्ही बावचीला निघालो. जाता जाता वडील बाबजीमामांना म्हणाले,

"उद्याच्याला पोराची परीकशा हाय. मी लगीच परीकशा झाल्या झाल्या हाकडं यीतू. तुमी म्होरल्या गावाला जावं नगा."

बाबजीमामा म्हणाले, "लय दिस लावं नगंस. लगीच म्हागारी यी."

वडलांनी होकारार्थी मान हालवली. आम्ही बावचीच्या दिशेनं निघालो.

कनूरहून बावची बरीच लांब होती. मी घोड्यावर बसलो होतो. वडील चालत होते. माझ्या डोक्यात परीक्षेविषयी विचार येत होते. गुरुजी काय विचारतील? त्या प्रश्नाचं उत्तर मला येईल का? उत्तर आठवेना म्हणजे काय करायचं? असे अनेक प्रश्न डोळ्यांसमोरून तरंगत जायचे. दुपार झाली होती. वडील म्हणाले,

"दादासाब, जवळच हुनूराचा वडा आलाया. आपुण हुनूराच्या वड्यावर भाकरी खावं."

मी विचारतंद्रीतून जागा झालो. आम्ही बराच रस्ता कमी केला होता. दिवस

डोक्यावर आला होता. आम्ही हुनूरच्या ओढ्यावर आलो. एका झऱ्याजवळ घोडं उभं केलं आणि उतरलो. भाकरीचं गाठोडं काढलं. वडलांनी झऱ्यातील पाण्यानं चूळ भरली. आम्ही भाकरी खाऊ लागलो. भाकरी खाऊन झाली. पाणी प्यायलो. वडलांनी मला घोड्यावर बसवलं. आम्ही बावचीला चाललो. दिवस मावळायला चालला होता. आम्ही बावचीत पोचलो. आमच्या तणसाच्या घरासमोर घोडं उभं केलं. मी घोड्यावरून खाली उतरलो. भिंतीशेजारी घोड्याला बांधलं. येता-येता रस्त्यावरच वडलांनी थोडं गवत काढलं होतं. तेच गवत घोड्याला टाकलं. दुपारच्या जेवणातून काही भाकरी शिल्लक होत्या. त्याच भाकरी दोघांनी खाल्ल्या. सोना आजीला आम्ही आलेलं समजलं होतं. सोना आजी घरी आली. वडलांना म्हणाली,

"मलारी, यीवून हितंच बसालायंच व्हय. तकडं आला न्हायीस?"

वडील म्हणाले, "कट्टाळा आलाया. सकाळच्या पारी येवावं म्हणून बसलो व्हुतो. आताच आलूया."

परत आजी म्हणाली, "चल घराकडं भाकर खायाला."

वडील म्हणाले, "नगं. आताच भाकर खाल्ल्याया. पानी आणून दी जरा."

आजी उठली. थोड्या वेळानं दोन-तीन भाकरी, कोरड्यास आणि मातीची लहान घागर भरून पाणी घेऊन आली. मला म्हणाली, "दादासाब, तुमी दोगंजण मिळून खावा भाकर. उद्याच्याला तुजी परीकशा हाय व्हयं?"

मी 'हो' म्हणालो. वडलांनी भाकरी खाल्लीच नाही. अगोदर खाल्ली होती तेवढीच. गरम भाकरी होत्या. कोरड्यास होतं म्हणून खायला सुरुवात केली. आजीनं सर्वांची विचारपूस केली. मी चिमणी लावली होती. त्या चिमणीच्या उजेडातच अभ्यास करीत बसलो. आजी उठून आपल्या घरी गेली. थोड्या वेळानं मी व वडील झोपलो.

सकाळी लवकरच उठलो. मातीच्या लहान घागरीत आजीनं रात्रीच पाणी आणून दिलं होतं. तोंड धुतलं. मी व वडील शाळेकडे चाललो. वाटेत भेटणारी माणसं वडलांना विचारत होती,

"कंच्या गावाला हाय गा... मलारीमामा."

वडील उत्तर देत होते, "कनूराला हाय."

एवढं बोलून पुढं जात होते. मी त्यांच्या पाठोपाठ चालत होतो. शाळेसमोर गेलो. गुरुजी खुर्चीत बसून मुलांची परीक्षा घेत होते. प्रश्न विचारीत होते. मुलं उत्तरं देत होती. कोणाला उत्तर सुचत नव्हतं. तो गप्प उभा राहत होता. गुरुजींनी आम्हाकडं पाहिलं व म्हणाले,

"या मोरे, आणलंत मुलाला. ठीक झालं. मला वाटलं तुम्ही येणार नाही."

वडलांनी उत्तर दिलं, "तसं कसं गुरुजी, आवं पोराचं चांगलं व्हत आसल तर थोडा तरास घ्याला पायजीच."

गुरुजींनी मला बसायला सांगितलं. मी वर्गात बसलो आणि वडील झाडाखाली कट्ट्यावर बसले. मला जास्तच भीती वाटत होती. वडीलपण जवळच होते. गुरुजी कसले प्रश्न विचारणार होते कोण जाणे? माझा नंबर आला. गुरुजींनी मला उभं राहण्यास सांगितलं. मी उभा राहिलो. गुरुजींनी विचारलं,

"शंभरपर्यंत पाढे म्हणून दाखव."

मला शंभरपर्यंत पाढे पाठ होते. मी भराभर एकपासून शंभरपर्यंत पाढे म्हणालो. नंतर गुरुजींनी मुळाक्षरं म्हणायला सांगितली. मी क, ख, ग, घ पासून क्ष, ज्ञ पर्यंत मुळाक्षरं म्हणून दाखवली. गुरुजी म्हणाले,

"चांगला अभ्यास केला आहेस. आता सांग, पाऊस कुठून पडतो?"

मी धडधडीत उत्तर दिलं, "पाऊस आभाळातनं पडतूया."

गुरुजी वडलांना म्हणाले, "मोरे, दादासाब पहिलीला पास झाला. दुसरीमध्ये नाव घालतो. त्याला दुसरीची पुस्तकं घेऊन द्या."

वडलांच्या चेहऱ्यावर आनंद ओसंडत होता. मलादेखील आनंद झाला होता. परीक्षा सोपीच असते, हे कळून चुकलं. मला गुरुजींबद्दल आदर वाटू लागला. आम्ही घरी येण्यासाठी निघालो. रस्त्यात कोणी भेटेल त्याला वडील अभिमानानं सांगत होते,

"दादासाब पयलीत पास झालाया."

इतर लोक आमच्याकडं आश्चर्यानं बघत होते. मी पहिलीमध्ये पास झालो होतो म्हणजे दिव्य पराक्रम केला नव्हता. लोकांना आश्चर्य वाटणं साहजिकच होतं. लोकांना भेटत, पास झाल्याची वार्ता सांगत आम्ही घरी आलो. वडलांनी लगेच घोड्याला खोगीर घातला. मला म्हणाले,

"आयला बुलवून आण."

मी पळत आजीकडं गेलो. आजीला बोलावून घेऊन आलो. वडील आजीला म्हणाले, "आय, आमी जातू रानात बिराडं हायती. वाट बगत आसत्याली."

आजी तरी काय बोलणार होती? थोड्या वेळानं म्हणाली,

"नीट संभाळून जा बाबा, बायका-पोराचं हाल करू नगंस." वडलांनी मान हालवली. आम्ही कनूरला येण्यासाठी निघालो.

संध्याकाळी कनूरला पोचलो. मी पास झालो होतो. पास झाल्याच्या आनंदात मला जेवणाचीदेखील आठवण झाली नाही. वडील पण सकाळपासून उपाशीच होते. पालावर आल्या आल्या गुंडा मोरेंनी विचारलं,

"आण्णा, झाली का परीकशा?"

वडलांनी उत्तर दिलं, "झाली. दादासाब पयलीत पास झालाया. त्येला दुसरीत घातलाया."

आमच्या जमातीमधील लोक माझी स्तुती करीत होते. आईला पण फार आनंद झाला होता. मला व वडलांना जेवायला वाढलं. आम्ही जेवलो. नंतर बाबजीमामा म्हणाले,

"मलारी, पोराला आता मागाला लवून दिवू नगंस."

वडलांनी झटक्यात उत्तर दिलं, "बाबूमामा, आगा सांच्याला आब्यास करील. दिवसबर काय करत्या. तेवडंच भाकरीचं चार तुकडं आणील."

तुकारामतात्यांनीदेखील साथ दिली, "बराबर हाय. तेवडंच चार-तुकड्याचा आदार हुईल."

आमच्या जीवनाला सुरुवात झाली. पालं काढायची. ओझी साटवायची. पुढल्या गावाला जायचं. मी व आबास दिवसा मागायला जात होतो. रात्री पाटीवर पाढे काढीत बसत होतो. वाचायला पुस्तकं घ्यायची होती. म्हणून मी वडलांना म्हणालो,

"आण्णा, मला दुसरीची पुस्तकं पायजीत."

वडील म्हणाले, "सलगराच्या बाजारात तुला पुस्तकं घितू. आणिक सलगराच्या मास्तरालाबी सांगतू तुला साळंत शिकवाला."

मला बरं वाटलं. सलगरेच्या शाळेत पण शिकायला मिळणार होतं.

आम्ही रविवारी संध्याकाळी सलगरेला गेलो. कोंडिबा कुंभाराच्या वस्तीवर पालांची गर्दी माजली होती. माळ पालानं भरला होता. जमात एकत्र जमत होती. एकमेकांना भेटत होती. आमच्या पाच-सहा बिऱ्हाडांनी पालांची संख्या वाढत गेली. सर्व पालांतील बायका विमलच्या मुलाला पाहत होत्या. कुणी उचलून घेत होतं, तर कुणी त्या मुलाचे मुके घेत होतं. रात्री एकमेकांच्या पालावर जाणं-येणं सुरू झालं. सकाळी उठून आम्ही मागायला गेलो. सलगरेमध्ये सर्व भिकाऱ्यांचीच पोरं दिसायला लागली. गावातील मुलांपेक्षा भिकाऱ्यांच्या मुलांचीच संख्या जास्त दिसू लागली. प्रत्येक घरासमोर एक मुलगा दिसू लागला. हातात थाटल्या, भगुली घेऊन मुलं दारोदार फिरत होती. प्रत्येक दारात गेलं की दोन-चार शिव्या घ्याव्या लागत होत्या. चार-चार भाकरीचे तुकडे घेऊन पालावर आलो. दुसऱ्या दिवशी मंगळवारी सलगरेचा बाजार होता. आपणाला पुस्तकं मिळणार म्हणून मी आनंदात होतो. माणसं मागून आली होती. कुणी मासे धरायला जात होतं, तर कोणी आपोपली कुत्री घेऊन शिकारीला जात होतं, घोरपड, ससा यांची शिकार करून आणण्यासाठी. बायका एकमेकींना सुख-दुःख सांगत होत्या. कुणी घोरपडी घेऊन, तर कुणी मासे घेऊन पालावर येत होतं. संध्याकाळी आणलेल्या शिकारीची वाटणी झाली. प्रत्येक पालाला थोडं थोडं कालवणासाठी मिळालं. बायका स्वयंपाक करू लागल्या. रात्री जेवणं झाली. उद्या बाजार आहे. काय विकावं? किती पैसे खर्च करावेत? या विचारातच सर्व जण झोपले.

मंगळवार उजाडला. माणसं पहाटेच मागायला गेली होती. दिवस उगवून थोडा वर आला होता. प्रत्येक जण मागून येत होता. बायका बाजारात विकण्यासाठी धान्य बांधून ठेवीत होत्या. कोणी एखादी-दुसरी कोंबडी धरत होते. माणसं हातावर भाकरी घेऊन गडबडीनं खाऊ लागली. मी व वडील बाजाराला निघालो. आबास पाठीमागं येऊ लागला. वडलांनी आबासच्या थोबाडीत मारली. आबास रडत रडत आईच्या पुढ्यात जाऊन बसला. इतर माणसांनी कसंतरी पोटाला खाल्लं आणि बाजाराच्या वाटेला लागली. वडलांनी दोन कोंबड्या मिळवल्या होत्या, त्या मी दोन्ही हातामध्ये घेतल्या होत्या. आमच्या जमातीच्या बायका, माणसं, पोरं रस्त्यावरून पळत होती. उघडीनागडी पोरं रडत मागं येत असायची. प्रत्येक गावाच्या बाजाराला हे दृश्य दिसत होतं. त्यामुळं आम्हाला त्याचं काहीच वाटत नव्हतं, परंतु गावातील लोक मात्र नावीन्य आहे, या दृष्टीनं पाहत होते. खरंच ते नावीन्य होतं. माणसासारखी माणसं जनावराप्रमाणं वागत होती. का इतर लोकांनी बघू नये? बाजारात आलो. कोंबड्या भरणारी माणसं आडवी आलीत. एका व्यापाऱ्यानं माझ्या हातातल्या दोन्ही कोंबड्या उचलून पाहिल्या. व्यापाऱ्यानं वडलांना विचारलं,

"किती घितूयास गा?"

वडील म्हणाले, "धा रुपयं दुनीचं."

व्यापाऱ्यानं कोंबड्या माझ्याकडं दिल्या आणि म्हणाला, "आगा म्या तुला कोंबड्याची किंमत इचारल्याया. बोकडाची नव्हं."

वडलांना तरी कुठं माहीत होतं किती किमतीला विकावं ते. वडील म्हणाले, "आगा... माग की, तू केवड्याला म्हंतूयास ती."

त्यावर व्यापारी म्हणाला, "सात रुपयं दितू बगं दुनीचं मिळून."

वडलांनी थोडा विचार केला आणि म्हणाले, "ती समदं ऱ्हावं दी. नव रुपयं दी."

वडलांनी आपल्या किमतीतला एक रुपया कमी केला. व्यापारी म्हणाला, "ही बग. आट रुपयं दितू. दिवं वाटलं तर दी न्हायतर घिवून जा."

एवढं बोलून व्यापारी पुढं चालू लागला. वडलांनी त्याला बोलवलं. आठ रुपयांना दोन्ही कोंबड्या विकल्या. आम्ही बाजारात गेलो. एका दुकानासमोर वडील उभे राहिले. दुकानात पुस्तकं, वह्या आहेत की किराणा माल आहे ते पाहू लागले. दुकानात किराणा माल होता. पुढच्या दुकानात पुस्तकं, वह्या होत्या. आम्ही दोघं जण पण दुकानात गेलो. वडील म्हणाले,

"दुकानदार, दुसरीची पुस्ताकं हायती का?"

दुकानदार म्हणाले, "हो, आहेत. थोडा वेळ थांबा, काढून देतो."

वडलांनी लगेच दुसरा प्रश्न केला, "किती पयसं लागत्याती?"

दुकानदार वडलांच्या चेहऱ्याकडं पाहू लागले. विचार केला असावा त्यांनीदेखील.

नवीनच घेत आहे. म्हणून दुकानदार गप्प बसले. वडलांचा अवतार भिकारी आहे हे सिद्ध करण्यासारखाच होता. माझा त्यांच्यापेक्षा बेकार अवतार होता. अंगावर फाटकी कापडं होती. पाण्याचा आणि त्या कपड्यांचा कधी संबंधच आला नव्हता. दुकानदारांनी दुसरीच्या पुस्तकांचा संच काढला. प्रत्येक पुस्तकाची किंमत एका कागदावर लिहून घेतली. त्याचा हिशेब केला. आणि वडलांना म्हणाले,

"सहा रुपये वीस पैसे लागतात."

वडलांनी किंमत ऐकली व एकदम मागं सरले. वडील दुकानदारांना म्हणाले, "आवं इतकं पयसं सांगत्याती व्हयं."

दुकानदारांना राग येणं साहजिकच होतं. दुकानदार म्हणाले, "पुस्तकावर जेवढी किंमत दिली आहे, तीच किंमत आम्ही तुमच्याकडून घेतोय. जास्त किंमत कुणी कशाला घेतील? तुमच्याकडं पैसे नसतील तर पुस्तकं घेऊ नका."

मग मात्र खरी किंमत सांगितली आहे याची वडलांना खात्री झाली. नाहीतरी इतर ठिकाणी पैसे कमी केल्याप्रमाणं इथंदेखील काहीतरी पैसे कमी होतात का ते बघत होते. वडील म्हणाले,

"बरं आसू दी. द्या हाकडं."

वडलांनी खिशातून पैसे काढले. तीन-चार वेळा मोजून सात रुपये दुकानदाराला दिले. दुकानदारानं ऐंशी पैसे परत दिले. मी पुस्तकं घेतली. आम्ही दुकानामधून बाहेर पडलो. नंतर बाजार केला. सर्व वस्तू थोड्या थोड्याच घेतल्या कारण पुस्तकांसाठी बरेच पैसे गेले होते. मधूनच वडील म्हणीत होते, 'तुज्या साळंनं काय बरं केलं न्हाय.'

पोरांना खाण्यासाठीदेखील काही घेतलं नाही. चार आण्यांचा गूळ, दहा पैशाची पावडर घेतली. आम्ही पालाकडं निघालो. वडील स्वत:च्या विचारातच चालत होते, आणि मी पुस्तकांकडं सारखं बघत होतो. आम्हाला पाहून आबास पळत आला. छाया पालातूनच टाळ्या वाजवीत होती. काहीतरी खाण्यासाठी आणलं असावं असं त्यांना वाटत होतं. पण आम्ही काहीच घेऊन आलो नव्हतो. त्यांच्या आशेवर पाणी पडलं होतं. माझ्या पुस्तकांमुळं त्यांना आजच्या बाजारातून खायलादेखील मिळालं नव्हतं. पालासमोर बसून मी पुस्तकं सोडीत होतो. वडलांनी गूळ, पावडर आईकडं दिली व म्हणाले,

"आगऽ... पोराच्या पुस्ताकाला लय पयसं गेलं."

आईनं विचारलं, "किती पयसं गेलं वं?"

वडील म्हणाले, "सव्वा सा रुपयं गेलं."

आईला पण आश्चर्य वाटू लागलं. सव्वासहा रुपये म्हणजे त्यांच्या दृष्टीनं कमी पैसे नव्हते. मी त्यांच्याकडं लक्ष न दिल्यासारखंच केलं. वडलांचे शब्द कानावर पडले,

"साळा शिकतूया का मागत फिरतूया-कुणाला ठावं हाय. पर पयसं तर गेलं गी."

मी विचार करीत होतो. काहीतरी म्हणू दे. आता पुस्तकं तरी परत देत नाहीत. मी पुस्तकं काढून वाचू लागलो. वडील म्हणाले,

"दादासाब, हाकडं यी."

मी भीतभीतच वडलांच्या जवळ गेलो. खाली बसलो. वडील म्हणाले,

"हुं... वाच आता."

नाही म्हणून तरी जमणार नव्हतं. एवढे भरमसाट पैसे घालून पुस्तकं आणली होती. नाही म्हणावं तरी एक-दोन थोबाडीत मारल्याशिवाय वडील गप्प बसले नसते. मी जमेल तेवढं वाचू लागलो, 'कमल घर बघ-जगन घर बघ.' वडील आणि आई दोघं पण कौतुकानं ऐकत होते. पैसे गेले होते त्याचा राग नाहीसा झाला होता. मी चुकलो तरी त्यांना काही समजत नव्हतं. मी एक-एक ओळ दोन-दोन, तीन-तीन वेळा वाचत होतो. अवघड शब्द असला की, तो सोडून पुढचाच शब्द वाचत होतो. आई-वडील माझं कौतुक करीत होते. संध्याकाळ होत होती. सर्व माणसं बाजार करून आली होती. बायका पाणी आणीत होत्या. प्रत्येक पालासमोर चुली पेटल्या होत्या. स्वयंपाक चालू होता. दारू पिलेली माणसं बडबडत होती. रात्री जेवताना वडील म्हणाले,

"दादासाब, उगच पुस्ताकं आणल्याती म्हणून सारकं वाचत बसू नगंस. सकाळच्यापारी मागाला जा आणिक सांच्याला वाच. न्हायतर मागाचं इसरशील आन् उद्या साळा बी शिकवाचं जमीना म्हंजी तुजी आबदा हुईल."

मी फक्त मान हालवीत खात होतो. मला कुठं उद्याची काळजी होती? फक्त आजचा दिवसच माझ्यासाठी होता. आबास जेवता-जेवताच म्हणत होता,

"आण्णा, मला बी पुस्ताकं घिवून यी."

वडील म्हणाले, "तुला म्होरच्या वरसाला घिवू पुस्ताकं— आवंदाच्या आकाडाला तुला साळंत घालू."

आबास खाली बघून जेवू लागला. जेवणं झाली. माणसं उद्याच्या चिंतेतच झोपी गेली. सर्वत्र शांतता नांदू लागली. कुत्रीच फक्त अधूनमधून भुंकत होती.

दुसऱ्या दिवशी सकाळी मी व आबास मागायला निघालो. हातात जरमनच्या थाटल्या होत्या. एका हातात फोक घेतली. तोपर्यंत आई म्हणाली,

"आरं, गावात लय पोरं गेल्याती मागाला. तुमाला कोण वाडील. त्या तकडं रानात लय वस्त्या हायत्या. जावा तकडं."

आम्ही वस्त्या मागण्यासाठी निघालो. पालाच्या पश्चिमेला बऱ्याच वस्त्या एका ओळीत दिसत होत्या. पालापासून सुमारे दोन मैलांवर असतील. काही वस्त्या

एकमेकांपासून विखुरल्या होत्या, तर काही वस्त्या जवळ जवळ होत्या. आम्ही दोघं जण बोलत बोलत वस्त्या जवळ केल्या. मी आबासला म्हणालो,

"तू माझ्या म्हागं मागत यी. एकाच घरात दोगालाबी वाडाची न्हायती."

आबासनं मान हालवली. मी एक वस्ती मागून पुढच्या वस्तीवर गेलो की, आबास मी मागितलेली वस्ती मागत होता. त्या दिवशी माझ्यापेक्षा आबासलाच जास्त बोलून घ्यावं लागत होतं. आमच्यातील पोरं तिकडं कधी गेलीच नव्हती वस्त्यांवर मोठमोठी कुत्री असतात म्हणून. प्रत्येक वस्तीवर भाकरीचा तुकडा वाढीत होते. बराच वेळ मागत राहिलो. वस्त्या संपत आल्या होत्या. दोन-चारच वस्त्या मागायच्या राहिल्या होत्या. आमच्याजवळ बऱ्याच भाकरी जमल्या होत्या. आशा ही माणसाला कधी शिखरावर नेते, तर कधी तळाला नेते. माझी आशा संपली नाही. पुढच्या चार वस्त्या मागूनच घरी जायचं असं ठरवलं. एक मोठी वस्ती होती. घर दगडांनी बांधलं होतं. जनावरांसाठी तणसाचं छप्पर घरासमोरच घातलं होतं. छपरामध्ये गायी, म्हशी, बैल अशी बरीच जनावरं होती. मी त्या वस्तीसमोर गेलो. आत माणसांचं जेवण चाललं होतं. आबास पाठीमागं राहिला होता. कोणाला जास्त मिळतंय हे पाहावं म्हणून मी भराभर पुढची घरं मागत होतो. आज मला भरपूर भाकरी मिळाल्या होत्या. घरी गेल्या गेल्या माझी स्तुती होणार या आनंदातच मी ती मोठी वस्ती मागत होतो. दारात उभं राहून म्हणायला सुरुवात केली, 'जय चालतंया... लक्ष्मी पावतीया... यस मिळतंया... मावशी गरिबाला एक भाकरीचा तुकडा द्या...' माझ्या हातात थाटली होती. त्यामध्ये भाकरीचे तुकडे भरले होते. एका हातात फोक होती. कपडे फाटलेलेच होते. मी घरातून कोणी येतंय का ते बघत होतो. तोपर्यंत एक कुत्रा न भुंकताच पाठीमागून आला. एकदम त्यानं माझ्या पायाला धरलं. मी जोरजोरानं ओरडू लागलो, बोंबलू लागलो. कुत्र्यानं माझा पाय सोडला नाही. तो दंगा ऐकून घरातील माणसं जेवता जेवताच पळत आली. इतर जवळच्या वस्त्यांवरीलदेखील माणसं गोळा झाली. आबास मोठ्यानं रडत, ओरडत माझ्याकडं पळत येत होता. पळता पळताच म्हणत होता, 'माज्या दादाला कुत्तरं चावलं.' त्याच्या थाटलीतले भाकरीचे तुकडे पळत असताना खाली पडत होते आणि वस्त्यांवरील कुत्री ते तुकडे खात होती. माझी थाटली तर हातातून कधीच पडली होती. कुत्रा एकसारखं तावानं अंगावर येत होता. वस्तीवरील माणसानं त्याला हाकलून लावलं. तो भुंकत भुंकतच निघून गेला. माझ्या पायाच्या पोटऱ्यांतून रक्त वाहत होतं. चार दात आरपार घुसले होते. मी रडतरडत रक्त पुसत होतो. आबास पळत येऊन रक्त पुसू लागला. आबासदेखील रडतच होता.

मी भीतीनं थरथर कापत होतो. त्या मोठ्या वस्तीवरील एक माणूस म्हणत होता, 'आयला, ह्या भिकाऱ्यांच्या पोरांस्नी काय कामच नसतंया. थाटल्या हातातनं

घेत्याती आन् मागाला पळत्याती. बरं झालं कुत्तरं चावलं ती. पुन्यांदा हाकडं कोण याचं न्हाय."

मला त्या माणसाचा भयंकर राग आला होता. आम्हाला भीक मागण्याची हौस होती थोडीच? पण मी काय करणार होतो त्या वेळी? वेदना होत होत्या. पाय उचलत नव्हता. वस्त्यांवरील बायका हळहळत होत्या, 'काय गं बाय, पोराला कुत्तरं चावलं. बारकं लिकरू हाय.' असं म्हणून आपोपल्या कामाला जात होत्या. कसातरी लंगडत लंगडत चालू लागलो. आबास रडत होता. त्यानं दोन्ही थाटल्या हातात घेतल्या होत्या. दोन्ही थाटल्या पण मोकळ्याच होत्या. आम्ही हळूहळू पालाकडं येऊ लागलो. चालल्यामुळं पायातून रक्त सारखं बाहेर येत होतं. मला चालणं असह्य होऊ लागलं होतं. मी आबासला म्हणालो,

"आबास, आपुण झाडाखाली बसू यी. मला चालाला येत न्हाय."

ते ऐकून आबास आणखीन जास्त रडू लागला. समोरच एक झाड होतं. त्या झाडाखाली बसलो. मला तहान लागली होती. मी आबासला म्हणालो,

"आबास, जरा पाणी आन. मला तान लागल्याया."

आबास उठला. हातात दोन्ही थाटल्या घेऊन पळत गेला. एका विहिरीवर मोट धरली होती. आबासनं दोन्ही थाटल्या भरून पाणी घेतलं. निम्मं पाणी रस्त्यावरच सांडत पळत आला. मी पाणी प्यायलो. थोडं बरं वाटू लागलं. थोड्या वेळानं उठलो. पालाकडं चालू लागलो. दुपार होऊन गेली होती. पोटात अन्नाचा कण नव्हता. जीव व्याकूळ झाला होता. चालताना पायांतून वेदना येत होत्या. कसंतरी पाल गाठलं. इतका वेळ आम्ही कधी थांबतच नव्हतो. त्यामुळं आई काळजीत बसली होती. मला लंगडत येत असलेलं पाहून आईचं काळीज धस्स झालं. गडबडीत उठली. माझ्याजवळ आली. मला विचारलं,

"काय झालंया रं लंगडाला?"

आबासनं रडत आईला सांगितलं, "दादाला कुत्तरं चावलंय."

आईनं रडायला सुरुवात केली. पायाला बघू लागली. रक्त गोठलं होतं. चालत आल्यामुळे थोडं थोडं रक्त दात लागलेल्या छिद्रातून बाहेर येत होतं. आई म्हणू लागली,

"रोग आला त्या कुत्त्ऱ्याला. गिदाडानं खाल्लं त्येला. त्येच्या तोंडात माती पडली. माज्या लेकराला कसं चावलं?"

आईनं एका दमात बऱ्याच शिव्या त्या कुत्र्याला दिल्या. शिव्या देऊन माझी जखम जाणार होती थोडीच? आईनं मला पालापर्यंत उचलून नेलं. पालासमोर खाली ठेवलं. जखम पाण्यानं धुतली. बायका भराभर जमत होत्या. पुरुष माणसं गोळा होत होती. पुरुषांना काही नवीन नव्हतं. अशी कितीतरी कुत्री त्यांना आजपर्यंत

चावली होती. अशा जखमेच्या वेदना त्यांनी अनुभवल्या होत्या, भोगल्या होत्या. बायका हळहळत होत्या, 'आगंऽ...आगंऽ केवडं चावलंय गं लेकराला कुत्तरं. लेकराचा जीव काय म्हणत आसील?' आईला म्हणीत होत्या, 'आगंऽ आनुसया, पाण्याची पट्टी तर बांद पायाला त्येच्या.'

आईनं एक कापड पाण्यात भिजवलं आणि जखमेवर बांधलं. पाण्याची पट्टी बांधणं एवढंच औषध होतं त्याच्यावर. वडील घोडं पाणी पाजायला गेले होते. पालासमोर गर्दी बघून घोडं तिथंच सोडून पळत आले. गडबडीनं आईला म्हणाले,

"काय झालंया गं?"

आईनं खाली पाहत उत्तर दिलं, "दादासाबाला कुत्तरं चावलंया."

वडील माझ्याजवळ आले. बांधलेली पाण्याची पट्टी सोडून जखम बघितली. म्हणाले,

"कुणीकडं गेला व्हुतास मागाला?"

मी सांगितलं, "वरच्या वस्त्यांवर गिलू व्हुतू."

वडील स्वत:शीच बडबडले, "वस्त्यांवर कशाला जायाचं बाबा?"

वडलांनी मला झोपण्यास सांगितलं. आईनं वाकळ अंथरून दिली. मी झोपलो. आईनं आबासला विचारलं,

"तुमी भाकरी खाल्ल्याया का रं?"

आबासनं उत्तर दिलं, "न्हाय."

आईनं मला उठून बसायला सांगितलं. मला कुठं झोप लागत होती? पोटात काहीच नव्हतं. जखमेच्या वेदना होत होत्या. एक-एक भाकर दिली. त्यावर तेल-चटणी घातली. आम्ही दोघं जण खात बसलो. आम्ही आज एकदेखील भाकरीचा तुकडा आणला नव्हता. भाकरी खाऊन मी झोपलो.

मी झोपेतून उठलो. संध्याकाळ झाली होती. वडील म्हणाले,

"उद्यापास्नं पाय बरा व्हतपातूर मागाला जावं नगंस. मी सकाळी हातल्या साळंत जातू आणिक मास्तराला सांगतू. साळंला जा."

आतापर्यंत मला त्या कुत्र्याचा राग येत होता; परंतु आता मला त्या कुत्र्यानं माझ्यावर उपकार केला होता असं वाटू लागलं. दुसऱ्या दिवशी मागून आल्यानंतर वडील माझ्याबरोबर शाळेकडं निघाले. मी लंगडत लंगडत कसातरी चालत होतो. शाळेपर्यंत जाण्यास बराच वेळ लागला. शाळेत आल्यानंतर सलगरेच्या गुरुजींनी मला ओळखलं. वडलांना म्हणाले,

"काय हो, हा तुमचा मुलगा आहे?"

वडलांनी 'व्हय' म्हटलं. नंतर गुरुजी म्हणाले, "गेल्या वर्षी हा शाळेत येत होता. पण याच्या पायाला काय झालं आहे?"

वडलांनी सांगितलं, ''काल मागाला गेल्यावर कुत्तरं चावलंया.''

गुरुजींना माझी दया आली. गुरुजी म्हणाले, ''आता तुम्ही याला शाळेत घालणार आहात?''

वडलांनी उत्तर दिलं, ''आमी बावचीच्या साळंत घातलंया. पयली पास झालाया. दुसरीची पुस्ताकं घिऊन दिल्याती. तवा आजून पंधरा दिस आमी हातं हाय. पोराला साळंला यीव द्या का? म्हणून इचाराला आलू व्हतू.''

गुरुजींनी मला रोज शाळेला येण्यास सांगितलं. वडलांनी गुरुजींना नमस्कार केला. मी पण गुरुजींना नमस्कार केला. आम्ही तिथून पालाकडं आलो.

सकाळी पाटीपुस्तकं घेऊन शाळेला आलो. गुरुजींनी मला वर्गात बसवलं. दुसरीच्या वर्गातील इतर मुलांबरोबर मला शिकवीत होते. सर्व वर्गाला पाढे लिहिण्यास सांगितले होते. मी पाटीवर शंभरपर्यंत पाढे काढले. गुरुजींना दाखवले. गुरुजी म्हणाले,

''ठीक आहे. आता बेचा पाढा काढ.''

मला 'बे'चा पाढा येत नव्हता. मी गुरुजींना म्हणालो, ''मला 'बे'चा पाडा येत न्हाय.''

गुरुजींनी वर्गातील इतर मुलांचे पाढे वाचून पाहिले. वर्गातील बऱ्याच मुलांना 'बे'चा पाढा व्यवस्थित येत नव्हता. गुरुजी 'बे'चा पाढा शिकवू लागले. पाढे शिकवण्याचं संपलं. गुरुजी म्हणाले,

''मुलांनो, आता मधली सुट्टी झाली. दुपारी गणित शिकायचं आहे. बेरीज कशी करावी? ते शिकवणार आहे.''

मधल्या सुट्टीत मुलं आपोपल्या घरी जाऊ लागली. मी एकटाच शाळेच्या अंगणात बसलो. पालावर जाऊन येणं मला शक्य नव्हतं. पाय दुखतच होता. शाळेच्या कट्ट्यावर बसून मनातल्या मनात 'बे'चा पाढा पाठ करीत होतो. काही मुलांनी येऊन घंटी वाजवली. मुलं वर्गात बसू लागली.

गुरुजी आले. दुसरीच्या वर्गाला गणित शिकवू लागले. बेरीज कशी करावी, हाच्चा कुठं मांडावा, तो कोणत्या संख्येत मिळवावा, हे सांगू लागले. आपल्या बोटावर हिशेब करून दाखवला. नंतर गुरुजींनी एक गणित शिकवलं. ३+५ = ८. गुरुजींनी ३+५ असे अंक फळ्यावर लिहिले. उजव्या हाताची तीन बोटं व डाव्या हाताची पाचीच्या पाची बोटं वर केलीत. नंतर एका मुलाला विचारलं,

''पाच आणिक एक किती?''

तो मुलगा म्हणाला, ''सा... गुरुजी.''

नंतर दुसऱ्या मुलाला विचारलं, ''सहा आणि एक किती?''

दुसऱ्या मुलानं उत्तर दिलं, ''सात... गुरुजी.''

अशा प्रकारे एक-एक बोट खाली घेत गुरुजी बेरीज करून दाखवीत होते. प्रत्येक जण आपोपल्या हाताची बोटं मोजत होता. अशा प्रकारे आणखीन दोन-तीन गणितं सोडवून दाखवली. काही गणितं घरी सोडवण्यासाठी लिहून दिली. शाळा सुटली. पालावर आलो. गुरुजींनी दिलेली गणितं बोटावर हिशेब करून सोडवू लागलो. मी रोज शाळेला जात होतो. गणित, पाढे, वाचन अशा प्रकारे माझा अभ्यास चालू होता. बघता बघता पंधरा दिवस निघून गेले. आमच्या बिऱ्हाडाचा मुक्काम तिथून पुढच्या गावी निघाला. उद्या सकाळी आम्ही सलगरे सोडणार होतो. मी शाळेला गेल्यानंतर गुरुजींना म्हणालो,

"गुरुजी, आमी उद्याच्याला दुसऱ्या गावाला जाणार हाय."

गुरुजींनादेखील वाईट वाटलं. पण त्यांनी तरी काय करायचं होतं? दुसऱ्या दिवशी सकाळी बिऱ्हाडं दुसऱ्या गावाची वाट चालू लागलीत. सलगरेहून बेळंकीला जात होतो. आमची पहिलीच बिऱ्हाडं होती. बाबजी भोसले, मारुती वायफळकर, मचिंद्र शिंदे, गुंडाप्पा मोरे, तुकाराम मोरे आणि आमचं बिऱ्हाड एकत्र फिरत होतं. आम्ही बेळंकीला आलो. गावाशेजारी पालं दिली. आमचं जीवनचक्र फिरू लागलं. दिवसामागून दिवस लोटत होते. माझा पाय आता चांगला झाला होता. मी व आबास फक्त गावातूनच मागत होतो. वस्त्यांवर मागायला जात नव्हतो. दिवसा मागून रात्री अभ्यास करीत होतो. गावानंतर गावं मागं टाकीत पुढं जात होतो.

सांगोला तालुक्यातील वाडेगावच्या शेजारी आमची पालं दिली होती. वाडेगावला येऊन दोन दिवस झाले होते. अचानकपणे त्या गावात चोरी झाली. वाडेगावच्या सावकाराच्या घरावर दरोडा पडला. त्यांच्या घरातून काय काय नेलं देव जाणे. पहाटे माणसं मागायला गेली होती. त्यांना मागू दिलं नाही. गावातील माणसं आमच्या लोकांना म्हणीत होती, 'चुरी झाल्याया मागू नगा. न्हायतर तुमच्यावर यील.' माणसं घाबरून पालाकडं आली होती. दिवसभर पोलीस गाड्या येत होत्या. चोराला पकडणारी कुत्री गावातून फिरवली जात होती. आमच्याकडं कुत्री आली नाहीत. आम्ही कोणी चोरी केली नव्हतीच, मग तो प्रामाणिक प्राणी कशाला आमच्याकडं येईल? संध्याकाळपर्यंत गावातील वातावरण तंग होतं. आम्ही गावाशेजारीच राहिलो होतो. रात्री पोलीस गाडी आमच्या पालाकडं येऊ लागली. गाडी येत आहे म्हणून आमचे लोक भयंकर घाबरले. बाबजीमामा म्हणाले,

"चिंगडी गासकली टुळंका..."

आमच्या लोकांनी तोंडावर वाकळ मुस्काटून घेतली आणि मेल्यासारखे पडून राहिले. आमच्या जमातीची एक संक्षिप्त भाषा आहे. दुसऱ्यांना समजू नये म्हणून आमच्या भाषेचा वापर केला जातो. वरील वाक्याचा अर्थ असा होतो की, 'पोलीस

आले, झोपा.' पोलीस गाडी पालासमोर येऊन उभी राहिली. हवालदार ओरडले,

"येऽऽ जोश्यांनो बाहेर या. आम्ही तुम्हाला काय मारणार नाही. सरळ सरळ सांगा. तुम्हाला या चोरीची भानगड काय माहीत आहे का?"

हवालदाराचे शब्द ऐकून बाबजीमामा, मारुतीमामा आणि वडील एकेक जण बाहेर येऊ लागला. बाबजीमामा हात जोडून म्हणाले,

"सायब, आमी मागून खातूया. जतं चार गास मिळात्याली ततं ऱ्हातूया. न्हाय मिळालं तर म्होरल्या गावाला जातूया. आमी कश्याला चुरीच्या भानगडीत पडतूया. आमी चुरी करा लागलू तर आम्हाला पुन्यांदा कोण फिरू दिल का?"

हवालदार कडाडले, "आरं, चोर कधी चोरी केली आहे म्हणून सांगत नाहीत. खरं सांग, नाहीतर फोडून काढीन."

वडील म्हणाले, "सायब, तुमी आमच्यावर अन्याय करताय. आवं, आमी गरीब हाय म्हणून आमाला दाब देताया. तुमाला खरं वाटत नसील तर आमची झडती घिवून बगा."

हवालदार पोलिसांना म्हणाले, "चला, घ्या झडती यांच्या पालांची." हवालदार, पोलीस गाडीतून खाली उतरत होते. तोपर्यंत समोरच्या बाजूला बसलेले फौजदार म्हणाले,

"थांबा, हे लोक कशाला चोरी करतील? तुम्ही चोर सोडून संन्याशालाच फाशी देण्यास निघालाय. एवढा मोठा दरोडा हे भिकारी घालणार आहेत थोडंच?"

पोलीस तिथंच थांबले. हवालदारानं चेहरा दुसरीकडं वळवला. नंतर फौजदार म्हणाले,

"जोश्यांनो, तुम्ही उद्या इथून दुसऱ्या गावाला जावा."

मारुतीमामा म्हणाले, "जातू सायब. आमाला काय कुटलंबी गाव असलं म्हंजी झालं. ही न्हाय ती पिडा कुणी बगावी."

पोलीस, हवालदार गाडीत बसले आणि पोलीस गाडी परत जाऊ लागली. आमची माणसं पालात दडी मारून बसली होती. आता त्यांना मोकळं वाटत होतं. आमची माणसं एकत्र जमली. उद्या कोणत्या गावी जायचं याचा विचार चालला. बाबजीमामा म्हणाले,

"उद्याच्याला आंदळगावाला जावं चला. हातनं लांब बी हाय आन् घोड्यास्नी चराला वडा बी हाय. भाकऱ्याच्या वस्त्यावर ऱ्हावं."

सर्वांनी मान्यता दिली. कारण वाडेगाव एकदाचं सोडून पुढं जायचं होतं. दुसऱ्या दिवशी तिथून आम्ही आंदळगावला आलो. भाकऱ्यांच्या वस्त्या होत्या गावच्या पश्चिमेला तिथं पालं दिली. मी मागायला जात होतो आणि अभ्यासही करीत होतो. माझ्या जीवनाचे दोन रस्ते निर्माण झाले होते. कोणत्या रस्त्यावरून माझी

जीवनगाडी जाणार होती हे मलाच माहीत नव्हतं. आम्ही गावोगाव फिरत होतो. आषाढ जवळ आला होता म्हणून आम्ही आमचं गाव जवळ करीत होतो. मंगळवेढ्याला आलो. सोमवारी मंगळवेढ्याचा बाजार होता. लोकांनी बकरी, मेंढ्या, बोकड घेतले. आषाढाची तयारी चालू झाली. लोकांमध्ये घाई, गोंधळ, गडबड निर्माण झाली.

बावचीला आलो. घरं सारवणं, शेकारणं सुरू झालं. घरांचे वाढदिवस होत होते. मी शाळेला जाऊ लागलो. या वर्षी आषाढात मनोरंजनासाठी बहुरूपी आणले होते. त्यांना मराठी व्यवस्थित बोलता येत नव्हतं. त्यांची मातृभाषा कानडी होती. मोडकंतोडकं मराठी बोलत नाटकं करीत होते. राम, रावण, सीता, हनुमान यांची सोंगं मात्र हुबेहूब केली होती. हनुमानाचं पात्र करीत असलेली व्यक्ती हातात गदा घेऊन म्हणत होती, 'अरे, रावणा तुला मारीन बग रे.' लोक पोट धरून हसत होते. नाटकातील विनोदापेक्षा त्यांच्या भाषेचाच विनोद जास्त असायचा. पहाटे नाटक संपलं. पालजत्रा झाली.

महिनाभर गावी राहिलो होतो. महिन्यानंतर आम्ही मागून खाण्यासाठी गावातून निघालो. आमच्याबरोबर नागू आजोबा, नारायण शिंदे, यशवंत भालके, आप्पा शिंदे यांची बिऱ्हाडं होती. आम्ही हांगिरग्याला राहिलो होतो. शिवाजी भिसे, शेलार भिसे, दुर्गापा मोरे ही तीन बिऱ्हाडं येऊन मिळालीत. जवळजवळ सात-आठ बिऱ्हाडांच्या संख्येनं आम्ही फिरत होतो. पावसाळ्यात चिखल तुडवीत रस्त्यावरच पाऊस घेत ओझी भिजवीत पुढं जात होतो. माणसांचे, घोड्यांचे, कुत्र्यांचे हाल होत होते. आमच्या लोकांना त्याचे काहीच वाटत नव्हतं. आमचं आयुष्यच असं होतं तर वाईट किती दिवस वाटून घेणार? पाडव्याला मला परीक्षेसाठी वडलांनी बावचीला आणलं. दुसरीच्या परीक्षेला पेपर होते. गुरुजींनी इतर मुलांबरोबर माझ्याकडून पेपर लिहून घेतले. गणिताच्या पेपरामध्ये बेरजेची, वजाबाकीची, गुणाकाराची आणि भागाकाराची गणितं होती. मला भागाकाराची गणितं आली नाहीत. कधी भागाकाराची गणितंच शिकलो नव्हतो. येणार कशी? वडलांनी पुस्तक घेतल्यामुळे अभ्यास केला होता. पेपर लिहिले. परीक्षेचा रिझल्ट आषाढालाच समजणार होता. तोपर्यंत आम्ही गावीच येणार नव्हतो. परीक्षा झाल्यानंतर मी व वडील जुनोनीला गेलो. बिऱ्हाडं जुनोनीत होती. रस्त्यात एक मुक्काम करावा लागला. मी व वडील सांगोल्याच्या पडक्या शाळेत राहिलो. सकाळी लवकरच जुनोनीला गेलो. मी व आबास मागायला जाऊ लागलो. रविवारच्या सांगोल्याच्या बाजारात मला तिसरीची पुस्तकं घेतली. आम्ही भटकतच होतो. दिवस लोटत होते. आम्ही सलगरेला आलो. नेहमीप्रमाणे पालं जमली होती. सलगरेच्या शाळेला मी जात होतो. सलगरेमध्ये असेपर्यंत मला मागायला जावं लागत नव्हतं. दिवसभर शाळेतच बसत होतो. आमचा मुक्काम सलगरेमधून बेडगेला चालला. आम्ही बेडगेला राहिलो होतो. दुपारी

गोंधळेवाडीहून एक माणूस आमच्याकडं आला.

उन्हाच्या झळा समुद्राच्या लाटेसारख्या एकापाठोपाठ एक अशा ओळीनं येत होत्या. लांब कुठंतरी पाणी वाहत आहे असं दिसत होतं. अशा उन्हातच तो माणूस आमच्या पालाकडं आला. आईनं त्यांना पाणी दिलं. त्यांनी चूळ भरली. पालापुढं बसले. आईनं सहज विचारलं,

''धुंडीमामा कसं काय आलाया?''

धोंडिबामामांचा चेहरा एकदम उतरला. रडक्या स्वरात धोंडिबामामा म्हणाले,

''आनुसया, तुजा बा मेलाऽऽऽ''

धोंडिबामामानं कसलाही विचार न करता सांगून टाकलं. त्यांचंही बरोबरच होतं. कधीतरी सांगावंच लागणार होतं. आईनं एक जोरदार बोंब ठोकली. बडवून घेऊ लागली. सर्व बायका जमल्या. सर्व जणी हळहळत होत्या. माणसं हळहळत होती. बायका रडत होत्या. आईला समजावत होत्या. पांडुरंग आजोबा मेले त्या वेळी आई आनसा आजींना व सुंद्राला समजावत होती. धीर देत होती त्या दोघींना आणि आज इतर बायका आईला समजावीत होत्या. धीर देत होत्या. काळाचं चक्रच वेगळं असतं. त्या चक्रातून प्रत्येक माणसाला फिरावं लागतं. बायका आईला म्हणीत होत्या, 'आगं, आनुसया आता बडवून घिवून, डोस्कं आपटून तर काय येणार हाय व्हय तुजा बा.' आई म्हणत होती, 'माज्याऽऽऽ आऽऽईचं कसं व्हुयाऽऽचं?' बायका-माणसं समजावीत होती. आई कोणाचंच ऐकत नव्हती. मोठमोठ्यानं रडणं एवढंच तिला त्या वेळी समजत होतं. चुलीवर चहासाठी ठेवलेलं भगुलं जळत होतं. त्यामधील पाणी केव्हाच आटून गेलं होतं. त्या भगुल्याकडं कोणाचंच लक्ष नव्हतं. धोंडिबामामांना चहा करून देण्यासाठी आईनं चुलीवर भगुलं ठेवलं होतं. पाणी आणि थोडा गूळ टाकून मी ते भगुलं खाली ठेवलं. आबास रडत होता. छाया माझ्याजवळ येऊन विचारत होती, 'दादा, आय का बलं लडा लागल्याय?' मी तिला जवळ घेऊन जास्तच रडू लागलो. छाया आमच्या तोंडाकडं बघत होती. आई एकसारखी बडवून घेत रडत होती. वडील दोन्ही गुडघ्यांमध्ये मान घालून अश्रू गाळीत होते. दुःखाचा ओघ जरा कमी झाला. तेव्हा वडलांनी धोंडिबामामास विचारलं,

''कसा काय मेला गा मामा?''

धोंडिबा दोरकर म्हणाले, ''थोडं-दिस जिवाला बरं वाटत नव्हतं. आवषीदं पाणी बगितलं. येकली बाय तर काय करणार हाय. तुमचा बी कुठं पत्त्या न्हाय. धुर्पाचं बी गबाळ कुटं हाय कुणाला ठावं? तकडं बी माणूस धाडलाया.''

वडील म्हणाले, ''लय वायीट झालं. आता मानकाआक्का यीकटीच पडली. प्वार बाळ न्हाय.''

माणसं बोलतील तसं आईचं दु:ख वाढतच होतं. आई जास्तच रडू लागली. आईचे वडील यल्लाप्पा भोसले गोंधळी होते. गोंधळ घालून पोट भरीत होते. दोनच मुली होत्या. एक माझी आई आणि दुसरी धुर्पता. धुर्पामावशीला वाडीतच दिलं होतं. आजोबा माझी फार माया करीत होते. त्यांना मुलगा नव्हता म्हणून ते मला आपला मुलगा समजत होते.

दुसऱ्या दिवशी सकाळी आई व वडील घोड्याला खोगीर घालून गोंधळेवाडीला निघाले. जातेवेळी वडील म्हणाले,

"दादासाब, बारकी पोरं हायती. नीट संबाळ. आमी यीतू लगीच."

आईनं छायालादेखील नेलं नाही. आईच्या अंगात चालण्याइतपतदेखील त्राण नव्हतं. मग छायाला नेणार कशी? वाऱ्याबरोबर झोकांड्या खात होती. एका रात्रीतच तिची अशी अवस्था पाहून मला भीती वाटू लागली. जाता-जाता आई संताकाकूंना म्हणाली,

"बाय, मी येतपातूर पोरास्नी दोन-दोन भाकरी करून दी. घराकडं नजर ठीव."

आईनं माझ्याकडं पाहिलं. मी रडतच होतो. आईला दु:ख अनावर झालं आणि मोठमोठ्यानं ओक्साबोक्सी रडू लागली. धोंडिबामामा आईला समजावीत आधार देत होते. आई-वडील आणि धोंडिबामामा असे तिघं जण गोंधळेवाडीला चालले. आई गेल्यानंतर थोड्या वेळानं छाया रडायला लागली. मी तिला खेळवीत होतो. आबास गप्प बसला होता. त्याला परिस्थितीची कल्पना आली होती. संध्याकाळी संताकाकूनं— ईश्वरतात्यांची पत्नी संताबाई, आम्ही त्यांना काकू म्हणीत होतो- आम्हाला भाकरी करून दिल्या. रात्री झोपतेवेळी छाया जास्तच रडू लागली. म्हणत होती, 'दादा, मला आय बलूबल घालीव.' मी म्हणत होतो, 'आणिक तासानं घालवितू. तवर आपण झुपू-यी.' रात्री झोपलोच नाही. एकसारखी आजोबांची आठवण येत होती. दुसऱ्या दिवशी छाया रडत बसेल म्हणून मागायला गेलो नाही. दिवसभर छायाला घेऊन बसलो. रात्री सकाळीच करून दिलेल्या भाकरी होत्या त्याच खाल्ल्या आणि झोपलो.

सकाळी उठल्यानंतर आबासला म्हणालो, "आबा, तू छायाला घिवून बस. मी मागाला जातू."

आबासनं मान हालवली. हातात थाटली घेतली, फोक घेतली आणि गावात मागायला गेलो. थाटलीभर भाकरीचे तुकडे मिळाले. कुठं शिळी आमटी मिळाली, तर कुठं सुकी भाजी मिळाली. ते सर्व एका थाटलीत घेतलं. बाकीच्या पालांतील मुलंदेखील आली होती मागायला. एकापुढं एक पळत आम्ही पालाकडं आलो. मी, आबास व छायानं मिळून त्या थाटलीमधला मिसळीचा काला खाल्ला. आम्ही तिघं जण खेळत बसलो होतो. दिवस मावळायला लागला होता. तोपर्यंत आई व वडील

येत असलेले दिसले. आईला पाहून छाया पळत गेली. आईनं तिला उचलून घेतलं. छायानं आईला विचारलं,

"आय, मला खायाला आणलयायचं?"

त्या लहान मुलीला काय समजणार होतं. आई गप्प होती. आईचा चेहरा सुजला होता. डोळे लाल झाले होते. वडलांनी घोड्याचा खोगीर काढला. घोड्याला कळवा घालून सोडलं. बायका आईच्या भोवतीनं जमल्या. माणसं गोळा झाली. संताकाकूनं आईला विचारलं,

"बाय, कसं झालं मामाला?"

आईनं डोळ्यांतून पाणी टाकतच उत्तर दिलं, "बाबाला कसलं दुकणं व्हुतं कुणाला ठाव. उगचच कसलीबी दिशी आवषीदं दिली आन् त्या आवषीदानंच माजा बाबा मेलाऽऽ"

वच्याआत्या म्हणीत होत्या, "उगच कळत न्हाय तर कश्याला ती दिशी अवषीदं द्याची. रोग एक आसाया आणिक आवषीदं दुसरंच आसाचे."

नागूआजोबा म्हणाले, "झालं, गेलं, आता का बोलून येतं व्हय? गप बसा कुत्र्यावाणी, चांगलं डागदारीनीवाणी बोला लागलाया. माणूस मराचं आसलं म्हंजी कवा बी मरतंया. आवषीदाच्या नावावर कशाला घाला लागलंया?"

बायका गप्प बसल्या. ती रात्र तशीच दुःखामध्ये निघून गेली. दुसऱ्या दिवशी बिऱ्हाडं तिथून पुढं जाऊ लागली.

आषाढासाठी आम्ही गावी जाऊ लागलो. आई सारखी विचार करीत बसायची. कधी कधी म्हणायची, 'आयला कोण बगील. आमी तर आसं रानातच फिरतूया. तिचं कसं हुयाचं. धुर्पा बी रानातच आपली लेकरंबाळं घिवून फिरत्याया.' आमचे दिवस दुःखातच निघून जात होते. दिवस ढकलीत होतो. आम्ही बावचीला आलो. मला आनंद आषाढाचा नव्हता, तर माझ्या परीक्षेचा होता. पास झालो आहे किंवा नाही ही बोचणी सारखी मनाला लागून राहिली होती. गावात आल्या आल्या मी गुरुजींकडं गेलो. गुरुजी शाळेत होते. मी गुरुजींना विचारलं,

"गुरुजी, मी पास झालूया का?"

गुरुजींनी होकारार्थी मान हालवली. म्हणजे मी पास झालो. या वर्षी तिसरीला गेलो होतो. मला भयंकर आनंद झाला होता. गुरुजी म्हणाले,

"तिसरीची पुस्तकं घेतलीत का?"

मी 'हो' म्हणालो. जेवणाच्या सुट्टीत घरी आलो. वडलांना म्हणालो,

"आण्णा, मी दुसरीत पास झालूया."

वडलांना आनंद झाला. आईला पण आनंद झाला. पण आजोबांच्या मृत्युची जखम अद्याप ओली होती. त्यामुळे तो आनंद त्यातून दिसून येत नव्हता. मला

शाळेला जाण्यास स्फूर्ती मिळाली. मी रोज शाळेला जाऊ लागलो. शुद्धलेखन, गणित, पाढे, वाचन हे दररोज शाळेत चालत होतं.

या वर्षीचा आषाढ आम्हाला आनंदात गेला नाही. आजोबांच्या मृत्युचं दु:ख इतक्या लवकर विसरणं शक्य नव्हतं. आषाढ चुकवायचा नाही, हा रिवाज होता म्हणूनच आषाढाला आलो होतो. आषाढ केला. महिनाभर गावातच राहिलो. मी रोज शाळेला जात होतो. महिन्यानंतर पोट पाठीला बांधून आम्ही फिरायला निघालो. शाळेबरोबर मागण्यातही प्रगती होत होती. आईनं एक लहानशी हाडप शिवली होती. आबास थाटलीच घेऊन मागत होता. गाव सोडल्यापासून बरेच दिवस झाले होते. आमच्याबरोबर नराळची काही बिऱ्हाडं होती. आमच्या गावातील निवृत्ती शिंदे, नागू दोरकर, सुभाष भोसले अशा बिऱ्हाडांचा संच होता. दररोज आमच्या जमातीचं प्रदर्शन गावोगाव भरीत होतं. वडलांनी टाकळीमधून मला परीक्षेसाठी बावचीला आणलं, मी सलगरेमध्ये शाळेला जात होतो आणि बावचीमध्ये पण शाळेला जात होतो. बरंच शिकवलं होतं. अभ्यास झाला होता. तिसरीचे पेपर दिले. पेपर सोपे गेले होते. मी व वडील परत टाकळीला आलो. टाकळीत आल्यानंतर आमची माणसं विचारत होती,

"कशी हुती रं परीकशा?"

मी सांगत होतो, "सुपी हुती."

निवृत्ती शिंदेंनी विचारलं, "फास झालाच का?"

मी म्हणालो, "पास-नापास आकाडाला गेल्यावर कळतंया."

लोकांनी विचारायचं बंद केलं. आम्ही दिवसेंदिवस गावोगाव भटकत होतो. आम्ही सलगरेला गेलो. दर वर्षी सलगरेला नियमानं जात होतो. तिथं एकमेकांच्या भेटी होत होत्या. तिथून मिरजेकडं आलो. एके दिवशी मी वडलांना विचारलं,

"आण्णा, आपुण चवथीची पुस्ताकं घिवं या का?"

वडलांनी उत्तर दिलं, "दोन-चार दिवसांत मिरजचा बाजार हाय. बाजारात घिवं म्हणं."

बाजाराशिवाय कोणती वस्तू घ्यायची नाही हा आमच्या जमातीचा नियमच असावा असं वाटू लागलं. मी मागाला जात होतो. रात्री पाटीवर गणितं सोडवीत बसत होतो.

बुधवारचा दिवस उजाडला. मिरजेच्या बाजारात आलो. जवळच राहिलो होतो त्यामुळे उघडीनागडी-शेंबडी पोरं रडत, आपटत मागोमाग पळत येत होती. वडलांनी पुस्तकं घेतली. चौथीच्या पुस्तकांची किंमत जास्त असावी असं वडलांनी समजून घेतलं असावं. म्हणून त्या दिवशी वडील कुरकुरले नाहीत. नेहमीप्रमाणं ठरावीक

वस्तू घेऊन आम्ही मटण मंडईकडं आलो. दोन रुपयांचा फेरं घेतला. कोणी मासे घेत होते, तर कोणी फेरं घेत होते. मटण घेण्याइतपत पैसे खर्च करण्याचं कोणाचं धाडस नव्हतं. त्या बाजारातून येतेवेळी वडलांनी आठ आण्याची दारू प्यायली होती. आमच्या जमातीमधील बऱ्याच लोकांनी दारू प्यायली होती. रस्त्यानं बडबडत पालाकडं येत होते. कोण झोकांड्या घेत होता, तर कोण पडता पडता स्वत:ला सावरत होता. रस्त्यावरून जाणारी-येणारी माणसं म्हणत होती,

"काय इपरीत हायती ही जुशी. भीक मागत्याती आणिक मिळालेल्या पैशाची दारू ढोसत्याती. च्या मारी जातच भिकाऱ्याची माजुरी हाय."

त्यांचं म्हणणं पण बरोबरच होतं; परंतु प्रत्येक माणूस हा शेवटी माणूसच असतो. भिकारी असला म्हणून त्याला आवड, इच्छा नसते असं कुठं आहे? पण त्या वेळी माझं कोण ऐकत होतं? मीच इतर लोकांचं गप्प ऐकून घेत होतो. दिवस उगवीत होते आणि मावळत होते. माझं मागण्यापेक्षा अभ्यासावर जास्त लक्ष लागलं होतं. मी अद्याप नापास झालो नव्हतो म्हणून कोणी बोलतदेखील नव्हतं. सकाळी मागायला गेल्यानंतर लवकरच पालावर येत होतो. माझ्याबरोबर आबासदेखील लवकरच पालावर येई. कधी कधी दोघांनाही शिव्या घ्याव्या लागत होत्या.

आषाढाला गावी आलो. सकाळी उत्सुकतेनं शाळेला गेलो. गुरुजींना विचारलं, "गुरुजी, मी पास झालूया?"

गुरुजी म्हणाले, "दुपारी तुझ्या वडलांना बोलवून आण."

मला काळजी वाटू लागली. मी पास झालो असतो तर गुरुजींनी सांगितलं असतं. नापास झालो असेन. आता मला कोणी शाळेला पाठवणार नाही. मागायला जावं लागणार, कुत्री चावणार... अनेक विचार येऊ लागले. मला रडायला आलं. मी रडू लागलो. मी रडत असलेलं गुरुजींनी पाहिलं. गुरुजी म्हणाले,

"दादासाहेब, का रडतोस?"

मी म्हणालो, "गुरुजी, मी नापास झालू आसीन, तवाच तुमी आण्णाला बोलवाला सांगताया."

गुरुजी माझ्याजवळ आले व म्हणाले, "वेड्या, तू पास झाला आहेस. ह्या वर्षी चवथीला गेला आहेस. तुला रोज शाळेला यावं लागणार आहे. तेव्हा तुझ्या वडलांना गावी कोणाकडं तरी ठेवण्यास सांगणार आहे."

जेवणाच्या सुट्टीत मी घरी आलो. गडबडीतच भाकरी खाल्ली आणि वडलांना म्हणालो,

"आण्णा, गुरुजींनी तुमाला बुलविलंय."

वडलांच्या डोळ्यांसमोर अनेक प्रश्न तरंगू लागले. वडलांनी मला विचारलं, "तू काय केलंस साळंत?"

मी म्हणालो, ''मी काय केलं न्हाय.''

वडलांनी आवाज चढवला, ''मंग कशाला बुलविलंय गुरुजीनं?''

मला सांगावं लागलं. गुरुजी मला म्हणाले होते तसंच मी वडलांना सांगितलं. वडलांना आनंद झाला. पण तो पाण्याच्या बुडबुड्यासारखा मावळून गेला. चिंतेच्या स्वरात वडील म्हणू लागले,

''कुणाकडं ठिवाचं?''

आई म्हणाली, ''आत्याला इचारून बगा, आपुण फुटगी दिवू.''

वडील विचार करीत बसले. मी खेळण्यासाठी घरातून बाहेर पडलो. बाहेर गावंदरीला सर्व जण मुलं मिळून खेळत होतो. कुणी माझ्या कुया जास्त घेतल्या म्हणून भांडत होता, तर कुणी रिंगणात नीट कुया मांडल्या नाहीत म्हणून भांडत होता. खेळता खेळता भांडण होत होतं. मग कुणीतरी मोठा माणूस येऊन आम्हाला दोन-चार शिव्या देऊन, वेळप्रसंगी एखादी-दुसरी थप्पड मारून भांडण सोडवीत असे. खेळून दुपारी घरी आलो. मी व वडील शाळेकडं निघालो. पुस्तकं भरलेली फाटकी पिशवी हातात घेतली. वडील विचाराच्या तंद्रीतच पुढं चालत होते. मी त्यांच्या पाठोपाठ चालत होतो. आम्ही शाळेसमोर गेलो. वडील पिंपळाच्या झाडाखाली कट्ट्यावर बसले. मी वर्गात बसलो. गुरुजी बाहेर आले. वडलांच्या शेजारी बसत म्हणाले,

''मोरे, दादासाबाला गावीच ठेवावं लागेल. चवथीची परीक्षा केंद्राला असते. त्यामुळे नियमित हजर राहणं आवश्यक आहे. अभ्यास चांगला असेल तरच पास होईल. तुमचा विचार काय आहे?''

वडील म्हणाले, ''तुमचं बराबर हाय. पर गुरुजी, पोराला कुणाजवळ ठिवावं?''

लगेच गुरुजी म्हणाले, ''अहो, तुमची आई गावीच असते. ठेवा की त्यांच्याकडं. म्हातारीला पण तेवढाच आधार होईल. पाणी आणेल, घरातील लहान-मोठं काम करेल.''

वडील म्हणाले, ''बरं, बगतू इचारून. न्हाय म्हणाली तर बी ठिवतू कुणाकडं. तुमी बी आमच्या हिताचंच सांगताया. पर गुरुजी तुमी मातर त्येच्यावर नजर ठिवा. कवा सुडून गिलू न्हाय. जरा चिंता वाटत्याया.''

गुरुजी म्हणाले, ''तुम्ही काळजी करू नका. त्याला ठेवून जावा.''

वडील उठले आणि नमस्कार करून निघून गेले. गुरुजी वर्गात येऊन शिकविण्याच्या कामात गुंतले. पाच वाजता शाळा सुटली. पिशवी घेऊन मी घरी आलो. माणसांनी, आपोपली घरं सारवली होती. कोणी शेकारली होती. आषाढाला दर वर्षीप्रमाणं मेंढ्या, बकरी, बोकड यांचा बळी दिला. मनोरंजनासाठी या वर्षी काहीच सांगितलं नव्हतं. आमच्याच जमातीमधील आप्पा शिंदे, लोक त्यांना आप्पा महाराज म्हणायचे.

ते दिसायलादेखील बुवाप्रमाणंच दिसत होते. डोकीचे केस भरमसाट वाढवले होते. दाढी गळ्यापर्यंत सोडली होती. आप्पा शिंदे भीकदेखील देवीचा पुजारी आहे म्हणूनच मागत होते. आप्पा महाराज थोडाफार कलाकार माणूसच होता. आषाढाच्या दुसऱ्या दिवशी त्यानं लाकडी घोडा तयार केला. गावातील सर्व माणसं लग्नाच्या वरातीसमोर घोडा नाचवण्यासाठी त्यांना बोलवीत असत. त्यांना घोडा नाचवण्याची कला अवगत आहे हे सर्वांना माहीत होतं. रात्री जेवण झाल्यानंतर माणसे गावंदरीच्या पटांगणावर जमलीत. आप्पा महाराज लाकडी घोडा घेऊन मध्यभागी उभे होते. सभोवती माणसं, बायका बसल्या होत्या. आप्पा महाराजांनी थोडी दारू ढोसली होती. त्यामुळे त्यांनाच समजत नव्हतं की, आपण कुठं आहो? महाराज घोडा नाचवू लागले. रात्री बराच वेळ घोडा नाचवीत होते. दारूच्या नशेत त्यांना पाय दुखतात याची जाणीवदेखील नव्हती. परंतु नशा जसजशी कमी होऊ लागली, तसतसे महाराजांचे पाय दुखू लागले. नशा संपूर्ण नाहीशी झाली. महाराजानं घोडा नाचवण्याचं बंद केलं. लोकांनी त्यांना आठ आणे रुपाया याप्रमाणे बक्षीस दिलं. लोकांचंही तेवढंच मनोरंजन झालं. रात्री आपोपल्या घरी जाऊन लोक झोपू लागले. आषाढाचे चार-पाच दिवस आनंदात गेले. पालजत्रा झाली. थोड्या दिवसांनी चार-पाच बिऱ्हाडांच्या संख्येनं आमची जमात भटकण्यासाठी जाऊ लागली. पावसाची रिमझिम सुरू होती, पोटासाठी लोकांना जावंच लागणार होतं. पावसाळा, उन्हाळा, हिवाळा हे ऋतू आमच्या लोकांच्या अंगवळणी पडले होते. सर्व लोक जाऊ लागले. वडलांना काळजी लागली की, पोरगं कोणाकडं ठेवायचं! वडील सोना आजीकडं गेले. आजीला म्हणाले,

"आय, दादासाबाला तुज्याकडं ठिवून जावावं म्हणतूया. गुरुजीनं त्येला गावातच ठिवाला सांगितलंया. तेवढाच तुला बी पाण्या-कांज्याचा आदार हुईल. तुला म्या दोगांची बी फुटगी दितू."

आजीनं थोडा वेळ विचार केला आणि म्हणाली, "ऱ्हाव दी. दादासाब काय वायीट न्हाय. पोरगं मस्त श्याणं हाय. जाताना तु बी जरा ताकीद करून जा."

वडलांना आईची दया आली. आजीनं अशा वेळी सहकार्य केलं होतं. मलाही आजीबद्दल आदर वाटू लागला.

दुसऱ्या दिवशी आमचं बिऱ्हाड निघालं. मला पांघरण्यासाठी एक लहान फाटकी वाकळ ठेवली. अंथरण्यासाठी एक पटकूर ठेवलं. मला व आजीला खाण्यासाठी दोन पायल्या ज्वारी ठेवली. मला कपडे तर नव्हतेच. एक फाटकी चड्डी होती पण ती घातली होती. दोन शर्ट होते. त्यातील एक अंगात घातला होता. दोन्ही शर्ट फाटलेलेच होते. पुस्तकं, पाटी एका फाटक्या पिशवीत भरली. ती पिशवी आणि वाकळ पटकूर घेतले. आजीच्या धाब्याच्या घरात नेऊन ठेवले.

वडलांनी घोड्याला खोगीर घातला होता. ओझं घोड्यावर लादलं. जातेवेळी आईनं मला पुढं घेतलं आणि रडायला लागली. रडत रडत म्हणत होती,

"कवा सुडून गिली न्हाय. पर आता जातूया, नीट ऱ्हा. आमाला काळजी लाव नगस." आजीकडं वळून म्हणाली, "आत्या, पोराला चांगलं संबाळा. आमचं ध्यान काडू दिवं नगा."

आजी म्हणीत होती, "आगं, माज्याजवळ आसल्यावर तू कशापाय काळजी करत्यायाचं? दुसऱ्याच्या जवळ ऱ्हातूया थोडंच?"

तोपर्यंत आबास रडू लागला, "मी बी ऱ्हातू साळंला."

वडील त्याची समजूत घालत होते, "तुजं नाव घालू साळंत आपुण. मागून आल्यावर. मग ऱ्हा."

छाया म्हणत होती, "दादा, तू न्हाय येत आमच्या बलूबल. लाहतूच."

मला रडायला आलं. मी तिला उचलून घेतलं. कृष्णा शिंदे ओरडले, "मलारीऽऽऽ चल की. घुडी भिली वज्यानं."

वडील-आई दोघं जणही आजीच्या पाया पडले. मी आई-वडलांच्या पायाला हात लावला. आई माझ्याकडं बघत बघत पुढं चालत होती. डोळ्यात अश्रूंचा सागर घेऊन एक-एक पाऊल पुढं उचलीत होती. मी आणि आजी लांबपर्यंत त्यांना पोचवण्यासाठी गेलो. वडील म्हणाले,

"दादासाब, आता जा म्हागारी. आब्यास करत जा. कुणाबरुबर भांडाण करू नगंस."

मी व आजी परत फिरलो. घरी आलो, दिवसभर मला घरातील माणसांची आठवण येत होती. आई रडत जात असेल. छाया माझी आठवण काढीत असेल. आबासबरोबर उद्यापासून मागायला कोण जाणार? या विचारातच मी तो दिवस आणि रात्र काढली. सकाळी शाळेला गेलो. गुरुजींनी मला विचारलं,

"गेले का रे, आई-वडील?"

मी मान हालवली. नंतर गुरुजींनी दुसरा प्रश्नच विचारला, "कोणाकडं राहिला आहेस?"

मी सांगितलं, "आजीजवळ ठिवल्याया."

गुरुजी म्हणाले, "बरं झालं. आता रोज शाळेला येत जा."

मी 'व्हय' म्हणालो. दिवसभर करमत नव्हतं. जेवणाच्या सुट्टीत घरी आलो. आजी घरीच होती. मला म्हणाली,

"साळातनं आल्यावर हातानं घिवून खात जा. म्या घरात नसली तर बी जीवून साळंला जात जा."

मी खाली मान घालून गणितं सोडवीत बसलो. दुपारी शाळेला गेलो. पाच

वाजता परत आलो. शाळेकडून आल्यानंतर मातीची लहान घागर घेऊन पाणी भरलं. पाणी ओढ्याचं आणावं लागत होतं. ओढा जरा लांबच होता. आजीनं माझं कौतुक केलं. रोज शाळेला जाणं, पाणी भरणं, घर झाडणं ही दैनंदिनी सुरू झाली. माझ्या जीवनाला आता स्थायी स्वरूप मिळालं होतं. अधूनमधून येदूतात्यांच्या घरी जात होतो. तिथंच जेवत होतो. बसत होतो. येदूतात्यांचा मुलगा दामाजी माझ्यापेक्षा दोन वर्षांनी मोठा होता. तोदेखील चौथीलाच होता. आम्ही दोघं जण अभ्यास करीत होतो. खेळत होतो.

एके दिवशी वर्गात बसलो होतो. गुरुजींनी बालभारतीमधील आठवा धडा शिकवला. थोड्या वेळानं गुरुजी म्हणाले,

"मुलांनो, तुमची सहामाही परीक्षा पंधरा दिवसांनंतर आहे. अभ्यास चांगला करा."

सहामाही परीक्षा फक्त पंधरा दिवसांवर आली होती. विचार केला, अभ्यास जोरात केला पाहिजे. दहा वाजता जेवणाची सुट्टी झाली. घरी आलो. आजी कुठंतरी बाहेर गेली होती. भाकरी आणि आमटी घेतली. जेवलो व अभ्यास करीत बसलो. किती वाजले याचा विचारच केला नव्हता. उठून शाळेला गेलो. जवळजवळ एक तास उशीर झाला होता. गुरुजी चिडले होते. मला म्हणाले,

"इतका वेळ कुठं गेला होतास?"

मी सांगितलं, "गुरुजी, मी अभ्यास करत बसलो होतो. ध्येनातच आलं नाही शाळेला याचं."

गुरुजींनादेखील कौतुकच वाटलं. त्यांचा राग नाहीसा झाला. गुरुजी म्हणाले, "चांगली सवय आहे. असा अभ्यास केला तरच लक्षात राहतं. अभ्यास करताना वेळेचं भान नसलं पाहिजे."

मला खाली बसायला सांगितलं. मी खाली बसलो. पाढे म्हटले. गणितं सोडवली. पाच वाजता शाळा सुटली. मी घरी आलो. घरी येऊन पाणी भरलं. खेळायला गेलो नाही. अभ्यास करीत बसलो. रात्री जेवल्यानंतर चिमणी जवळ घेतली. त्या चिमणीचा धूर नाकात जात होता. तोंड काळं होत होतं. पण नाइलाज होता. त्याच्याशिवाय उजेडाचं दुसरं साधनच नव्हतं. रात्री बराच वेळ वाचत बसलो. आजी शेजारीच झोपली होती. मधूनच जागी झाली. उजेड बघून म्हणाली,

"कवापास्न बसलायीस रं झोप आता."

मी आजीला सांगितलं, "परीक्षा लय जवळ आलयाय. गुरुजींनी वाचायला सांगितलंय."

मग आजी म्हणाली, "वाच बाबा, फेपर लिवाचं आसत्याती."

एवढं बोलून ती झोपली. मी वाचतच बसलो. डोळे पेंगायला लागले. दिवा विझविला आणि झोपलो. मी रोज शाळेकडून आलो की, रात्री चिमणी घेऊन, तिच्या उजेडानंच अभ्यास करीत होतो.

शाळा भरली होती. गुरुजी म्हणाले, ''मुलांनो, उद्या तुमची सहामाही परीक्षा आहे. येतेवेळी पेन घेऊन या. जमल्यास एक जादा पेनदेखील आणा. रात्री जास्त वेळ जागरण करू नका. नाहीतर शाळेत येऊन पेपर लिहिण्याऐवजी पेंगत बसाल.''

गुरुजींनी पेपर कसे लिहावेत याविषयी माहिती सांगितली. ''पेपरामध्ये खाडाखोड करू नका. एखादा शब्द चुकला असेल तर, त्या अक्षरावर फक्त एक आडवी रेषा मारा.''

गुरुजींनी चौथीच्या मुलांना बऱ्याच सूचना सांगितल्या. मी दिवसभर पेपराविषयी विचार करीत होतो. रात्री फार वेळ जागरण केलं नाही. विचार करीत करीतच झोपलो. सकाळी शाळेला जाताना पाहिलं, तर गुरुजींनी पूर्वी दिलेला एक मोडकातोडका पेन होता. त्या पेनची अक्षरंदेखील बोरूनं लिहिल्याप्रमाणे मोठी होती. दुसरा पेनही नव्हता आणि शिस्पेन्सीलदेखील नव्हती. तसाच परीक्षेला गेलो. गुरुजींना म्हणालो,

''गुरुजी, ह्या पेनची अक्षरं लय मोठी येत्याती.''

गुरुजी आपल्याजवळील पेन मला देत म्हणाले, ''हा पेन घे. परीक्षा होतपर्यंत तुझ्याकडेच राहू दे.''

मी तो पेन घेतला. परीक्षेसाठी सर्व मुलं बसली. बालभारतीचा पहिला पेपर होता. गुरुजींनी पेपर वाटले. प्रश्नपत्रिका आणि उत्तरपत्रिका एकच होती. गुरुजींनी सांगितल्याप्रमाणे पेपरावर नाव, वर्ग घातले. पेपर लिहिण्यास सुरुवात केली. पेपर सोपाच होता. पेपर लिहीत होतो. किती वेळ झाला हे समजलंच नाही. गुरुजी म्हणाले,

''अर्धा तास राहिला. लवकर लिहा.''

माझा पेपर अद्याप बराच लिहावयाचा होता. खाडाखोड होऊ नये म्हणून मी शिस्तीत लिहीत होतो. परत गडबडीनं पेपर लिहायला सुरुवात केली. कसेतरी प्रश्न पूर्ण केले. गुरुजी म्हणाले,

''वेळ झाली. पेपर द्या.''

एका मुलाला पेपर गोळा करण्यास सांगितलं. तो मुलगा पेपर गोळा करू लागला. मी पेपर दिला आणि घरी आलो. जेवता जेवता विचार केला. दुपारच्या पेपराला गडबडीनं लिहायचं. नंतर वाचत बसलो. दुपारचा पेपर लवकरच पूर्ण झाला होता.

अशा प्रकारे एकामागून एक पेपर देत होतो. शेवटचा पेपर गणिताचा होता. त्या वेळी गुरुजी म्हणाले,

"उद्यापासून पंधरा दिवस, दिवाळीची सुट्टी आहे. पंधरा दिवसांनंतर शाळा भरेल."

गणिताचा पेपर देऊन घरी आलो. सुट्टी होऊन दोन दिवस झाले होते तरीदेखील वडलांचा पत्ता नव्हता. विचार केला, वडलांच्या लक्षात नसेल. जरी सुट्टीत कोणी आलं नाही तरी इथंच राहावं. दुसऱ्या दिवशी सकाळीच वडील आले. बहुतेक त्यांनी रात्री जवळच्याच गावी मुक्काम केला असावा. सकाळी लवकरच आले होते. आजीनं तांब्या भरून पाणी दिलं. वडलांनी दारातच घोडं बांधलं. चूळ भरून आले. खाली बसतच मला विचारलं,

"झाली का रं तुजी परीकशा?"

मी सांगितलं, "परीक्षा होऊन दोन दिवस झालं."

परत वडलांनी दुसरा प्रश्न विचारला, "करमतंया का तुला हितं?"

मी म्हणालो, "मला लय करमतंया. कवा-तर घरातल्या माणसांचं ध्यान होतंय."

वडील म्हणाले, "येड्या, ध्यान करू नगंस. तुला दिवाळीच्या सुट्टीत. उनाळ्याच्या सुट्टीत न्हेतो गबाळाकडं." नंतर वडील आजीकडं वळून म्हणाले, "पोरगं तुला तरास-बिरास देतंय काय?"

आजी म्हणाली, "मला कश्याला तरास देतंया. मस्त चांगला हाय. पाणी आणतूया, घर लोटतूया. मलारी त्येला लगीच म्हागारी आन. आबीस करतंया."

वडलांनी मान हालवली. तो दिवस, वडलांनी गावातील माणसांना भेटत, बरंवाईट विचारीत काढला. दुपारी आमिन पाटलांच्या वस्तीवर गेले होते. गावापासून दीड मैलावर आमिन पाटलांची वस्ती होती. आमिन पाटील जातीनं मुसलमान होते. लहानपणापासून त्यांची व वडलांची दोस्ती होती. आम्ही घरी असलो की, नेहमी येत असत. कधी कधी आमच्याच घरी जेवत असत; परंतु आषाढाच्या पाच-सहा दिवसांत कधी जेवत नसत. त्यांना मरगम्मा देवीला बळी दिलेला प्राणी खायचा नव्हता. त्यांचा देव वेगळा होता आणि आमचा देव वेगळा होता. माणसं एकसारखीच होती पण त्यांचे देव मात्र वेगवेगळे होते. मला ते विचित्र, विसंगत वाटत होतं; परंतु आजपर्यंत रूढीपरंपरेनं चालत आलं होतं. वडील आमिन पाटलांच्या वस्तीवर जाऊन आले.

सकाळी मी आणि वडील लवकरच गबाळाकडं निघालो. वडलांना जाता-जाताच मी विचारलं,

"कोणत्या गावाला हायती बिऱ्हाडं?"

वडील म्हणाले, "खंडराजुरीला हायती."

आम्ही तो संपूर्ण दिवस वाट चालत होतो. डफळापूरच्या धर्मशाळेत मुक्काम केला. आजीनं दिलेल्या भाकरी खाल्ल्या. तिथून पहाटेच निघालो. थोडं अंतर मी

चालत होतो आणि वडील घोड्यावर बसत होते, तर बरेच अंतर वडील चालत होते आणि मी घोड्यावर बसत होतो. आम्ही तीन-चारच्या सुमारास खंडेराजुरीला पोचलो. आम्ही येत आहो ते पाहून आबास व छाया पळत आम्हाकडं येऊ लागली. मी घोड्यावरून खाली उतरलो. छायाला घोड्यावर बसवलं आणि आबासबरोबर चालू लागलो. जवळजवळ चार महिन्यांनंतर मी त्यांना पाहत होतो. मला भयंकर आनंद झाला होता. पालावर गेलो. आमचे लोक एखाद्या मिल्ट्रीमधून सुट्टीवर सैनिक येतो त्याप्रमाणे माझ्याकडं पाहत होते. प्रत्येक जण विचारीत होता,

"कसं चाललंय पोटाचं?"

मी सांगत होतो, "पोटाचं चांगलं आहे."

कुणी विचारीत होतं, "गावाकडं कसं हाय?"

मी सांगत होतो, "गावाकडं सगळं चांगलं आहे."

माझे थोडं थोडं शुद्ध शब्द ऐकून माणसं म्हणीत होती, "बगितलं का पोरगं येवडं दिसंच साळंत ऱ्हायलंय तर कसं बामणावाणी बोलतंया."

वडलांना माझ्यापेक्षा जास्त अभिमान वाटत होता. आईनं मला जवळ घेतलं. प्रेमानं पाठीवरून हात फिरवला. दोन दिवस आनंदच आनंद होता. तिसऱ्या दिवसानंतर मी व आबास मागायला जाऊ लागलो. आबास म्हणीत असे, 'दादा, तू जावं नगंस साळंला. आपुण दोगं मिळून मागाला जावं.'

मला त्याच्या बोलण्याचं हसू येत होतं. छाया कधी कधी म्हणायची, 'दादा, तू म्हागाली जावं नगंस.'

मला तिचं कौतुक वाटत होतं. एका गावाहून दुसऱ्या गावाला प्रवास सुरू झाला. कुत्री ओढीत, घोडी हाकलीत आम्ही पुढं जाऊ लागलो. दर वर्षीप्रमाणे आम्ही सलगरेला आलो. कोंडिबा कुंभाराची माळ भिकाऱ्यांच्या पालानं भरला होता. जत्रेप्रमाणे गर्दी दिसत होती.

मी वडलांना म्हणालो, "आण्णा, मला शाळेला घालवा. लय दिवस झालं. गुरुजी ओरडत्याती."

वडलांनी मला पाठवून देण्याचं कबूल केलं. मंगळवारी सलगरेमध्ये बाजार केला. वडलांनी एक सव्वा रुपयाचा पेन घेऊन दिला. मी वडलांबरोबर बावचीला निघालो त्या वेळी नागू आजोबा म्हणाले,

"मलारी, ही बरं हाय का? घोडं मेलं वज्यानं आन् शिंगरू मेलं हेलपाट्यानं. तशासारखी तुजी गत झाल्याया. पोराला आणाचं आणिक सोडला जायायचं."

ते ऐकून कृष्णा शिंदे म्हणाले, "आगा नागूमामा, पोरास्नी शिकवाचं म्हंजी काय पालाबरुबर फिरत शिकवाचं असतंया व्हय. त्यासाठी येवडा तरास घ्याला पायजीच की."

नागू आजोबा गप्प बसले. मी आणि वडील निघालो. आईचे डोळे भरून आले. आबास व छाया माझ्याकडं बघू लागली. मला वाईट वाटत होतं. परंतु उद्या, मागण्यापेक्षा आज आपल्या मायेचा गळा घोटलेला फार चांगलं आहे, असा विचार करून वडलांबरोबर चालू लागलो. आम्ही रात्री आठ वाजता बावचीला पोचलो. घरी आल्यानंतर आजीनं बसायला पटकूर टाकलं. मी आणि वडील त्याच्यावर बसलो. आजी व वडील इकडील-तिकडील गप्पा मारत बसले होते. रात्री झोपलो. वडील पहाटेच उठले. घोड्याला खोगीर घातला आणि जाऊ लागले. जातेवेळी मला म्हणाले,

"दादासाब, परीकशा नीट दी. तुजी उनाळ्याची सुटी झाल्यावर यीतू तुला न्ह्याला. आब्यास कर. खेळत फिरू नगंस." असं म्हणून दोन रुपये मला खर्च करण्यासाठी दिले. वडील निघून गेले. मी ते दोन रुपये आजीकडं दिले. तोंड धुतलं होतं. तोपर्यंत सकाळ झाली. दप्तर साटवून शाळेला गेलो. शाळा तीन-चार दिवसांपूर्वी सुरू झाली होती. गुरुजी मला म्हणाले,

"आला आहेस? ठीक झालं. कोण, वडील आले होते काय सोडण्यास?"

मी 'होय' म्हणालो, वर्गात बसलो. गुरुजींनी शिकवण्यास सुरुवात केली.

माझं शालेय जीवन सुरू झालं. वाचणं, लिहिणं, गणितं सोडवणं सुरू झालं. दोन-तीन दिवसांनंतर मी येदूतात्यांच्या घरी गेलो. तात्या घरीच होते. नुकतेच मागून आले होते. तात्यांनी मला विचारलं,

"कुण्या गावानं आलास रं?"

मी सांगितलं, "सलगरातून आलोय."

तात्यांनी परत विचारलं, "मलारी राती घराकडं का बरं आला न्हाय?"

मी म्हणालो, "आम्ही राती उशिरानं आलो आणि आण्णा पहाटंच गेले."

थोडा वेळ बोलत बसलो. नंतर घरी आलो. दिवसामागून दिवस उलटत होते. मी नियमित शाळेला जात होतो. अभ्यास करीत होतो. घरातील लहान-लहान कामं करीत होतो. बघता-बघता दिवस निघून गेले. वार्षिक परीक्षा चार दिवसांवर आली. गुरुजींनी आम्हाला अगोदरच परीक्षेविषयी सूचना दिली होती.

गुरुजी वर्गात आले. शिकवू लागले. इतिहासाचा पाठ शिकवून झाला. गुरुजी म्हणाले,

"उद्या सलगरे बुद्रुकला जायचं आहे. सलगरे बुद्रुक आपल्या शाळेचं चौथीचं केंद्र आहे. जातेवेळी अंथरूण, पांघरूण, दोन पेना, चार दिवसांचं जेवण आणि अभ्यासासाठी पुस्तकं घेऊन चला. आपणाला रोज पेपर देऊन येता येणार नाही. जर पेपर देऊन आलो तर तुमचा दुसऱ्या पेपरचा अभ्यास होणार नाही. उद्या दुपारी चार वाजता सर्व जण शाळेत एकत्र यायचं आहे."

एवढं बोलून गुरुजींनी चौथीच्या मुलांना सुट्टी दिली. एकूण चौथीच्या वर्गामध्ये नऊ मुलं होती. घरी आलो. कपडे धुण्यासाठी ओढ्यावर गेलो. कपडे धुतले. परत आलो. रात्री आजीला म्हणालो,

"आजी, उद्या सकाळी चार दिवसांच्या भाकरी करून दी."

पुस्तकं, वह्या पिशवीत व्यवस्थित आहेत किंवा नाही ते पाहिलं. माझ्याजवळ वडलांनी घेतलेली एक पेन व गुरुजींनी दिलेली एक पेन अशा दोन पेना होत्या. रात्रभर साहित्य साटवीत होतो. सकाळी आजीनं भाकरी, सुकी डाळ तयार केली. भाकरीचं एक गाठोडं बांधलं. पांघरण्यासाठी एक फाटकी वाकळ होती. तीच घेतली. अंथरण्यासाठी पटकूर घेतलं. आजीला एकच वाकळ राहिली होती. आजी म्हणाली,

"म्या कसंतर काढती एक वाकळवर. तू घिवून जा."

दोन-तीन वाजेपर्यंत सर्व तयारी झाली. आजीला म्हणालो, "आजी, आण्णाकडून घेतलेले पैसे मला दी."

आजी स्वत:शीच हसली. कंबरेची पिशवी काढली. त्या पिशवीतून दोन रुपये काढले व मला दिले. पैसे मिळाले होते. शाई घेण्याचा प्रश्न तरी निर्माण होत नव्हता. आजीच्या पायाला हात लावला. आजीनं आशीर्वाद दिला,

"लय येस दिवं दी - इट्टला तुला. फास हू."

मी साहित्य घेऊन जाऊ लागलो. आजी म्हणाली, "आरं इट्टलाच्या पाया पड आन ती चिरमुरं घी जरा परसाद म्हणून." मी विठ्ठल-रुखमाईच्या मूर्तीला नमस्कार केला. थोडे चिरमुरे घेतले-पिशवीत टाकले. वाकळंची वळकटी तयार केली होती. ती घेतली. पुस्तकांच्या पिशवीतच भाकरीचं गाठोडं घेतलं. वळकटी खांद्यावर घेतली. पिशवी हातात घेतली आणि शाळेकडं निघालो. बरीच मुले जमली होती. गुरुजी येऊन बसले होते. गुरुजींनी माझ्याकडं पाहिलं. खांद्यावर वाकळंची वळकटी, हातात पिशवी सामान टिच्चून भरलेली. मी वाकळ घेऊन परीक्षेला चाललो होतो. गुरुजींना वाईट वाटत होतं. सर्व मुलं जमली. चार वाजून गेले होते. आम्ही सर्व जण सलगरेला निघालो. नऊ मुलं होती व एक शिक्षक होते. दुसऱ्या दिवसापासून पेपर सुरू होणार होते. आमच्या गावापासून सलगरे बुद्रुक पाच मैलांवर होतं. मध्यंतरी जंगलगी नावाचं एक लहान खेडंगाव लागत असे. त्या गावावरून पुढं जावं लागत होतं. आम्ही सर्व जण आपोपलं साहित्य घेऊन चालत होतो. गुरुजी सायकल घेऊन आले होते. त्यांनी आपल्या सायकलीस बऱ्याच मुलांची ओझी अडकवली होती. गुरुजी आमच्याबरोबर चालत होते. माझी वळकटी सायकलीवरच होती. मजल दरमजल करीत सायंकाळी सहा वाजता आम्ही सलगरे बुद्रुकला पोचलो. बाहेरून परीक्षेला येणाऱ्या मुलांसाठी एका जुन्या शाळेची व्यवस्था केली

होती. परीक्षा नवीन बांधलेल्या शाळेत होती. आम्ही आपोपलं साहित्य जुन्या शाळेत टाकलं. बाहेरच्या खेड्यांची बरीच मुलं तिथं अगोदर आली होती. माझ्याकडील वाकळंची वळकटी बघून इतर मुलं हसत होती. रात्री सर्व जण एकत्र बसलो. गुरुजींनी परीक्षेचे नंबर सांगितले. परीक्षेविषयी सूचना गुरुजी आम्हाला सांगत होते.

'मुलांनो, परीक्षा दुसऱ्या गावाला आहे म्हणून घाबरू नका. आपल्या शाळेमध्ये ज्याप्रमाणे पेपर लिहीत होता त्याप्रमाणेच इथंही लिहा. भरभर लिहीत जावा.'

अशा अनेक सूचना सांगितल्या. आम्ही सूचना काळजीपूर्वक ऐकून घेत होतो. रात्री अभ्यास करीत होतो. गुरुजींनी लवकरच झोपण्यास सांगितलं. आम्ही झोपलो.

गुरुजींनी आम्हाला पहाटेच उठवलं. पहाटे उठून आम्ही तोंड धुतलं आणि अभ्यास करीत बसलो. सहा वाजेपर्यंत अभ्यास केला. आठ वाजता पेपर होता. शाळेपासून थोड्या अंतरावर एक विहीर होती. सर्व जण मिळून त्या विहिरीवर अंघोळीला गेलो. अंघोळ केली. परत आलो. सात वाजून गेले होते. परीक्षेची वेळ जवळ येत होती. आम्ही फक्त पेना बरोबर घेतल्या. शाळेकडं निघालो. शाळेत येऊन आपोपले नंबर कुठं आहेत ते पाहिलं. मी माझ्या परीक्षा क्रमांकावर जाऊन बसलो. भीती वाटत होती. पहिलाच प्रसंग होता अशा प्रकारची परीक्षा देण्याचा. घंटा वाजली. उत्तरपत्रिका घेऊन शिक्षक वर्गात आले. शिक्षक दुसरेच होते. त्यांनी नाव, नंबर, वर्ग कुठं लिहावयाचे याविषयी माहिती सांगितली. दुसरी घंटा झाली. शिक्षकांनी उत्तरपत्रिका दिल्या. उत्तरपत्रिका व प्रश्नपत्रिका एकच होती. उत्तरपत्रिका घेत असताना हात थरथर कापत होते. उत्तरपत्रिकेवर नाव, नंबर, वर्ग लिहिला. एक वेळा सर्व प्रश्न वाचून पाहिले. प्रश्न सोपे होते. थोडं धैर्य आलं. पहिला प्रश्न भराभर लिहिला. एकापाठोपाठ एक याप्रमाणे प्रश्नांची उत्तरं लिहीत होतो. घंटा झाली. शिक्षक म्हणाले,

"अर्धा तास राहिला आहे."

माझा एकच प्रश्न राहिला होता. तो लिहिला. पेपर तपासून पाहिला. विषयाचं नाव घालण्याचं विसरलो होतो. विषयाचं नाव घातलं, 'मराठी.' शेवटची घंटा झाली. शिक्षकांनी पेपर घेण्यास सुरुवात केली. पेपर दिले. आम्ही शाळेच्या बाहेर आलो. आमच्या शाळेची सर्व मुलं एकत्र जमली. कुणाच्या चेहऱ्यावर उत्साह होता, तर कुणाचे चेहरे निराश झाले होते. सर्वसाधारण बऱ्याच मुलांच्या चेहऱ्यावर उत्साह दिसत होता. आम्ही राहत होतो त्या जुन्या शाळेत आलो. जेवण केलं. दुसऱ्या पेपराचा अभ्यास करू लागलो. गुरुजी आले. आम्हाला विचारलं,

"पेपर कसा होता?"

आम्ही सर्वांनी एकमतानं सांगितलं, "गुरुजी, पेपर सोपा होता."

गुरुजींनी आम्हाला दुसऱ्या पेपरचा अभ्यास करायला सांगितलं. अशा प्रकारे

एकानंतर एक पेपर संपू लागले. पेपराविषयीची भीती हळूहळू कमी होऊ लागली. पेपर देण्याचे संपले. चार-दिवसांनंतर सलगरे बुद्रुकहून आम्ही बावचीला आलो. मुलं आपोपल्या घरी गेली. मी आजीकडं आलो. आजीनं विचारलं,

"फेपर झालं का रं?"

मी 'होय' म्हणालो. नंतर आजी म्हणाली,

"बरं झालं बाबा, आता ऱ्हा मलारी येतपातूर."

मी घरी पाणी भरणं, झाडून काढणं ही कामं करीत होतो.

अधूनमधून खेळायला जात होतो. चार-पाच दिवसांनंतर वडील आले. मी आणि वडील गबाळाकडं आलो. बिऱ्हाडं कडलासला होती. सर्वांना भेटलो. आई गरोदर होती. जास्त काम तिच्यानं होत नव्हतं. आम्ही एका गावाहून दुसऱ्या गावाला जाऊ लागलो. विचार येऊ लागले, आई आता रानातच बाळंत होणार. आईचे हाल होणार. घरी कामाला कोणीच नसणार. मला राहता येत नव्हतं. मलादेखील शाळेची ओढ लागली होती. मी वडलांना म्हणालो,

"आण्णा, आता बावचीची शाळा संपली. निंबोणीला शाळेला जावावं लागतंय."

आई म्हणाली, "आरं, रोज चालत जाऊन-चालतच म्हागारी कवा याचा तू."

मी म्हणालो, "गावातील पोरं जातात. त्यांच्याबरोबर जाईन."

आई गप्प बसली. वडलांनीदेखील मलाच साथ दिली. वडील म्हणाले,

"बरं हाय. जात जा निमुणीला. एकलाच जाव नगंस. पोरांसंगं मिळून जात जा."

पाच-सात बिऱ्हाडांचा पहिलाच संच होता. मी व आबास मागायला जात होतो. आमच्या जमातीमधील मुलं एकमेकांना मिसळून घेत नसत. आपल्याला जास्त मिळावं यासाठी दुसऱ्याला कधी बरोबर घेऊन जातच नसत. मी गबाळाला असलो म्हणजे आबासला बरं वाटत होतं. मी व आबास मागत होतो दोघं जण मिळून. वडलांना म्हणालो,

"आण्णा, पुस्तकं घेण्यास पैसे द्या. मी जुनी पुस्तकं कोणाकडून तरी घेतो."

वडील म्हणाले, "तुजी चवतीची पुस्तकं इक आणिक पाचवीची घी. कमी पडलं तर थोडं पयसं दितू."

मी 'होय' म्हणालो. 'होय' म्हणावंच लागणार होतं. वडलांनी मला आजीकडं आणून सोडलं. आषाढापर्यंतचं धान्य दिलं. खर्च करण्यासाठी पुस्तकास कमी पडलं तरी पुस्तकं घेण्यासाठी दहा रुपये दिले. दुसऱ्या दिवशी पहाटेच निघून गेले. माझी चौथीची पुस्तकं कोणाला विकायची? हा प्रश्न होता. शाळा भरली होती. मी गुरुजींकडं गेलो. गुरुजी मला म्हणाले,

"तू पास झाला आहेस. मार्क्सदेखील चांगले आहेत. तू पुढच्या वर्षी कुठं शिकणार आहेस?"

मी म्हणालो, ''गुरुजी, मी निंबोणीला जाणार आहे. रोज जाऊन-येऊन करतो इतर मुलांच्याबरोबर.''

गुरुजी म्हणाले, ''आजीकडंच राहणार आहेस?''

मी म्हणालो, ''होय. पण गुरुजी माझी चवथीची पुस्तकं विकायची आहेत. त्याशिवाय पाचवीची पुस्तकं घेता येत नाहीत. चवथीची पुस्तकं कोण घेतंय का बघा.''

गुरुजी म्हणाले, ''तू पुस्तकं घेऊन ये. मी दोन दिवसांत कोणाला तरी विकतो. निम्म्या किमतीनं विकावी लागतात बरं का?''

मी मान हालवली. गुरुजींनी मला दाखला दिला. मला फार वाईट वाटू लागलं. असे चांगले शिक्षक मिळाले तरच माझं शिक्षण होणार होतं. माझ्या डोळ्यांतून नकळत अश्रू वाहू लागले. गुरुजी म्हणाले,

''अरे, रडतोस का? - मी इथंच आहे. कमी जास्त पडलं - तरी माझ्याकडं येत जा. असाच अभ्यास कर. तू शेवटी एक चांगला मुलगा होणार आहेस.''

गुरुजींच्या शब्दानं मला स्फूर्ती मिळाली होती. दाखला घेतला. गुरुजींच्या पायाला हात लावून नमस्कार केला. घरी आलो. आजीला म्हणालो,

''आजी मी चवथीला पास झालोय.''

आजीला आनंद झाला. तिच्या जवळ शिकायला होतो म्हणून तिला अभिमान वाटू लागला. आजी म्हणाली,

''चांगलं केलंस रं बाबा. न्हायतर मलारी माज्या नावानं वरडला असता.''

मला गंमत वाटली. आजीच्या नावानं ओरडण्याचा काय संबंध होता. मी अभ्यास केला नसता तर नापास झालो असतो. त्याला आजीनं काय करावं? पण मी काही बोललो नाही. फक्त विचारच करीत होतो.

दुसऱ्या दिवशी सकाळी दाखला घेऊन निंबोणीला चाललो. निंबोणी बावचीपासून तीन मैल अंतरावर होती. रस्त्यात दोन ओढे लागत होते. एक बावचीचा आणि दुसरा निंबोणीचा. मध्यंतरी एक लवण लागतं. लोक 'कल्याचं लवाण' म्हणून ओळखत होते. मी चालत निंबोणीला पोचलो. गावाच्या दक्षिणेला गावाकडेलाच शाळा होती. सातवीपर्यंत वर्ग भरत होते. निंबोणीच्या जवळच्या खेड्याची मुलं तिथं शिकण्यासाठी येत होती. जित्ती, बावची, सिंधकिरे आणि इतर वाड्यांवरची मुलं पाचवीपासून तिथंच शिकायला येत होती. त्याशिवाय त्या क्षेत्रात कुठं शिक्षणाची सोय नव्हती. मी निंबोणीच्या शाळेत गेलो. एका बाजूला ऑफिस होतं. मी ऑफिसमध्ये गेलो. हेडमास्तर बसले होते. मी त्यांना माझा चौथीचा दाखला दिला. त्यांनी माझं नाव लिहून घेतलं. हेडमास्तर मला म्हणाले,

"रोज शाळेला येणार का?"

मी 'होय' म्हणालो.

नंतर विचारलं, "तुझे आई-वडील फिरत असतील?"

मी विचार करू लागलो. गुरुजींना कसं समजलं? परंतु लगेच माझं लक्ष दाखल्याकडं गेलं. त्यावर जातीचा उल्लेख केला होता. मी स्वत:ला सावरलं व म्हणालो,

"होय गुरुजी. गावोगाव फिरतात."

गुरुजी थोडा वेळ शांत बसले. थोड्या वेळानं म्हणाले, "तू कोणाकडं राहिला आहेस?"

मी सांगितलं, "आजीकडं ठेवलं आहे."

गुरुजींनी मान हालवली. काहीतरी लिहू लागले. नंतर मला म्हणाले, "उद्यापासून शाळेला येत जा. शाळा चुकवीत जाऊ नकोस. कशाची गरज लागली तर मला सांगत जा."

मी घरी येण्यास निघालो पण लगेच लक्षात आलं की, गुरुजींना पुस्तकं बघावयास तरी सांगावं. मी परत वळलो. हेडमास्तरांना म्हणालो,

"गुरुजी, मला पाचवीची जुनी पुस्तकं पाहिजेत. नवीन पुस्तकं घेण्यास पैसे नाहीत."

गुरुजी म्हणाले, "ठीक आहे. मी उद्या तुला पुस्तकं घेऊन देतो."

मी घरी येण्यास निघालो. जवळजवळ तीन मैलांचं अंतर चालून यावं लागत होतं. माझ्या मनात शाळा शिकण्याची जिद्द निर्माण झाली होती. त्या जिद्दीपुढं तीन मैल अंतर चालणं विशेष नव्हतं. घरी आलो. पिशवी पहिलीच फाटलेली होती. सुई-दोरा घेऊन फाटलेल्या जागी टाके घातले. चौथीची पुस्तकं गुरुजींना विकायला दिली होती. ती पुस्तकं विकली आहेत का बघावं म्हणून लाड गुरुजींकडं गेलो. गुरुजी शाळेत बसले होते. मला पाहून गुरुजी म्हणाले,

"दादासाहेब, ये. तुझी पुस्तकं विकलीत. हे घे पैसे." असं म्हणून त्यांनी मला चार रुपये दिले. नंतर म्हणाले, "जरी पैसे कमी पडत असतील तरी मला येऊन सांग. मी देतो."

माझं अंत:करण भरून आलं. गुरुजींचा प्रेमळ स्वभाव माझ्या जीवनावर परिणाम करीत होता. माझे चुलते कधी विचारपूस करीत नव्हते, गावीच राहत असून. पण गुरुजी मला स्वत:च्या मुलापेक्षा जास्त आधार देत होते. मी गुरुजींना नमस्कार केला आणि घरी आलो.

दुसऱ्या दिवशी मी, केराप्पा बागडे, दु:शासन लोहार, बाळू घाडगे आणि माझा चुलत भाऊ दामाजी मोरे असे पाच जण मिळून निंबोणीला शाळेला चाललो. त्यांच्या

वडलांनी अगोदरच त्यांची नावं निंबोणीच्या शाळेत नोंदवली होती. सकाळी सात वाजता घरातून निघावं लागत होतं. आठ वाजता शाळा भरत होती. भाकरी बांधून घेतल्या होत्या दुपारी खाण्यासाठी. आम्ही गप्पा मारता मारता रस्ता कमी करीत होतो. कुणी विनोद सांगत होता, तर कुणी गावातील भानगडी सांगत होता. मला पुस्तकं घ्यायची होती. त्याचीच काळजी लागली होती. म्हणून मी गप्प ऐकत आपल्याच विचारात पुढं जात होतो. माझ्याजवळ वडलांनी दिलेले दहा रुपये आणि पुस्तकं विकून मिळालेले चार रुपये होते. हे सर्वच पैसे वह्या-पुस्तकांना गेले तर माझ्याजवळ एक पैसादेखील शिल्लक राहणार नव्हता. निंबोणीजवळ पोचलो. शाळेची घंटा ओढ्यातच ऐकू आली. आम्ही पळू लागलो. प्रार्थनेच्या वेळेपर्यंत शाळेत गेलो. दप्तरं खाली ठेवली आणि ओळीत उभे राहिलो. प्रार्थना झाली. मुलं आपोपल्या वर्गात बसू लागली. मी ठरवलं होतं की, आपल्या गावची मुलं जिथं बसतील तिथंच बसायचं. आम्ही सर्व जण पाचवीच्या वर्गात बसलो. बावचीचे काशीराम कोळी पाचवीच्या वर्गाचे वर्गशिक्षक होते. ते आम्हाला ओळखत होते. बरं झालं. वर्गशिक्षकांची भीती तर जास्त नाही, असा विचार केला. गुरुजींनी पहिल्या दिवशीच नवीन आलेल्या मुलांच्या ओळखी करून घेतल्या होत्या. शाळा अगोदरपासूनच सुरू होती. त्यामुळं नव्यानं ओळख करून देणारी आज फार कमी मुलं होती. माझा नंबर आला. कोळी गुरुजींनी विचारलं,

"तुझं नाव आणि गाव कोणतं?"

मी सांगितलं, "नाव दादासाहेब मल्हारी मोरे आणि गाव बावची."

गुरुजींना माझं नाव माहीत होतं; परंतु इतर मुलांना समजावं यासाठीच ओळख करून दिली होती. इतर मुलांच्याही ओळखी झाल्या. कुणी जित्तीचे होते, तर कुणी माळेवाडीचे होते. आजपर्यंत आम्ही फक्त एकाच गावातील मुलं एकत्र येत होतो; परंतु आज वेगवेगळ्या गावांतील मुलं एकत्र येऊ लागली होती. जित्तीचा शिवाजी भोसले, माळेवाडीचा रामा माळी अशी अनेक मुलं होती. निंबोणीची कितीतरी मुलं होती आमच्या वर्गात. नंतर गुरुजींनी मराठीचा धडा शिकवण्यास सुरुवात केली. धडा संपण्याअगोदरच जेवणाची सुट्टी झाली. गुरुजींनी शिकवण्याचं बंद केलं. अकरा वाजले होते. गावाच्या उत्तरेला, गावाशेजारीच माळ्याची विहीर होती. त्या विहिरीवर आम्ही पाच जण गेलो. आणलेल्या भाकरी विहिरीवर बसून खाऊ लागलो. भाकरी खाल्ली. पाणी प्यायलो. परत शाळेकडं आलो. ज्याच्याकडं पैसे होते तो काहीतरी घेऊन खाऊ लागला. माझ्याजवळ पण पैसे होते परंतु मधल्या सुट्टीत हेडमास्तरांना भेटून पुस्तकं घ्यायची होती. त्यामुळे किती पैसे लागतील हे समजत नव्हतं.

दुसरी मुलं काहीतरी घेऊन खात होती आणि मी त्यांच्या तोंडाकडं बघत होतो. गावाच्या मध्यभागी आलो. दोन्ही बाजूंना दहा-पंधरा दुकानांची पेठ होती. गाव

सुधारित होता. निंबोणीला दर शुक्रवारी बाजार भरत असे. आम्ही शाळेत आलो. मी ऑफिसमध्ये गेलो. हेडमास्तर पाटील गुरुजी बसले होते. पाटील गुरुजींना विचारलं,

"गुरुजी, पुस्तकं मिळालीत का?"

पाटील गुरुजी खुर्चीतून उठले. कपाट उघडलं. पुस्तकांचा संच माझ्याकडं देत म्हणाले, "नऊ रुपये पन्नास पैसे होतात, निम्म्या किमतीनं. तुझ्याकडे पैसे नसतील तर राहू दे. मला नंतर दे. तुझ्याबद्दल सर्व माहिती मला लाड गुरुजींनी सांगितली आहे."

माझ्याजवळ पैसे होतेच. केव्हातरी द्यावयाचे होते. मग कशाला ठेवून घ्या? असा विचार केला आणि गुरुजींना पैसे दिले. गुरुजी म्हणाले,

"तू वह्या घेतल्या नसतीलच. उद्या येऊन वह्या घेऊन जा. स्वस्त दरानं शाळेकडून मिळतात. पैसे नंतर दे."

मी गुरुजींना म्हणालो, "गुरुजी, तुम्ही माझ्यावर फार मोठा उपकार केला आहे. वह्या घेण्यास पैसे माझ्याजवळ जास्त नव्हते."

गुरुजी म्हणाले, "वेड्या, ह्याला उपकार म्हणीत नाहीत. एक विद्यार्थी गरिबीतून झगडत शिक्षण घेत असेल तर त्याला मदत करणं म्हणजे उपकार नव्हे, तर ते माणसाचं कर्तव्य आहे."

मी हेडमास्तरांकडं स्नेहपूर्ण दृष्टीनं पाहिलं. किती उदात्त विचार होते गुरुजींचे. मी वर्गात आलो. मुलं वर्गात बसली होती. गणिताचा तास घेण्यास हेडमास्तर पाटील गुरुजी आले. मला आनंद झाला. गुरुजी गणितं सोडवून देऊ लागले. गणिताच्या तासानंतर इतिहास-नागरिकशास्त्राचा तास होता. माळी गुरुजी इतिहास-नागरिकशास्त्र शिकवीत होते. पाच वाजता शाळा सुटली. आम्ही पिशव्या काखेला मारल्या. बावचीला निघालो. सर्व रस्ता विचार करीतच संपवला. पाटील गुरुजीदेखील दयाळू आहेत. खरं म्हणजे लाड गुरुजींचं किती साहाय्य आहे माझ्या शिक्षणाला. बावचीचा ओढा आला त्या वेळी मी विचारांच्या तंद्रीतून सुटलो. घरी आलो. पाणी भरलं आणि पुस्तकं बघत बसलो.

दुसऱ्या दिवशीपासून रोज निंबोणीला शाळेला जाणं, मधल्या सुट्टीत माळ्याच्या विहिरीवर जेवणं, आणि शाळा सुटल्यानंतर घरी येणं हा क्रम सुरू झाला. अभ्यास करणं, घरातील काम करणं, यामध्ये दिवस निघून जात होते. शुक्रवारी बाजार असायचा. बाजारादिवशी अर्धी सुट्टी मिळत असे. आजी बाजारातून काहीतरी भाजीपाला घेऊन येण्यास सांगत असे. आठवडाभर तोच भाजीपाला आम्ही दोघं जण मिळून खात होतो.

आषाढ जवळ आला होता. गावात भिकारी जमत होते. चार-सहा बिऱ्हाडांच्या संख्येने जोशीवाडा दररोज भरत होता. वर्षभर स्मशानासारखा भासणारा जोशीवाडा

माणसांनी टिच्चून भरत होता. मोकळी पडलेली घरं भरत होती. घरांचे, छपरांचे वाढदिवस साजरे होत होते. शेकारणं, सांधणं, सारवणं सुरू झालं होतं. दररोज बिऱ्हाडं येत होती. मी आशेनं गावंदरीला पळत जात होतो. आमचं बिऱ्हाड येतंय का ते पाहत होतो; पण माझी निराशा होत होती. मी शाळेतून सहा वाजता घरी आलो. आजी म्हणाली,

"तुजं आय-बाबा दुपारी आल्याती."

मी दप्तर टाकलं आणि आमच्या घरी पळत गेलो. आई लहान बाळाला घेऊन बसली होती. वडील ओझं साटवीत होते. एक महिन्याचं बाळ असेल ते. मी त्याला उचलून घेतलं. मी आईला म्हणालो,

"आई, काय नाव ठेवलंय बाळाचं?"

आई म्हणाली, "तात्यासाब, ठिवलंय तुज्या बानं."

मला गंमत वाटली. वडलांनी आमच्या नावात सुसंगती साधली होती. माझं नाव दादासाहेब, दुसऱ्याचं नाव आबासाहेब, तर याचं नाव तात्यासाहेब. सर्व जण साहेबच होते; परंतु हे साहेब भाकरीच्या तुकड्यासाठी दररोज कितीतरी घरांसमोर थाटल्या, भगुली घेऊन उभे राहत होते. स्वत:शीच हसलो. मी आईला सांगितलं,

"आई, मी चवथीला पास झालोय."

आईला फार आनंद झाला. आई म्हणाली, "माज्या-राज्या, लय मोटा हुशील."

तोपर्यंत आबास व छाया पळत पळत घरी आले. बहुतेक ते माझ्या शाळेच्या वाटेनं गेले असावेत, असा अंदाज केला. मी संध्याकाळी घरीच राहण्यासाठी आलो. वडलांना माझ्या पास झाल्याचा परिणाम तितका झालेला दिसला नाही. त्यांचं गणितच होतं की, शाळेत घातला म्हणजे पास होणारच. मी घरातूनच शाळेला जात होतो. दर वर्षीप्रमाणे आषाढ झाला. पालजत्रा झाली. बिऱ्हाडं मागून खाण्यासाठी जाऊ लागली. आमचं गबाळ पण थोड्या दिवसांनी निघालं. जातेवेळी वडील म्हणाले,

"तुजी सामाय परीकशा कवा हाय?"

मी सांगितलं, "आक्टोबरच्या वीस तारखेला आहे."

नंतर वडील म्हणाले, "मी यीतू तुला न्ह्याला. संबाळून ऱ्हा."

आमचं बिऱ्हाड भटकण्यासाठी निघून गेलं. मी आजीकडं राहण्यास गेलो. महिनाभर मी घरातल्या माणसांबरोबर राहिलो होतो. मन रमत नव्हतं. तसंच शाळेला जात होतो. थोड्या दिवसांत घरातल्यांचा विसर पडला. सहामाही परीक्षा जवळ आली होती. मी अभ्यास करू लागलो.

सहामाही परीक्षा झाली. वडील आले. आम्ही बेगमपूरला आलो. मंगळवेढ्याच्या पूर्वेला बेगमपूर होतं. मला हा भाग नवीनच होता. मी व आबास मागायला जात होतो. पालं देणं, ओझी साटवणं, दुसऱ्या गावाला जाणं सुरू झालं. मी दिवसा

मागायला जात होतो आणि रात्री अभ्यास करीत होतो. पावसाळ्याचे दिवस नव्हते. त्यामुळं फार हालअपेष्टा नव्हत्या. एक महिना वाऱ्याप्रमाणं निघून गेला. त्या वेळी आमच्याबरोबर वामन शिंदे, सीताराम शिंदे, बिटू भोसले, सयाजी दोरकर अशा बिऱ्हाडांचा संच होता. आमची जमात गावोगाव आपला लाचार संसार घेऊन फिरत होती. मी वडलांना म्हणालो, "आण्णा, मला शाळेला सोडायला चला."

त्यावर वामन शिंदे म्हणाले, "मलारी, पोराची साळा... तुजं काय बरं करतं... न्हाय... कुटंतर एका जागी ऱ्हावं दी. सारकं आणाचं आणिक न्ह्यायाचं केवढ्यात पडतंया."

वडील म्हणाले, "वामन, घरातली समदी माणसं बगत्याती म्हणून आणतूया. मलाच थोडा ताप व्हुतूया. व्हूदी. मग कसं कराचं."

एवढं बोलून वडील गप्प बसले होते. थोड्या दिवसांनी मला बावचीला सोडण्यासाठी निघाले. आम्ही बावचीमध्ये आलो. वडलांनी घोडं बांधलं. आम्ही आजीशी बोलत बसलो होतो. येदूतात्या गडबडीत आले. आम्ही आलेली बातमी त्यांना कुणीतरी सांगितली होती. तात्या वडलांना म्हणाले,

"मलारी, म्हातारीला तुजं तूच संबाळ. पोरगं साळंला ठिवलायाच. धडुतं कापाड बी तुजं तूच दी."

वडील म्हणाले, "पोरगं साळंला ठिवलंय म्हणून पोराच्या आन् म्हातारीच्या पोटाला दितूया गी. आता धडुतं कापाड तूच द्याला पायजी."

येदूतात्या म्हणाले, "पोरगं साळा शिकतंया तुजं आन् म्या कश्यापाय धडुतं कापाड देवावं."

वडलांनाही राग आला. दोघांचं तू-मी झालं. एकूण माझ्या शाळेसाठी भांडण होतं. येदूतात्याच आमच्यापेक्षा जास्त आजीला सांभाळीत होते. म्हणून आजीलादेखील काहीच बोलता येईना. जेव्हा भांडण जास्त होणार असं दिसू लागलं तेव्हा आजी म्हणाली,

"मला तुमचं दोगाचं बी काय नगू. माजं म्या कसं तर जगती. यीवडी परीकशा झाल्यावर दादासाबाला बी ठिवत न्हाय माज्याजवळ. आणिक तुजं तर पोरगं-माज्याकडं न्हाय. ऱ्हाव द्या आता."

येदूतात्या रागातच निघून गेले. त्यांना एवढंच पाहिजे होतं. मी शाळा शिकू नये म्हणूनच भांडण करीत होते. 'जातीला जात वैरी, पाण्याला कंज्याल वैरी' या म्हणीप्रमाणे घडलं होतं.

वडील विचार करीत बसले. दुसऱ्या दिवशी जातेवेळी वडील मला म्हणाले,

"दादासाब, त्येच्या घराला जावं नगंस. तुजं तू यीवडी परीकशा दी. म्होरच्या म्होरं बगाला यील."

वडील आजीला म्हणाले, "आयं, तुला शिव्या द्याला लागला तर त्येला सांग-म्या पोरगं साळातनं काडलंया म्हणून."

एवढं बोलून वडील रागानं निघून गेले. सकाळी आम्ही शाळेला चाललो. रस्त्यानं विचार करीतच मी चालत होतो. रात्री जे घडलं ते माझ्या भवितव्याच्या दृष्टीनं फार वाईट होतं. जवळ कुठं बोर्डिंगदेखील नव्हतं. शाळा सोडण्याशिवाय दुसरा पर्याय नव्हता. माझ्या नशिबात शाळाच नव्हती शिकायची, असं वाटू लागलं. कसंतरी परीक्षेपर्यंत दिवस काढले. निराशेतच दिवस ढकलीत होतो. पुढच्या वर्षी काय करावं? या प्रश्नानं मला भंडावून सोडलं होतं. गावातील इतर जातींचे लोक आम्हाला ठेवून घेणार नाहीत हे उघड होतं. ज्याप्रमाणं आपल्यालेखी लिहिलं आहे त्याप्रमाणं घडतं आहे, असा विचार करून अभ्यास करीत होतो. वार्षिक परीक्षा फार थोड्या दिवसांवर आली होती. मला सहामाही परीक्षेला चांगले मार्क मिळाले होते. त्यामुळे हेडमास्तर पाटील गुरुजी माझी स्तुती करीत होते; परंतु माझं दुःख मलाच माहीत होतं. त्या दुःखापेक्षा तो आनंद कितीतरी कमी वाटत होता. जसजशी परीक्षा जवळ येत होती, तसतशी मला पुढच्या जीवनाची भीती वाटत होती.

एकदाची परीक्षा आली. पेपर सुरू झाले. कसेतरी पेपर लिहिले. चांगले मार्क्स मिळावेत ही इच्छाच कोणाला होती? चांगले मार्क्स पडूनदेखील त्याचा उपयोग काहीच नव्हता. माझ्यासाठी आमचं कुटुंब तरी गावी राहणार नव्हतं. आणि कोणी शाळेसाठी ठेवून घेणार नव्हते. मी पुढं शिकणारच कसा? परीक्षा संपली होती. दोन-तीन दिवसांनंतर वडील आले. मला म्हणाले,

"तुजी परीकशा झालाय का?"

मी 'होय' म्हणालो. नंतर वडील लगेच म्हणाले, "तुजं समदं सामान घी. काय सुदीक ठिवू नगंस."

मी माझं सर्व साहित्य एकत्र बांधलं. वडलांनी घोड्यावर टाकलं. आजीला म्हणाले,

"आय, जातू पोराला घिवून. त्येचं नशीबच फुटकं हाय. त्येला आम्ही काय कराचं? खायील भीक मागून."

दिवस मावळाला चालला होता. वडलांनी आणलेलं घोडं तसंच माघारी वळवलं. आजी म्हणाली,

"आरं मलारी, दिस मावळा लागलाय. आंदार पडतूया. आजच्या दिस ऱ्हा की. उद्याच्याला येरवाळी जा. म्हण... थोरला भाव बोललाय म्हणून येवडा रागाला आलाय व्हय?"

वडील शांतपणे म्हणाले, "आय, म्या जातू. राग कशापाय यीतूया? पोरगं तेवडं साळंतनं काडलं म्हंजी झालं."

एवढं बोलून वडलांनी घोडं ओढलं. मी त्यांच्या पाठोपाठ निघालो. आजी आम्हाकडं पाहत राहिली. गावंदरीला आलो. वडलांनी मला घोड्यावर बसवलं आणि आपण चालू लागले.

मी वडलांना विचारलं, ''आण्णा, बिऱ्हाडं कोणत्या गावाला राहिल्याती?''

वडलांनी सांगितलं, ''निगडीला हायती, जतंच्या आलीकडं.''

नंतर आपल्याच विचारात चालू लागले. मी घोड्यावर बसूनच विचार करू लागलो. उद्यापासून आपणाला हाडप आणि भांबा घ्यावा लागणार तो कधी ठेवण्यासाठी नाही. जन्मभर हाडपच वागवावी लागणार. माझं आयुष्य दारोदार भीक मागण्यातच जाणार. फार वाईट वाटू लागलं. डोळ्यांतून अश्रू टपकू लागले. मी अश्रू आवरण्याचा प्रयत्न करीत होतो, पण ते अश्रू रोखले जात नव्हते. रात्री बऱ्याच उशिरानं जाइबबलादला पोचलो. वडील म्हणाले,

''दादासाब, आपुण हितल्या म्हारुतीच्या देवळात ऱ्हावं यी. पाटच्याला म्होरं जायला यील.''

मी मान हालवली. आम्ही जाइबबलादला मारुतीच्या देवळात उतरलो. देवळासमोर चिंचेचं झाड होतं. त्या झाडाला घोडं बांधलं. गावाच्या मध्यभागी देऊळ होतं. जाणारी-येणारी माणसं आम्हा दोघांकडं पाहत होती. आमच्याकडं भाकरी पण नव्हत्या. वडील मला म्हणाले,

''तू हातंच बस. मी कायतर खायाला आणतू.''

मी बसून राहिलो. वडील गेले. थोड्या वेळानं परत आले. हातात भजीचा पुडा होता. त्यामध्ये एकूण चार भजी होती. मी दोन आणि वडलांनी दोन भजी खाल्ली. भजी आणखीन खाऊ वाटत होतं, पण वडलांना कसं बोलणार? अगोदरच ते रागात होते. उठलो. हॉटेलमध्ये जाऊन पाणी प्यायलो. वडीलही नंतर पाणी पिऊन आले. घोड्याच्या खोगिराला घातलेल्या वाकळा काढल्या. एक वाकळ अंथरली व दुसरी पांघरली. पहाटे वडील लवकरच उठले. मला उठवलं. खोगीर घातला आणि आम्ही निघालो. विचाराच्या तंद्रीतच आम्ही रस्ता चालत होतो. थोडा वेळच वडील घोड्यावर बसत होते. दुपारपर्यंत आम्ही निगडीला पोचलो.

निगडीच्या पूर्वेला बरीच पालं दिसत होती. आमच्या पालासमोर गेलो. आई बाहेर आली. लहान बाळ, छाया झोपली होती. आबास मागायला गेला होता. आईनं पाणी दिलं. मी पाणी प्यायलो. वडलांनी खोगीर काढला. घोड्याला कळवा घातला. वडील पालात येऊन बसले. आईला म्हणाले,

''भुक लागल्याय, भाकर वाड. पोरानी बी कालच्यापास्न कायसुदीक खाल्लं न्हाय- फकस्त दोन भज्यांवरच हाय.''

आईनं गडबडीनं जेवायला वाढलं. आम्ही जेवत होतो. प्रत्येक पालातील माणसं येऊन आमच्या पालासमोर बसत होती. वामन शिंदेंची पत्नी नकुसाबाईनं विचारलं,

"मलारी मामा, आणलं व्हय पोराला."

वडलांनी मान हालवली. नंतर बिटूमामांची पत्नी, मानाबाईनं विचारलं, "आता कवा घालवताय?"

वडलांनी तोंडापुढं नेलेला घास खाली ठेवला आणि म्हणाले, "आता त्येला साळंला घालवत न्हाय. त्येच्या नशिबात साळाच न्हाय. झालं एवढंच पंचांग वाचापुरतं खायील मागून."

नंतर वामन शिंदे म्हणाले, "काय झालं गा? एवडा खवळलायीच. पोराच्या साळंनं तुला काय केलंया?"

वडलांनी येदूतात्याबरोबर झालेलं भांडण सविस्तर सांगितलं. माणसं येदूतात्यांना दोष देऊ लागली. पण माझं दुःख कोणालाच समजत नव्हतं. ताटातील भाकरी तिथंच टाकली. उठलो आणि पालातून बाहेर आलो. मातीच्या घागरीतील पाणी घेतलं, पाणी प्यायलो. अंतःकरण भडभडून आलं होतं. आईला म्हणालो,

"आई, मी घोड्याकडं जातो."

पालापासून बरंच अंतर चालून आलो. मनापासून रडून घेतलं. तेवढंच दुःख कमी झाल्याप्रमाणं वाटू लागलं. माझ्या जीवनाची दिशा बदलली. पालं काढणं, ओझी साटवणं, दुसऱ्या गावाला जाणं सुरू झालं. मागायला जाताना मला शाळेची आठवण येत होती. आबासला समजू नये म्हणून आतल्या आत दुःख गिळत होतो. प्रत्येक सुट्टीमध्ये मागत असताना मला वाईट वाटत नव्हतं. कारण माहीत असायचं की, सुट्टी संपल्यानंतर शाळेला जाणार आहे. वडलांना तेवढाच चार तुकड्यांचा आधार म्हणून मागायला जात होतो. पण या वेळी स्पष्टपणे पुढचं भविष्य दिसत होतं. मला शाळेला जायला मिळणार नाही. आयुष्यभर भीकच मागायला लागणार आहे. आबासला वाईट वाटत नव्हतं. उलट तो आनंदित होता. त्याला मागण्यासाठी घरचाच जोडीदार मिळाला होता. एके दिवशी वडील म्हणाले,

"दादासाब, तुज्या आयकडनं एक मोटी हाडप शिवून घी. एक पंचांग इकत घी. आणिक भविष सांगत जा. पंचांगात काय बी लिवदी पर लोकास्नी समदं चांगलंच हाय म्हणाचं. वायीट व्हुतंय म्हणाचं न्हाय. न्हायतर कोणबी वाडाचं न्हाय."

मी 'होय' म्हणालो. आईनं माझ्या फाटक्या धोतराची एक मोठी हाडप शिवली. वडलांनीच पंचांग आणून दिलं. मला भांबा वाजवायला येत नव्हतं म्हणून भांबा तयार केला नाही. मी मोठ्या माणसासारखा हाडप, पंचांग घेऊन मागायला जाऊ लागलो. पंचांगात बारा राशी होत्या. मेष, वृषभ, मिथुन, कर्क, सिंह... अशा प्रकारे

त्या राशी होत्या. त्या पाठ केल्या. पंचांगाच्या शेवटी त्या त्या राशींचं थोडं थोडं भविष्य लिहिलं होतं. तेच दुसऱ्यांना सांगत होतो. शनी, गुरू मनात आकडे येतील ते सांगत होतो. आबास मात्र थाटली घेऊनच मागायला येत होता.

उन्हाळ्याची सुट्टी संपत आली. मला फार वाईट वाटत होतं. मागायला गेलो की, जाता-येता मनातल्या मनात रडत होतो, आबासला आपलं दुःख समजू नये म्हणून. परमेश्वर एक दार बंद करतो त्याच वेळी दुसरं दार उघडतो हेच खरं. आम्ही माडग्याळला येऊन राहिलो होतो. गावाच्या पूर्वेला पालं दिली होती. दोन दिवसांनी शुक्रवारी माडग्याळचा बाजार होता. माडग्याळपासून गोंधळेवाडी सहा-सात मैलांवर होती. आई म्हणाली,

"माडग्याळाच्या बाजारात कुणापाशी तर सांगावा दिवून आयला बुलवून घिती, हितं असतपातूर."

वडलांनी मान्यता दिल्याप्रमाणंच होती. वडील ऐकत होते. दोन दिवस निघून गेले. शुक्रवार उजाडला. सकाळी मी व आबास मागायला गेलो. दुपारी परत आल्यानंतर आम्हाला पालात बसायला सांगून आई बाजारात गेली. मी व आबासनं मागून आणलेले भाकरीचे तुकडे काढले. घरातील थोडं कालवण आणि मागून आणलेली सुकी डाळ, खरडा, लोणचं घेऊन खाऊ लागलो. वडील झोपले होते. थोड्या वेळानं आई आली. आईनं बाजारातून पेरू, बोरं, एक काकडी आणली होती. ते पदार्थ सर्वांना वाटले. आई म्हणाली,

"उद्याच्याला आय यीतीया. म्या सांगावा धाडलाय."

मला आनंद झाला. मानका आजीला पाहून बरेच दिवस झाले होते. दुसऱ्या दिवशी दुपारी मानका आजी पालाकडं येत असलेली दिसली. मी, आबास, छाया एकापुढं एक पळत आजीच्या आडवे पळत होतो. आजीनं आम्हाला एकानंएकानं उचलून घेतलं. एकेक मुका घेतला आणि रडाया लागली. आजोबा वारले होते. त्यांची आठवण आली असेल असं वाटलं.

मायेची माणसं बघितली की रडायला येणारच. आजी पालापर्यंत रडतच आली. आई पण रडायला लागली. इतर पालांतील माणसं, बायका, पोरं गोळा झालीत. सर्वांचे डोळे ओले झाले होते. नकुसामामीनं विचारलं,

"मानका आक्का, कसं चाललंया तुजं आता?"

मानका आजीनं डोळे पुसले व सांगितलं, "आनुसयाचा बा मेल्यापास्नं टेसनरीचा माल भरत्याया. सुया, दोरं, बिबं, कुकू, फण्या, दातवाण टोपल्यात घिवून फिरत्याया गावागावाला. काय कराचं बाय, देवानंच वनवास घातलाया पदरात."

बायका ऐकून हळहळत होत्या. मानामावशी म्हणाली, "काय गं द्वाड रंडकं-मुंडकं कसं फिराचं?"

आई जास्तच रडायची. वडील खाली मान घालून बसले होते. त्यांच्याकडून तिला कसला आधार मिळणार होता? मुळातच आमची जमात निराधार होती तर दुसऱ्यांना आधार देण्याचा प्रश्नच कुठं उद्भवत होता? मानका आजीनं माझ्याकडं पाहिलं व आईला म्हणाली,

"आनुसया, दादासाबला आजून साळंत लावून दिलं न्हाय व्हय. आमच्या गावातली शाळा भरल्याय, त्येला चार-पाच दिस झालं."

आई म्हणाली, "आय, दादासाबाला आता साळा न्हाय. त्येला कोण ठिवून घेत न्हाय."

मानका आजीनं विचारलं, "का गं? काय झालंया?"

आईनं घडलेली सर्व कहाणी सांगून टाकली. वडील शांतपणे ऐकत होते. सर्व सांगण्याचं संपलं. आजी थोडा वेळ गप्प बसली. नंतर म्हणाली,

"म्या न्हेलं तर साळंला? गोंदल्याच्या वाडीला बी सातवीपातूर साळा हाय. शिकील थोडं दिस. मग म्होरच्या म्होरं बगू. उगच लेकराचं कशापाय वाटुळं करताय?"

त्या वेळी आजी मला एखाद्या देवीप्रमाणे वाटू लागली. माझी इतके दिवस शाळा शिकण्याची अपेक्षा पूर्णपणे नाहीशी झाली होती. त्या वेळेपासून माझ्या हृदयात आजीची मूर्ती नकळतच कोरली गेली. वडलांनादेखील आनंद झाला. वडील म्हणाले,

"तुमी घिवून जात आसचीला तर देवच पावला म्हणाचा. पर आसल्या येळंला आमी तुमाला आदार द्याचा आसतूया. ततं तुमचाच आदार आमाला घ्याला लागलाय. काय कराचं आमी आसं बोंबलंत फिरतूया. उद्याच्याला त्येचं तर चांगलं हुईल."

त्यावर आजी म्हणाली, "माणसानं आदार दिवून? कुटं जमतया व्हयं. देवानंच आदार दिला पायजी. मग उद्याच्याला धाडून द्या दादासाबाला माज्याबरुबर. किती बुकं शिकतूया दादासाब?"

वडील म्हणाले, "पाचवीची परीकशा दिवून आलाया. पास हुतूया-कवाच नापास झाला न्हाय. मंग आताच कसा नापास हुईल?"

मानका आजीला आम्ही मानका आई म्हणीत असे. मानका आई इतर बायकांबरोबर बोलू लागली. इतर बायका मानका आईची स्तुती करीत होत्या. मानामावशी म्हणीत होती,

"काय का म्हणना-आनुसया, दिवीवाणी आयं दिल्याय देवानं तुला. रंडकं-मुंडकं आसताना सुदीक तुज्या पोराला साळा शिकवाला न्ह्या लागल्याया."

रात्री जेवणं झाल्यानंतर मी पिशवी साटवली. आणि झोपलो.

सकाळी उठलो. तोंड धुतलं. आईनं चहा केला. आम्ही सर्वांनी मिळून चहा

प्यायला. त्या दिवशी वडील मागायला गेले नाहीत. एक वाकळ घेतली. पुस्तकाची पिशवी घेतली. दोन शर्ट होते फाटलेले, त्यातील एक अंगात घातला होता. छड्डी मात्र एकच होती. आम्ही अचानकपणेच निघालो होतो. त्यामुळे घरीदेखील काही नव्हतं. पोटाला देण्यासाठी धान्य नव्हतं. वडलांनी जवळ असलेले आठ-दहा रुपये दिले. मी आणि मानका आई गोंधळेवाडीच्या रस्त्यानं चालू लागलो. पालं मागं दूर-दूर राहत होती. आम्ही पुढं पुढं जात होतो. आबास, छाया, आई, वडील एकसारखे हात उंच करून मला व आजीला निरोप देत होते. माझ्या शाळेचं मलाच नव्हे तर एकूण आमच्या जमातीलाच विचित्र वाटत होतं. वाऱ्याप्रमाणं माझ्या जीवनाची दिशा बदलत होती. मला स्थिरता कुठं मिळतच नव्हती. आता मानका आजीच्या आधारानं माझी मेलेली, शाळा शिकण्याची इच्छा पुन्हा जागृत झाली होती. मनात एकच निर्धार केला. काहीही झालं तरी आपण शिकायचं. मी मानका आईच्या पाठीमागं चालत होतो. माझ्याजवळील पुस्तकाची पिशवी मानका आईनं घेतली होती. वाकळंची वळकटी-कपडे मी घेतले होते. दुपारी तीन-चार वाजता गोंधळेवाडीला पोचलो. रस्त्याच्या कडेलाच मानका आईचं घर होतं. फार पूर्वी बांधलं होतं. दारासमोर मोकळी जागा होती. त्या जागेवर चिंचेचं झाड लावलं होतं. झाडाची सावली अंगण भरून पडली होती. मनाला समाधान वाटलं. मानका आईनं घराचं कुलूप काढलं. साहित्य आत नेऊन ठेवलं. मी झाडाखाली बसलो होतो. शेजारी नारायण दोरकर राहत होते. त्यांची पत्नी, गजराबाई मानका आईला म्हणाली,

"मानका आक्का, आनुसयाचं पोरगं हिकडं कश्याला आणलयाच?"

मानका आईनं उत्तर दिलं, "साळंला आणलाया. हातच शिकतूया."

गजरा मावशी म्हणाली, "बरं केलंच. तेवडाच तुला बी जिवाला इरंगुळा झाला."

वाडीत धुर्पामावशी होती. तिची दोन मुलं शाळेला होती. परशराम सहावीला होता आणि पिरगोंडा चौथीला होता. परशरामचे वडील भवानी गुरव एकटेच रानात मागायला जायचे. सुट्टीतच बिऱ्हाड घेऊन फिरायचे. आजी आली आहे, असं समजल्यानं परशराम घराकडं पळत पळत आला. त्याला कधी कधी पाहिलं होतं. त्यामुळे आम्ही एकमेकांना ओळखत होतो. मानका आई म्हणाली,

"तम्मा, तुमी दोगंजण येकाच बुकात शिकताया- तु बी साव्या बुकालाच हायस आणिक दादासाब बी साव्या बुकालाच हाय. तवा दोगंजणं भाव-भाव मिळून शिका."

परशरामला सर्व जण तम्माच म्हणत होते. तम्मानं मान हालवली. नंतर मानका आई म्हणाली,

"आता दोगंजण बी मऱ्याआयच्या पाया पडून या-दिवीला म्हणावं- लय यास दी. बक्कल साळा शिकीव."

आम्ही दोघं जण मरगम्मा देवीच्या देवळाकडं गेलो. गावाच्या मध्यभागी मरगम्मा देवीचं देऊळ होतं. आमच्या गावातील मरगम्मा देवीच्या देवळापेक्षा कितीतरी पटीनं मोठं होतं आणि चांगलं होतं. मी तम्माला विचारलं,

"इथं आषाढाची यात्रा मोठी होतेय काय?"

तम्मानं सांगितलं, "यात्रा फार चांगली असतेय. तू राहा ह्या वर्षी यात्रेला."

मी म्हणालो, "बघू या, आण्णांना विचारून बघतो."

आम्ही दोघं जण देवीला नमस्कार करून घरी आलो. तम्मा मला म्हणाला,

"चल, आमच्या घरी जाऊ."

मी तम्माच्या घरी गेलो. मानका आईच्या घराप्रमाणेच त्याचं घर पण धाब्याचंच होतं. धुर्पामावशीनं माझी प्रेमानं चौकशी केली. माझी आई व धुर्पामावशी या दोघी बहिणी. शिवाय त्यांना कोणी नव्हतं. वडलांचा आधारदेखील परमेश्वरानं मोडून टाकला होता. फक्त एक आई होती. स्वतःच्या मनगटावर पोट भरीत असलेली. मावशीला आमच्याबद्दल आदर वाटत होता. तो दिवस भेटण्यातच गेला.

दुसऱ्या दिवशी शाळेला जायचं होतं. सकाळी उठलो. मानका आईनं पाणी तापवलं होतं. महिन्यातून त्या दिवशी अंघोळ केली. शाळा अकरा वाजता भरत होती. पुस्तकाच्या पिशवीमधील पाचवीची पुस्तकं काढून ठेवली. फक्त एक-दोन वह्या आणि पाटी तेवढीच पिशवीत ठेवले. तम्मा माझ्याकडं दप्तर घेऊन आला. आम्ही दोघं जण शाळेला जाणार होतो. तोपर्यंत मानका आई म्हणाली,

"थांबा रं. म्या बी यीती तुमच्याबरुबर. दादासाबाचं साळंत नाव घालाचं हाय."

इतक्यात शाळेची घंटा झाली. मानका आईच्या घरापासून शाळा फार जवळ होती. मी, तम्मा व मानका आई शाळेकडं आलो. शाळेच्या वरच्या बाजूला लागूनच एक आड होता. सारा गाव त्या आडाचं पाणी पीत होता. शाळेच्या भिंती दगडांनी बांधल्या होत्या आणि वर पत्रे घातले होते. शाळेचा आकार लहान होता. मला वाटू लागलं, सातवीपर्यंत वर्ग या लहान शाळेत कसे भरतात? मुलं गोळा झाली. ओळीनं उभी राहिली. प्रार्थना सुरू झाली. मला प्रार्थना येत नव्हती. मी उगीचच उभा राहिलो होतो. शाळेसमोर एक मोठं लिंबाचं झाड होतं. त्या झाडाखाली मानका आई थांबली होती. प्रार्थना संपल्यानंतर निम्मी मुलं गावात एका ओळीनं जाऊ लागली. मी तम्माला हळूच विचारलं,

"ही मुलं गावात कुठं चाललीत?"

तम्मानं सांगितलं, "मानका आईच्या घरासमोरून जो रस्ता जातो, त्या रस्त्याला जरा पुढं गेल्यानंतर ऱ्हाटोडांचा जुना वाडा आहे. त्या वाड्यात आता कोणीच राहत नाही. तिथं चवथीपर्यंतचे वर्ग भरतात, कारण शाळेत जागा पुरत नाही म्हणून."

मला त्या वेळी समजलं की, सातवीपर्यंतचे वर्ग कसे भरतात ते. आम्ही

शाळेच्या पटांगणातच उभे होतो. मानका आई आल्यानंतर शाळेच्या ऑफिसमध्ये गेलो. हेडमास्तरनं तम्माला विचारलं,

"का आला आहेस परशराम? आणि आजीला कशाला आणलं आहेस?"

मानका आईनं बोलायला सुरुवात केली, "गुरुजी, ह्यो माज्या लेकीचा पोरगा हाय दादासाब. त्येचं आयबाप मागून खात्याती. बावचीत त्येच्या आजीजवळ ऱ्हावून पाच बुकं शिकलाया. आजीनं ठिवून घेतलं न्हाय म्हणून त्येच्या बानं साळंतनं काडलं व्हुतं. म्या हाकडं आणलंया साळा शिकवाला. तवा ह्येचं नाव लिहून घ्या."

मानका आईनं एका दमात माझा संपूर्ण इतिहास हेडमास्तरांना सांगून टाकला.

हेडमास्तरनं माझ्याकडं पाहिलं. टेबलावर लहान पाटी लावली होती, 'हेडमास्तर भोसेकर'. नंतर भोसेकर गुरुजींनी मला विचारलं,

"पाचवीला कुठं होतास?"

मी सांगितलं, "पाचवीला निंबोणीला होतो."

गुरुजी म्हणाले, "तुझं पास नापास समजलं का?"

मी म्हणालो, "गुरुजी, मी गबाळाबरोबर रानातच फिरत होतो. त्यामुळे पास नापास समजलं नाही."

भोसेकर गुरुजींनी थोडा वेळ विचार केला. थोड्या वेळानं म्हणाले, "मी तुझं नाव लिहून घेतो. तुझा दाखला व रिझल्ट निंबोणीच्या शाळेतून मागवून घेतो. तुझा दाखला व मार्कलिस्ट येतपर्यंत तुझं नाव नोंदवून घेता येणार नाही. तोपर्यंत तू सहावीच्या वर्गात बसत जा."

मानका आईनं भोसेकर गुरुजींना नमस्कार केला आणि निघून गेली. मी व तम्मा सहावीच्या वर्गात बसलो. सर्व मुलं माझ्याकडं पाहत होती. केस डोक्यावर प्रमाणापेक्षा जास्त वाढले होते. कपडे फाटलेले होते. पण मला त्याचं काहीच वाटत नव्हतं.

सहावी व सातवी या दोन वर्गांसाठी एकच वर्गशिक्षक होते, तेरवाडकर गुरुजी. निंबोणीच्या शाळेपेक्षा इथली शिकवण्याची पद्धत वेगळी होती. निंबोणीच्या शाळेत प्रत्येक विषयासाठी एक शिक्षक होते, तर इथं एका वर्गासाठी एक शिक्षक होते. त्यांनीच सर्व विषय शिकवायचे होते. तेरवाडकर गुरुजींनी माझी ओळख करून घेतली. त्या दिवशी हिंदीचा पाठ शिकवला. दुपारी दोन वाजता मधली सुट्टी झाली. इथं दप्तर घरी न्यावयाचं नव्हतं. दप्तर शाळेतच ठेवून मी व तम्मा मानका आईच्या घरी आलो. थोडी-थोडी भाकरी खाल्ली. शाळा भरली. गुरुजींनी गणितं शिकवली. चार उदाहरणसंग्रह अगोदरच झाले होते. त्या दिवशी पाचवा उदाहरणसंग्रह शिकवला. पाच वाजता शाळा सुटली. प्रत्येक शाळेची सुटण्याची वेळ मात्र एकच होती. मी व तम्मा रोज शाळेला जात होतो. पिरगोंडादेखील शाळेला जात होता.

एक महिन्यानंतर भोसेकर गुरुजी सहावीच्या वर्गात आले व म्हणाले, "दादासाहेब

मल्हारी मोरे याचा दाखला व मार्कलिस्ट आले आहे.'' माझ्याकडं पाहत गुरुजी म्हणाले, ''चांगले मार्क्स मिळाले आहेत. अभ्यास व्यवस्थित करीत जा. मी तुझं नाव हजेरीपटावर नोंदवलं आहे.''

मला आनंद झाला. गोंधळेवाडीच्या शाळेत एकूण पाच शिक्षक होते. भोसेकर गुरुजी, तेरवाडकर गुरुजी, ठेमरे गुरुजी, चव्हाण गुरुजी आणि साळे गुरुजी. कोणी दोन वर्गांवर शिकवीत होते, तर कोणी एकाच वर्गावर शिकवीत होते. गोंधळेवाडी गाव लहानच होतं, म्हणून तिथं शिक्षकांचा पुरवठा कमी होता. मी शाळा सुटल्यानंतर पाणी भरीत होतो. जवळच आड होता. त्यामुळे लांबून पाणी आणावं लागत नव्हतं. मानका आई एका टोपलीत सुया, दोरे, फण्या, कंगवे, कुंकू, दातवण, आरसे अशा नाना प्रकारच्या वस्तू घेऊन जात होती. धान्य, पैसे घेऊन एक-एक वस्तू विकत फिरत होती. संध्याकाळी आल्यानंतर तिचे पाय दुखू लागत. मी तिचे पाय चेपीत होतो. मला मानका आईबद्दल आदर वाटत होता. माझ्या जीवनाचा मार्ग बदलण्यात तिचंच साहाय्य होतं. नाहीतरी आज दारोदार भीक मागत फिरावं लागलं असतं. कधी कधी तिचं अंग चोळून पाणी घालीत होतो. मानका आईला मुलगा नव्हता. फक्त दोन मुलीच होत्या. त्यामुळे तिला पण माझा आधार वाटायचा. मी आनंदात दिवस काढीत होतो.

एके दिवशी दुपारीच वडील आले. मानका आई टोपली घेऊन माल विकण्यासाठी गेली होती. वडलांनी एका मुलाजवळ मला बोलावण्यास निरोप पाठवला. शेजारच्या गजरामावशीचा मल्लीश शाळेत आला. मला म्हणाला,

''तुझा बाबा आलाय. तुला बुलविलंय.''

मी तेरवाडकर गुरुजींना विचारलं, ''गुरुजी, वडील आलेत. मी भेटून येऊ का?''

गुरुजींनी होकार दिला. मी पळत पळत घराकडं आलो. वडील चिंचेच्या झाडाखाली बसले होते. घोडं झाडाला बांधलं होतं. मी कुलूप काढलं. साहित्य घरात नेऊन ठेवलं. वडलांनी मला जवळ घेतलं. प्रेमानं पाठीवरून हात फिरवला आणि म्हणाले,

''तुला- करमतंया का रं हितं?''

मी 'होय' म्हणालो. नंतर मी विचारलं, ''घरातील माणसं कशी आहेत?''

वडील म्हणाले, ''सगळी जणं चांगली हायती-समदी तुजीच काळजी करत्याती.''

मी वडलांना म्हणालो, ''आण्णा, आता शाळा सुटेल. मी दप्तर घेऊन येतो.''

वडील म्हणाले, ''बरं हाय जा. गुरुजी वरडत्याली.''

मी शाळेकडं येऊ लागलो. वडील माझ्याकडं पाहत होते. वर्गात बसलो. गुरुजी इतिहासाचा पाठ शिकवीत होते. ऐकत बसलो. शाळा सुटली. मी व तम्मा घरी आलो. मानका आईदेखील आली होती. मानका आई व वडील बोलत बसले

होते. वडील तम्माला म्हणाले,

"तू किती शिकतूयाच?"

तम्माने उत्तर दिलं, "सहावीला आहे."

वडील म्हणाले, "बरं झालं. दोगंजण मिळून शिका."

मानका आईनं मी पाचवी पास झाल्याचं सांगितलं असावं, कारण वडील मला म्हणाले, "दुपारा मला फास झाल्यालं का बरं सांगितला न्हायस?"

मी म्हणालो, "गडबडीनं शाळेला गेलो. त्यामध्येच विसरलो."

वडील गप्प बसले. धुर्पामावशींना भेटून आले होते. थोड्या वेळानं धुर्पामावशीदेखील घराकडं आली. मी विचार केला. हीच संधी चांगली आहे की, वडलांना आषाढाला इथंच राहतो म्हणून सांगण्याची. मी वडलांना विचारलं,

"आण्णा, ह्या वर्षी मी आषाढ इथंच करतो. चांगला असतोय आपल्या आषाढापेक्षा."

वडील लगेच म्हणाले, "नगं- आरं घरातली माणसं तुजी वाट बगत्याती."

मानका आईनं माझी बाजू सांभाळली, "ऱ्हाव द्या की, त्येला हाकडंच आकाडाला - माज्यापाशी कोण न्हाय - ततंबी आकाडच कराचा हाय आन् हातंबी आकाडच कराचा हाय."

मावशीनंदेखील सूर ओढला, "भावजी, ऱ्हावंद्या की त्येला. लिकरू चार दिस बगील तर तुमच्याकडं काय हाय. बकरं कापाचं आन् खायाचं. हातं बगाला तर आसतंया."

वडलांचा नाइलाज झाला. शेवटी वडील म्हणाले, "बरं हाय. तुमी समंदीजणं म्हणताया तर ठिवतू."

त्या रात्री, इथला आषाढ कसा असेल? गाणं असेल काय? या विचारातच झोपलो. सकाळी लवकरच वडील उठले. त्यांनीच मला उठवलं. घोड्याला खोगीर घातला. जाण्यास निघाले. जातेवेळी म्हणाले,

"आता आमी लवकर येत न्हाय. हातंच जवळ आंकलगीला ऱ्हालू व्हुतू म्हणून आलू व्हुतू. आता बिराडं लांब जायाची हायती. तू नीट आब्यास कर. मला ठाऊक हाय, तू नाफास व्हत न्हायस. तुज्या पोटाला काय दिलं नव्हतं, म्हणताना आलू व्हतू. आता दाणं आणून दिल्याती. जपून ऱ्हा." एवढं बोलून वडलांनी उपदेशपर भाषण संपवलं.

सकाळी वडलांना पोचवण्यासाठी मी, मानका आई आणि धुर्पामावशी बरंच अंतर चालून गेलो. धुर्पामावशी म्हणाली,

"भावजी, तुमी जावा. आकाला सांगा समंदीजणं बरी हायती म्हणून. दादासाबाची काळजी करू नगा."

वडील म्हणाले, ''तुमी जावा. म्या जातू उशीर व्हुतूया.''

वडील घोड्यावर बसले व पुढं जाऊ लागले. आम्ही सर्व जण घरी आलो. मानका आई मला म्हणाली,

''दादासाब, तुजा आण्णा काय म्हणाला ती ध्येनात ठिव आणिक आब्यास कर.''

मी मान हालवली. दप्तर साटवू लागलो. पाचवीची पुस्तकं गावातील एका मुलाला विकून सातवीतल्या एका मुलाकडून निम्म्या किमतीनं जुनी पुस्तकं घेतली होती. थोड्या वेळात तम्मा आला. आम्ही दोघं जण शाळेला गेलो. रोज शाळेला जाणं, अभ्यास करणं, मानका आईचे पाय चेपणं, कधी कधी अंग चोळून पाणी घालणं, पाणी भरणं ही कामं रोजचीच झाली. दिवस भराभर निघून जात होते.

आषाढ जवळ आला होता. गोंधळेवाडीच्या आषाढाची तयारी बावचीच्या आषाढापेक्षा थोडीशी भिन्न होती. इथं तणसाच्या घरापेक्षा धाब्याची घरंच जास्त होती. घरं सारवणं सुरू झालं होतं. घरं सारवून त्यावरून चुन्याचे पांढरे ठिपके दिले जात होते. मरगम्मा देवीच्या देवळाला चुन्याचा पांढरा रंग देऊन, देवळाच्या सभोवती रंगीबेरंगी कागद विशिष्ट आकारानं कापून लावले होते. मेंढ्या, बकरी, बोकड इथं माडग्याळच्या बाजारातून आणले होते. गोंधळी समाज एकत्र जमत होता. मरगम्मा देवीच्या देवळासमोर देवळापेक्षा कितीतरी उंच स्तंभ बांधला होता. त्यामध्ये तेल घालून जाळत होते. त्याचा प्रकाश सर्वत्र पसरत होता. इथंही आनंदाची भरती आली होती.

मंगळवार उगवला. बकरी, मेंढ्या, बोकड देवीच्या देवळासमोर आणून बळी दिले जात होते. आमच्या गावी देवीचं देऊळ लांब होतं म्हणून, दारातच प्राण्याचा बळी घेतला जाई, तर इथं देवीच्या समोरच बळी घेतले जात होते. देवळासमोर एक मोठी गटार खोदली होती. त्या गटारीमध्ये बळी घेतलेल्या प्राण्यांचं रक्त सांडलं जात होतं. 'मऱ्याआईच्या नावानं चांगऽऽभल्लऽऽ' असं म्हणून प्राणी कापले जात होते. गटारीमधून ओढा वाहिल्याप्रमाणे रक्त वाहत होतं. आरडाओरडा चालू होता. ज्यांची बकरी, बोकड कापले होते ते घरी घेऊन पळत होते. चामडी काढीत होते. दिवसभर सर्वत्र गडबड-धावपळ सुरू होती. मानका आईनं एक लहान बोकड देवीच्या नावानं कापला होता. त्याचं चामडं मला काढता येत नव्हतं आणि तम्मालादेखील काढता येत नव्हतं. तम्माचे वडील, भवानीकाका त्यांच्या घरी कापलेल्या मेंढीचं चामडं काढीत होते. शेजारच्या नारायण दोरकरांनी, आपल्या घरी कापलेल्या बोकडाचं चामडं काढलं होतं. मानका आईनं त्यांना बोलवलं,

''नारायण, जरा हाकडं यी. येवडं बोकडाचं कातडं काड. पोरास्नी काडाला येत न्हाय.''

नारायण दोरकर आले. बोकडाला उलटं टांगलं व झटक्यात त्याचं चामडं काढलं. पुढची कार्यवाही मला येत होती. मी त्या बोकडाला सोललं. मानका आईनं नैवेद्य तयार केला. देवीला नैवेद्य देण्यासाठी गेलो. गोंधळी समाजाचेच पुजारी होते. मी माणकू भोसले यांच्याकडं नैवेद्य दिला. रात्री चोहोकडं देवीची पालखी फिरवली. जेवण करून लोक देवीच्या देवळासमोर जमू लागले. तम्मा मला म्हणाला,

"देवळासमोर गोंधळ असतोय. आपण बघायला जाऊ चल."

आम्ही दोघं जण देवळासमोर आलो. देवळासमोर भव्य कट्टा होता. त्या कट्ट्यावर माणसं जमत होती. थोड्या वेळातच तो कट्टा माणसांनी टिच्चून भरला होता. गोंधळ घालणाऱ्या लोकांपैकी- सटवाप्पा भोसले, मानका आईचे दीर होते. त्यांच्या अंगात कोट होता. डोक्याला जरीचा फेटा बांधला होता. पायात चाळ, गळ्यात कवड्याच्या माळा घातल्या होत्या. अशा वेषात उभे होते. नारायण भोसले माझे चुलत मामा, गळ्यात संभळ (दोन्ही बाजूला तबल्याप्रमाणे वाजवण्याचं साहित्य) अडकावून उभे होते. शंकर गुरव, तम्माचे चुलते हातात टाळ घेऊन उभे होते. आणि शिवलिंग गुरव, शंकर गुरवांचे भाऊ हातात तुणतुणं घेऊन उभे होते. त्या दोघांच्या डोकीला टोप्या होत्या. सर्वांनी धोतरं नेसली होती. सर्वांनी देवीला वंदन केलं आणि गोंधळाला सुरुवात केली. सटवाप्पा भोसले पुढं म्हणीत होते आणि तीच ओळ पाठीमागे शंकर गुरव आणि शिवलिंग गुरव सूर धरून म्हणीत होते. नारायणमामा संभळ वाजवीत होते. सटवाप्पा भोसलेंनी म्हणायला सुरुवात केली :

मरगम्मा देवी तुमी गोंधळा यावं
तुळजापूरची आई आंबा बाय तुमी गोंधळा यावं
जेजुरीच्या खंडेराया गोंधळा यावं
डोंगरावरची आई यल्लमा गोंधळा यावं
गोंधळा यावं देवा तुमी संभळा यावं
संभळ्या नारायणा ऽऽ हे ऽऽ

अशा प्रकारे सर्व देवांना बोलवून कथेला सुरुवात केली.

सटवाप्पा आजोबा रणधीर राजाची कथा सांगत होते. लोक भान हरपून ऐकत होते. सटवाप्पा आजोबा आपल्या मधुर वाणीनं लोकांना डोलवीत होते. नारायणमामा मधूनच विनोद करीत होते. लोकांमध्ये हास्याची लाट उमटत होती. लोक तल्लीन होऊन ऐकत होते. लोकांना कथा संपलेलीदेखील समजलं नाही. शेवटी देवीची सेवा म्हणून एक गाणं म्हटलं व गोंधळाचा कार्यक्रम संपला. रात्रीचे दोन वाजले होते.

माणसं उठून आपोपल्या घरी जाऊ लागली. मी व तम्मा घरी आलो. मानका आई अगोदरच येऊन झोपली होती. नंतर आम्ही दोघं जण पण झोपलो. मानका आई लवकरच उठली होती. आम्ही सकाळी उशिरानं उठलो. मानका आईनं स्वयंपाक केला होता. यात्रेच्या दिवसांत मानका आई स्टेशनरी माल घेऊन देवळाजवळच बसत होती. व्यापारदेखील भरपूर होत होता. बावचीप्रमाणेच इथले लोकदेखील पैसे खर्च करीत होते. गावामध्ये निम्म्या लोकसंख्येपेक्षा जास्त लोक गोंधळी समाजातील होते. दररोज रात्री गोंधळ चालत होता. रोज एक नवीन कथा ऐकायला मिळत होती. आमच्याप्रमाणंच इथंही पाचव्या दिवशी पालं जमा झाली. पालजत्रेनंतर लोक थोड्या दिवसांनी जाऊ लागले. पोटासाठी गावोगाव भटकणं हे आमच्या जमातीच्या नशिबी कोरून लिहिलं असावं असं मला वाटू लागलं. गजबजलेला गाव दिवसेंदिवस स्मशानासारखा भासू लागला.

आम्ही रोज शाळेला जात होतो. घरातील कामं करून मी अभ्यास करीत होतो. कधी कधी गळव्यांच्या दुकानामधून वस्तू विकत आणीत होतो, तर कधी सोनामावशीच्या दुकानामधून खरेदी करीत होतो. आमच्या गावातील दुकानापेक्षा इथल्या किराणा दुकानामध्ये भरपूर माल दिसायचा. दिवसामागून दिवस जात होते. माझ्या जीवनाला वेगळंच वळण लागलं होतं. सहामाही परीक्षा आली. मी व तम्मा दोघं जण एकत्र बसून अभ्यास करीत होतो. परीक्षा सुरू झाली. पेपर सोपेच होते. मला परीक्षेची भीती वाटत नव्हती.

आता चांगली सवय झाली होती. अभ्यासदेखील भरपूर केला होता. परीक्षा संपली. एक महिना सुट्टी होती. चार-पाच दिवस गोंधळेवाडीतच निघून गेले. घराकडून कोणी आलंच नाही. एके दिवशी मी व तम्मा दारासमोरच्या चिंचेच्या झाडाखाली खेळत बसलो होतो. मानका आई डोक्यावर पाटी घेऊन गेली होती. आई लहान बाळाला आडवं घेऊन घोड्यावर छायाला बसवून येत असलेली मला दिसली. मी तम्माला म्हणालो,

"आई आली चल."

मी पळत सुटलो. तम्मादेखील माझ्या पाठोपाठ पळत होता. मी लहान बाळाला घेतलं. आम्ही घराकडं येऊ लागलो. दारात आलो. घोडं चिंचेला बांधलं. साहित्य घोड्यावरून उतरवलं. खोगीर काढला. तम्मा घरी सांगण्यासाठी गेला. धुर्पामावशी, पिरगोंडा, लहान मुलगी सुनीता सर्व जण आले. धुर्पामावशीनं विचारलं,

"आका, कवा आल्यायाचं?"

आई उत्तरली, "आताच आल्याया नव्हं का?"

परत मावशीनं प्रश्न केला, "कुण्या-गावानं आल्यायाचं?"

आईनं सांगितलं, "सुरडीनं आल्याया. आवंदा वरतं लांब गिलू न्हाय."

मावशी म्हणाली, ''बरं झालं. समद्यांची गाट तर पडली. कशी हायती सगळीजणं?''

आईनं सांगितलं, ''बरी हायती, मऱ्याआयच्या आसीरवादानं.''

मी व तम्मा तात्यासाहेबाला घेऊन मारुतीच्या देवळाकडं गेलो. मावशी व आई बोलत बसल्या. कुणी भेटेल तो विचारीत असे,

''कवा आल्याया रं तुजी आय?''

मी सांगीत होतो, ''आत्ताच, थोडा वेळ झाली आलेय.''

आम्ही सर्वांना सांगत तात्यासाहेबाला खेळवत घरी आलो.

आई म्हणाली, ''कवा झाल्याया रं तुमची परीकशा?''

मी म्हणालो, ''आठ दिवस झाले.''

नंतर आई म्हणाली, ''आसंच दोगंजणं जुडीनं साळा शिका.''

संध्याकाळ झाली होती. मानका आई आली. मानका आईला आनंद झाला. उशिरापर्यंत दोघी जणी बोलत बसल्या. मावशी थोड्या वेळानं स्वयंपाक करायला निघून गेली. मला उद्या रानात जावावं लागणार होतं. मला व तम्माला दोघांना पण वाईट वाटत होतं. आम्ही दोघं जण, एकत्र जेवत होतो. खेळायला जात होतो. आता एकमेकांपासून दूर जाणार होतो. तम्माचे वडील भवानीकाका अद्याप मागून आले नव्हते. भवानीकाका आल्यानंतर धुर्पामावशीचं बिऱ्हाडदेखील मागून खाण्यास जाणार होतं. दुसऱ्या दिवशी सकाळी आईनं घोड्याला खोगीर घातला. साहित्य घोड्यावर टाकलं आणि म्हणाली,

''तू आवर लवकर. मी मऱ्याआयच्या पाया पडून यीती.''

मी शाळेची पिशवी घेतली. तम्मानं मावशीला बोलावून आणलं. थोड्या वेळात आई देवीला नमस्कार करून, मायेच्या लोकांना भेटून आली. आम्ही निघालो.

मावशी म्हणाली, ''आका, कवातर-कवातर येत जा- दादासाब हातंच साळंला आसतूया.''

आई म्हणाली, ''कुटली सवड व्हुत्याया धुरपा. लेकरं-बाळं रानातच टाकून याला पायजी.''

आईनं मानका आईच्या पायाला हात लावला. मी मानका आईच्या व मावशीच्या पायाला हात लावला. मानका आईनं आईला दिलेला आशीर्वादच मला दिला, ''सुकात ऱ्हा. लय वरसं जग.''

आई व मावशी एकमेकीच्या गळ्यात पडून रडायला लागल्या. इतका वेळ सर्व काही आनंदानं चाललं होतं. जातेवेळी लगेच रडारड सुरू झाली होती. मानका आईदेखील डोळे पुसत होती. मानका आई, मावशी, तम्मा, पिरगोंडा लांबपर्यंत आम्हाला पोचवण्यासाठी आले होते. आम्हाला निरोप देऊन सर्व जण परत वळले.

आम्ही सोरडीच्या दिशेनं जाऊ लागलो. मी व छाया घोड्यावर बसलो होतो. आई चालत होती. आई चालता-चालताच म्हणीत होती,

"आता साळा कवा भरत्याय रं?"

मी सांगितलं, "तीन आठवड्यानं. एक महिना सुट्टी होती. त्यातील पाच-सहा दिवस इथंच गेलेत."

आई गप्प चालू लागली. आम्ही सोरडी जवळ केली. आमची पालं दिसू लागली.

आम्ही पालासमोर गेलो. मी व छाया घोड्यावरून खाली उतरलो. आबास, वडील दोघं जण पण मागून आले होते. वडलांनी घोड्याचा खोगीर काढला. मी सभोवती पाहिलं. बऱ्याच दिवसांनी ही बिऱ्हाडं एकत्र आली होती. नागू आजोबा, नारायण शिंदे, यशवंत भालके, मचिंद्र शिंदे आणि आमचे कुटुंब अशी एकूण सहा पालं होती. आम्ही गेल्यानंतर माणसं जमू लागली.

यशवंत भालके म्हणाले, "कसंतर पोरगं शिका लागलंया. त्येचं ध्यानच हाय साळंवर."

माझी छाती अभिमानानं फुगत होती. संताकाकूनं विचारलं,

"दादासाब, कसा व्हुता रं आकाड गोंदल्याच्या वाडीचा?"

मी सांगितलं, "चांगला होता. आपल्यापेक्षा गोंधळेवाडीचा आषाढ चांगला असतो." तो दिवस विचारपूस करण्यातच गेला.

दिशाहीन वाऱ्याप्रमाणे आमचं जीवन वाहू लागलं. पालं काढणं, ओझी लादणं, एका गावाहून दुसऱ्या गावाला जाणं सुरू झालं. उघडीनागडी, बोडकी पोरं रडायची. हातात थाटल्या, भगुली घेऊन दारोदार मागत फिरत होतो. लहान विद्रूप दिसणाऱ्या पोरांना कुत्री चावत होती. मी शालेय जीवनातून लाचार जगात प्रवेश केला होता. मी, आबास आणि नारायणमामाचा लक्ष्मण मागायला जात होतो. लक्ष्मण भाऊजी आमच्यापेक्षा वयानं मोठे होते. माझ्या वयामध्ये आणि त्यांच्या वयामध्ये फार तर पाच-सहा वर्षांचा फरक होता. आम्ही त्यांना आमच्याच वयाचं समजत होतो. लक्ष्मण भाऊजी आम्हाला मिसळून घेत होते. बरोबर मागायला नेत होते. त्यामुळं आमचे संबंध एकदम जवळचे निर्माण झाले होते. मागायला जाणं, घोडी राखणं, कधीतरी अभ्यास करणं हा कार्यक्रम सुरू झाला. ज्याप्रमाणे ऋतू बदलतात, त्याप्रमाणे माझी दैनंदिनी सारखी बदलत होती. एकच ध्येय मनाशी घट्ट धरून ठेवलं होतं. काहीही झालं तरी शाळा सोडायची नाही. कोकळ्यातून मला सोडण्यासाठी वडील गोंधळेवाडीला आले. जतेच्या बाजारात छड्डी, शर्ट घेतला होता. वडलांना पण माझ्या शिक्षणाची ओढ लागली होती. वडलांना तेवढाच चार तुकड्यांचा आधार म्हणूनच मागायला जात होतो. गोंधळेवाडीला रात्री आठ वाजता

पोचलो. दुसऱ्या दिवशी वडील बिऱ्हाडाकडं निघून गेले. मी आलो आहे असं समजताच तम्मा व पिरगोंडा माझ्याकडं आले. शाळा सुरू होऊन पाच-सहा दिवस झाले होते. आम्ही बराच वेळ बोलत बसलो. रानात होणाऱ्या हालअपेष्टा मी त्यांना सांगत होतो. तम्मा व पिरगोंडाची बिऱ्हाडं एसटीनं मागायला जात होती. त्यामुळं त्यांना घोड्यावरील जीवन माहीतच नव्हतं. एसटीनं जातेवेळी ओढाताण, धावपळ कशी असते, त्याविषयी तम्मा वर्णन करीत होता. मानका आईनं टोपली घेतली आणि फिरायला गेली. जाता जाता मला म्हणाली,

"जेवाण करून ठेवलंया. जेव आन् साळंला जा."

मी 'होय' म्हणालो. तम्मा व पिरगोंडा दप्तरं आणण्यासाठी घरी गेले. मी येतेवेळी आणलेले नवीन कपडे घातले. पिशवीमध्ये दप्तर व्यवस्थित ठेवलं. तम्मा दप्तर घेऊन आला. शाळेची घंटा झाली होती. आम्ही शाळेला गेलो. पूर्ववत शाळेचं कामकाज सुरू झालं. दररोज शाळेला न चुकता आम्ही दोघं जण जात होतो.

सोमवार होता. सोमवारी संखचा बाजार भरीत असे. गोंधळेवाडीपासून पूर्वेला तीन मैलांवर संख हे मोठं खेडंगाव होतं. मला दोन-तीन वह्या घ्यावयाच्या होत्या म्हणून मी मानका आईबरोबर संखला बाजारला गेलो. सकाळी शाळा भरण्यापूर्वी गेल्यामुळे गुरुजींना सांगावयाचं विसरलो होतो. संखामध्ये गेलो. गाव बरंच मोठं होतं. बाजारदेखील मोठा भरीत होता. बहुतेक सर्व लोक कन्नड बोलत होते. मला वह्या घेतल्या. मानका आईनं घरी लागणाऱ्या वस्तू घेतल्या. घरी येण्यास संध्याकाळ झाली. घरी आल्यानंतर नवीन घेतलेल्या वह्यांवर नावं घालीत बसलो. तम्मा घरी आला. मला म्हणाला,

"गुरुजी विचारत होते. दादासाहेब कुठं गेला आहे म्हणून."

मी विचारलं, "तू काय सांगितलंस?"

तम्मानं उत्तर दिलं, "बाजारला गेला आहे म्हणून सांगितलं."

मी गप्प बसलो. न सांगताच गेलो होतो. उद्या गुरुजी रागवणार हे निश्चित होतं. दुसऱ्या दिवशी शाळेला गेल्यानंतर गुरुजी म्हणाले,

"काल कोण कोण आलं नव्हतं ते उभे राहा."

जवळजवळ चार-पाच मुलं उभी राहिली. गुरुजींनी विचारलं,

"कुठं गेला होता?"

प्रत्येकानं बाजाराचं कारण सांगितलं. गुरुजी म्हणाले,

"सर्व जण मधल्या सुट्टीपर्यंत एका पायावर उभे राहा. जर पाय खाली ठेवला तर मधल्या सुट्टीनंतर शाळा सुटेपर्यंत उभं राहावं लागेल."

आम्ही एका पायावर उभे राहिलो. मनात विचार येत होता. बाजाराला गेलो नसतो तर बरं झालं असतं. गुरुजी शिकवीत होते आणि आम्ही एका पायावर उभे

राहून ऐकत होतो. आज जेवणाची सुट्टीदेखील लवकर होत नाही कशी? असं वाटू लागलं. दररोज मधली सुट्टी केव्हा झाली हे समजत नव्हतं. पण आज सुट्टीची वेळदेखील होत नव्हती. पाय दुखायला लागला होता. एकदाची मधल्या सुट्टीची घंटा झाली. घरी आलो. पाय दुखत होते. माझा मला अपमान वाटत होता. दुपारी शाळेत खाली मान घालून बसलो. परत शाळा चुकवायची नाही हे ठरवून टाकलं. शिक्षेशिवाय चूक सुधारत नाही हे सत्य मला अनुभवण्यास मिळालं. तिथून पुढं मी परीक्षेपर्यंत कधीच शाळा चुकवली नाही. दिवस भराभर निघून जात होते. वार्षिक परीक्षा जवळ आली होती. तेरवाडकर गुरुजींनी मला शिक्षा केल्यापासून त्यांना भीत होतो. त्यांनी सांगितलेला अभ्यास न चुकता करीत होतो. मानका आई परीक्षा जवळ आली आहे म्हणून कामं सांगत नव्हती. मी व तम्मा रात्री चिमण्या पेटवून अभ्यास करीत होतो.

वार्षिक परीक्षा सुरू झाली. मराठी, हिंदी, गणित-भूमिती, इतिहास-नागरिकशास्त्र, भूगोल असे एकापाठोपाठ एक पेपर झाले. वार्षिक परीक्षा देऊन झाली. मी तम्माला म्हणालो,

"निकाल लागल्यानंतर तू इथं आलास म्हणजे दोघांचेपण मार्क्स लिहून ठेव."

तम्माला पण माझ्या जीवनाची गंमत वाटत होती. थोडे दिवस घोड्याच्या पाठीवर, तर थोडे दिवस शाळेत. सुट्टी झाली की मी गबाळाकडं जाण्यास धडपडत होतो. तेवढाच वडलांना थोडा आधार होईल. आणि मानका आई मला शाळेच्या दिवसांत सांभाळत होती तेच जास्त होतं आणि सुट्टीच्या दिवसांत तिला त्रास देणं योग्य नव्हतं. सुट्टी झाल्यानंतर वडील आले. मला वाटू लागलं, वडलांनी शाळा भरण्याचं व सुट्टीचं वेळापत्रकच पाठ केलं असावं. मी वडलांच्या बरोबर बिऱ्हाडाकडं गेलो. बिऱ्हाडं सनमडीला राहिली होती. गेल्या गेल्या नागू आजोबांनी विचारलं,

"दादास्या, फास झालाच का?"

मी म्हणालो, "पास-नापास आणखी महिन्यानं समजेल."

मी सुशिक्षित बोललेलं पाहून त्यांना विचित्रच वाटत होतं. मी बिऱ्हाडाला आल्याचा आनंद जितका आबासला झाला होता तितकाच लक्ष्मण भाऊजींना पण झाला होता. आम्ही तिघं जण मागायला जात होतो. आमच्या बिऱ्हाडाला सखाराम दोरकरांचं बिऱ्हाड येऊन मिळालं होतं. सखाराम दोरकरांची मुलगी रत्ना वयात आली होती. आम्ही कोळगिरीला राहिलो होतो. दुकानातून काही वस्तू आणण्यासाठी आम्ही बरीच मुलं गावात गेलो होतो. दुकानामधून कुणी चहापावडर घेतली, कुणी गूळ, तेल घेतलं, तर कुणी आगपेटी, मीठ घेतलं. अशा किरकोळ वस्तूंची खरेदी करून आम्ही पालाकडं येऊ लागलो. गावातील मारुतीच्या देवळासमोर काही गावातलीच मुलं बसली होती. मुलं तरुण होती. रत्नादेखील आमच्याबरोबर दुकानाला

आली होती. रत्नाला पाहून एक मुलगा म्हणाला,

"आयला, काय कांडकं हाय."

लगेच दुसरा मुलगा म्हणत होता, "आरं ती भिकाऱ्याची पुरगी हाय."

परत पहिला मुलगा म्हणाला, "आरं येड्या, कुणाची का आसना, आपणाला काय लगीन करायचं हाय. कामापुरती झाली म्हंजी झालं."

एवढं बोलून सर्व जण मोठमोठ्यानं हसू लागले. त्यांच्या विषारी नजरा रत्नावरच खिळल्या होत्या. त्या नजरांनी रत्नाच्या काळजाचं पाणी-पाणी केलं होतं. मला त्या मुलांचा भयंकर राग आला होता. तरीपण आम्ही काहीच करू शकत नव्हतो. ऐकत जाणं एवढंच आम्हाला जमत होतं. पालावरून गावात येतेवेळी नियमित सूचना असायच्या, 'कुणी काय बी म्हणालं तर गप खाली बगून याचं. त्येच्याकडं बगाचंसुदीक न्हाय. उरपाटं बोलाचं न्हायं. न्हायतर पडूस्तवर मारत्याली. बोलल्यावर काय आंगाला भोकं पडत न्हायती...' त्यामुळे आम्ही कुणाला बोलत नव्हतो. इतरांची चूक असली तरीदेखील ती चूक दाखवून देण्याचादेखील हक्क आम्हाला नव्हता. अशा लाचार जीवनाचा मला तिरस्कार वाटू लागला होता. असल्या जगण्यापेक्षा मेलेलं फार चांगलं वाटत होतं. पण माझं ऐकणार कोण? दुसऱ्यांच्या शिव्या घेत मागत फिरत होतो. एक महिना निघून गेला. लग्नसराईचे दिवस होते. आमची मुलं-माणसं हातात थाटल्या, भगुली घेऊन प्रत्येक गावात लग्न असलं की, खिरीचं पाणी मिळेल या आशेनं पळत होती. त्यांना अपमान कसला तो माहीतच नव्हता. वडलांनी मला मुचंडीच्या बाजारातून पट्ट्यापट्ट्याची लांब विजार खरेदी केली. काही धान्य बरोबर घेतलं. बारा जातीचे धान्य एकत्र केलं होतं. तेच धान्य घेतलं होतं. मला गोंधळेवाडीला सोडण्यासाठी निघाले. आता घरातील माणसांना व इतर लोकांना त्याचं काही वाटत नव्हतं. आम्ही गोंधळेवाडीला आलो. घरी आल्या आल्या मानका आईनं सांगितलं,

"दादासाब, तू फास झालायाचं."

मला आनंद झाला. रात्री वडलांना म्हणालो, "आण्णा, मी ह्या वर्षी पण आषाढाला इथंच थांबतो. सारखं ये-जा करण्यापेक्षा राहिलेलं बरं आहे. उगीच तुम्हाला त्रास होतोय."

वडलांनी होकार दिला. वडील पहाटेच निघून गेले. मी, तम्मा दुसऱ्या दिवसापासून शाळेला जाऊ लागलो. अभ्यास करणं, पाणी भरणं, दुकानातील वस्तू आणणं, मानका आईचे पाय चेपणं, दळून आणणं ही कामं सुरू झाली. मानका आईला माझ्याबद्दल आपुलकी वाटत होती.

आम्ही वर्गात बसलो होतो. भोसेकर गुरुजी सातवीच्या वर्गात आले व म्हणाले,

“परशराम व दादासाहेब तुम्हाला दोघांना पण चांगले मार्क्स मिळाले आहेत. तुम्ही दोघांनी आणखीन प्रयत्न केला तर निश्चित तुमच्यापैकी एक जण केंद्रात पहिला येऊ शकेल.”

नंतर तेरवाडकर गुरुजींकडं वळून म्हणाले, “ह्या दोन मुलांना अभ्यासाबद्दल कसली अडचण असेल तर तुम्ही घरी असताना आले तरी सल्ला द्या. मुलं हुशार आहेत. आर्थिक परिस्थितीमुळं त्यांना पुढं जाण्यास संधी मिळत नाही.”

भोसेकर गुरुजी वर्गातून बाहेर गेले. मला एकसारखं खटकत होतं की, गुरुजी चांगले मार्क्स आहेत एवढंच म्हणाले, परंतु कोणाला जास्त आहेत ते मात्र सांगितलं नव्हतं. मला वाटू लागले, गुरुजींनी जाणूनबुजून मार्क्स सांगितले नसावेत, कारण आम्ही दोघांनी पण अभ्यास करावा म्हणून. आम्हाला गुरुजींच्या वाक्यानं अभ्यास करण्यास स्फूर्ती मिळाली होती. आम्ही दोघं जण अभ्यास करू लागलो.

आषाढाची यात्रा दर वर्षीप्रमाणे सुरू झाली. घरं सारवणं, मेंढ्या, बकरी, बोकड कापणं, गोंधळ घालणं, पालजत्रा करणं आणि पोटासाठी भटकत जाणं हे चक्र या वर्षी पण तसंच चालू होतं. आषाढात आठ-दहा दिवस आमचा अभ्यास झाला नाही. आषाढानंतर आम्हा दोघांमध्ये चुरस निर्माण झाली. केंद्रामध्ये कोण पहिला येणार? आपणाला मार्क्स जास्त मिळाले पाहिजेत यासाठी दोघं जण झटत होतो. अभ्यास एकत्रच बसून करीत होतो. एकमेकांना प्रश्न विचारीत होतो. अभ्यासाव्यतिरिक्त इतर बाबतीत आमच्यामध्ये समानता असायची. अभ्यासाला बसलो की का कोण जाणे आम्हा दोघांनाही चीड निर्माण व्हायची. सहामाही परीक्षा आली. आम्ही दोघं जणपण रात्रभर जागरणं करीत होतो. मात्र परिस्थिती आम्हा दोघांच्याही विरुद्ध होती. गेल्या वर्षी पाऊस फारच कमी पडला होता. या वर्षी तर अजिबात पडलाच नव्हता. लोकांजवळील अन्नधान्याची सामग्री केव्हाच संपली होती. आकाशाकडं डोळे लावून प्रत्येक माणूस बसला होता. जनावरांना रानात चरण्यासाठी काहीच नव्हतं. रानात सर्वत्र धूळच धूळ उडत होती. विहिरींचं, ओढ्यांचं पाणी आटून गेलं होतं. ते वाळून खडखडीत पडले होते. त्यालाच १९७३-७४ चा दुष्काळ म्हणून पुढं ओळखलं जाऊ लागलं. लोक जनावरांना चारा घालण्यासाठी असमर्थ ठरू लागले होते. स्वत:च्या पोटालाच अन्न मिळत नव्हतं तर जनावरांना काय घालतील? जनावरांना, देवाच्या देवळाजवळ, मठाजवळ सोडून येत होते. ‘परमेश्वर राखतोय, आपल्या पदरात कशाला पाप घ्यावयाचं?’ असं म्हणीत लोक ठिकठिकाणी जनावरं सोडून देत होते. काम कुठं मिळत नव्हतं. माणसं गाव सोडून, इतर गावाला प्रदेशाला आपोपलं कुटुंब घेऊन जगण्यासाठी जात होती. बरोबर असलेलं एखादं-दुसरं जनावर रस्त्यातच सोडून पुढं जात असायची. निसर्गानं अवकृपा केली होती. आणि त्याचं प्रायश्चित्त

माणसं भोगत होती. स्वत:चं लेकरू स्वत:ला जड झालं होतं. माणसं अन्नाविना तडफडून मरत होती. अशा परिस्थितीत मानका आईजवळील स्टेशनरी माल कोण घेणार? दिवसभर फिरून येई पण दोघांच्या पोटाला पुरेल इतपत धान्य मिळत नव्हतं. वडलांकडूनदेखील काही आलं नाही. लोकांना आपली मुलं जड वाटत होती, तर भिकाऱ्यांना वाढणार कोण? मानका आईचा व्यापार बंद झाला. जेवढं धान्य शिल्लक होतं तेवढं केव्हाच संपलं होतं. सरकारनं माणसांना जगवण्यासाठी सार्वजनिक कामं सुरू केली होती. माणसं रस्ते तयार करणं, तलाव बांधणं अशा प्रकारच्या कामाला जाऊ लागली. मानका आई रस्ता 'तयार' करण्याच्या कामाला जात होती. माझं अंत:करण भडभडून येत होतं. परंतु मलाही शाळा सोडून जाता येत नव्हतं. मानका आई डोक्यावरून मुरूम, माती वाहून टाकीत होती. आठवड्याला पगार व्हायचा दोन रुपये साठ पैसे याप्रमाणं, तर कधी एक रुपया पन्नास पैसे याप्रमाणं. काही ठरावीक लोकांसाठी तो दुष्काळ नव्हता तर त्यांना पैसे मिळवण्याची संधी होती. गरिबीनं, दुष्काळानं गांजलेली माणसं देईल तेवढा पगार घेत होती आणि कामाला जात होती. पगारादिवशी सुकडी मिळत होती. माणसं त्याच्याच भाकरी करून खात होती. रेशनिंगला तांबड्या मका मिळत असत. पण त्याही मर्यादितच. मानका आईच्या कुटुंबामध्ये एकच माणूस गृहीत धरून मका वाटली जात होती. दोघांना ती आठवडाभर नव्हे तर चार दिवससुद्धा पुरेशी होत नव्हती. मानका आई सुकडी घेऊन येत होती. त्याचीच भाकरी करून आम्ही दोघं मिळून खात होतो. कधी कधी मूठ-मूठ सुकडी खाऊन तसंच झोपत होतो. आठवड्याचा पगार पण कधी बारा रुपये येत होता, तर कधी चौदा रुपये येत होता. एवढेच पैसे कसे? म्हणावं तर कामावरून काढण्याची भीती होती. कामावरून काढलं म्हणजे सर्वच मिळायचं बंद होईल. या भीतीनं कोणी विचारीतदेखील नव्हतं, आणि या परिस्थितीचा फायदा काही ठरावीक लोक उठवीत होते.

अशा वातावरणात सहामाहीची परीक्षा सुरू होती. पेपर दिले. मनाशीच विचार केला. आपण बिऱ्हाडाकडं जायचं नाही. मानका आईबरोबर कामाला जायचं. तेवढाच दोघांचा पगार आला म्हणजे धान्य तरी होईल. नाहीतर पुढं काय खाणार? म्हणून मी सुट्टीत इथंच राहायचं ठरवलं. मानका आईला म्हणालो,

"मानका आई, मला तुझ्याबरोबर कामाला घेऊन चल. किती का पगार देईनात."

मानका आई म्हणाली, "नगं रं बाबा, तुजा आण्णा म्हणील पोरगं साळंला ठिवलं व्हुतं आन आका कामाला घिवून चाललंयाय."

मी म्हणालो, "मी रानात गेल्यानंतर मागायला जातोय. त्याच्यापेक्षा हे काम

करणं वाईट नाही. मी आण्णांना सांगतो.''

शेवटी मानका आई तयार झाली. दुसऱ्या दिवशी सकाळी कामाला जाण्याचं ठरविलं. रात्री कामाविषयी विचार करीतच झोपलो.

दुसऱ्या दिवशी सकाळी मी मानका आईबरोबर कामाला गेलो. गँगर मला कामावर घेईनात. ते म्हणत होते,

''येवडं-येवडं पोरगं हाय. आन हे काम करतंया व्हय.''

मानका आई केविलवाण्या स्वरात म्हणत होती, ''तसं करू नगा. आवं दोन पोटाला पगार पुरत न्हाय.''

मी म्हणालो, ''मला इतरांच्या पाटीबरोबर पाटी भरून द्या मी ती टाकतो. तुम्ही सांगाल ते काम करतो.''

गँगर कसेतरी तयार झाले. खणायला पुढं दोघं जण, पाटीमध्ये भरून देण्यास दोघं जण आणि माती-मुरूम टाकण्यासाठी पाच ते सहा माणसं असायची. त्यामध्ये बायका, मुलीदेखील होत्या. भरणारा माणूस उचलून देत असताना डोक्यात माती सांडत होती. तीच माती तोंडात जात होती. घामानं तोंडावर मातीचा चिखल तयार झाला होता. मानका आईला माझ्याकडं पाहून वाईट वाटत होतं. पण त्याला कोणीतरी काय करायचं होतं? गोंधळेवाडीपासून दोन मैलांवर काम सुरू होतं. दिवसभर माती वाहून टाकत होतो. पाच वाजता कामाला सुट्टी झाली. आम्ही घरी आलो. रात्री झोपतेवेळी अंग ठणकत होतं. तरीदेखील मानका आईला सांगितलं नाही. कधी असलं काम केलंच नव्हतं. त्यामुळं त्रास होत होता. सकाळी उठून मानका आईनं स्वयंपाक केला. स्वयंपाक कसला? सुकडीच्या भाकरी केल्या. पाण्यात थोडं तिकट टाकून आणि फक्त चारच डाळीचे कण टाकून आमटी केली. आम्ही जेवलो आणि कामाला निघालो.

दोन-तीन दिवसांनंतर आम्ही कामावरून नुकतेच आलो होतो. वडील आले. इकडील तिकडील विचारपूस झाली. रात्री वडील म्हणाले,

''दादासाब, उद्याच्याला चल माज्याबरुबर.''

मी वडलांना म्हणालो, ''आण्णा, मी ह्या सुट्टीत गबाळाकडं येत नाही. दिवस कसले आलेत तुम्ही बघताय आणि पंधरा-वीस दिवसांत शाळा सुरू होईल. मानका आईला तर फक्त बारा रुपये आठवड्याला पगार मिळतोय. तेवढ्यात आई किती खाणार आणि शिल्लक किती ठेवणार! उद्या पोटाला काय खायचं?''

वडलांनादेखील माझं म्हणणं पटलं. वडील म्हणाले, ''आमाला तर कायबी मिळत न्हाय. भाकऱ्याचं तुकडं मिळत्याती चार चार. तेच खावून दिस काडतूया.

आणिक उद्याच्याला तुला पोटाला काय द्याचं म्हणा. ऱ्हा हातंच, कामाला जातूयाच तीच बरं हाय. मागून बी काय मिळत न्हाय.''

सकाळी वडील लवकरच गेले. आम्ही कामाला गेलो. भवानीकाकांनी पोरांची पोटं भरेनात म्हणून सर्व बिऱ्हाडच परीक्षा झाल्यानंतर नेलं होतं. आम्ही रोज कामाला जात होतो. मी आणि मानका आई दोघं जणच होतो. तम्मा, पिरगोंडा त्यांच्या आई-वडलांबरोबर गेले होते. आठवड्याच्या पगाराचा दिवस उजाडला. सोमवार होता. त्या दिवशी काम संपल्यानंतर पगार देणार होते.

लोक बाजार करण्यास जाणार असल्यानं दर सोमवारी काम दुपारपर्यंतच असायचं. दुपारी बारा वाजता काम संपलं. सर्व जण ओळीनं उभे राहिलो. ज्याचं नाव पुकारलं जाई तो पुढं जात असे. कोणाला जमत असेल तो सही करीत होता, तर कोणी अंगठे उठवीत होते. देतील ते पैसे घेऊन परत येत होते. माझा नंबर आला. मी गेलो. सही केली. फक्त सहा रुपयेच आठवड्याचा पगार मिळाला. मी विचारलं,

''साहेब, सहा रुपयेच कसा?''

साहेब म्हणाले, ''तू लहान आहेस म्हणून तुला आर्धा पगार दिला आहे.''

मी गप्प बसलो. काम करतेवेळी इतर मोठ्या माणसाप्रमाणे पाट्या भरून देत होते आणि पगार देतेवेळी मी लहान होत होतो. मला राग येत होता पण नाइलाज होता. दुसऱ्या दिवशी कामाला यावं लागणार होतं म्हणून काही बोलू शकत नव्हतो. पैसे घेतले. परत आलो. मानका आईला बारा रुपये पगार मिळाला होता. त्या आठवड्यात एकूण अठरा रुपये मिळाले होते. मानका आईनं संखच्या बाजारातून धान्य, तेल, मिरची आणली. आमच्या दोघांच्या पोटापुरतं कसंतरी साहित्य आलं. प्रत्येक आठवड्याला आम्हाला, कधी अठरा रुपये मिळत होते, तर कधी वीस रुपये मिळत होते, आम्ही आठवड्याचा खर्च भागवून थोडं धान्य शिल्लक ठेवीत होतो.

दीपवाळीची सुट्टी संपली. शाळा सुरू झाली. मी कामाला जाण्याचं बंद केलं. मानका आईच फक्त कामाला जात होती. भवानीकाकांनी आपलं बिऱ्हाड गावी आणलं. तम्मा, पिरगोंडा माझ्याकडं आले. आम्ही शाळेला गेलो. वर्गात बसलो होतो. तेरवाडकर गुरुजी म्हणाले,

''परशराम तुला ६८% मार्क्स आहेत. आणि दादासाहेब तुला ६६% मार्क्स आहेत. दोघांनीही चांगली प्रगती केली आहे. असाच अभ्यास चालू ठेवा.''

इतर मुलांचे मार्क्सदेखील गुरुजींनी वाचून दाखवले. माझ्यापेक्षा तम्माला जास्त आनंद झाला होता. आम्ही दोघं जणपण अभ्यास जोरात करीत होतो. वार्षिक परीक्षा एकदम जवळ आली होती. मी घरातील कामं करूनच अभ्यास करीत होतो. मानका आई कामाला जात असल्यामुळं घरातील कामं मलाच करावी लागत होती. गुरुजी एके दिवशी म्हणाले,

"मुलांनो, उद्या आपल्याला संखला परीक्षेसाठी जायचं आहे. अंथरूण, पांघरूण, कपडे, पेना, वह्या, पुस्तकं बराबेर घ्या."

जेवण आणण्यासाठी सहावीमधील एका मुलाला सांगितलं, "राम, तू दररोज प्रत्येकाच्या घरामधून जेवण घेऊन, संखला येत जा. माझी सायकल आहे." रामनं होकार दिला.

दुसऱ्या दिवशी पंधरा मुलं आणि तेरवाडकर गुरुजी एकत्र जमलो. आम्ही सर्व जण संखला जाऊ लागलो. मी वाकळंची वळकटी बांधून घेतली होती, दोन-तीन कपडे पिशवीत घातले होते. त्यामध्येच पुस्तकं, वह्या कोंबल्या होत्या. पिशवी काखेला मारली होती. वळकटी खांद्यावर घेतली होती. तम्मानंदेखील वाकळच घेतली होती. माझा भाऊच तो. कसा असणार? बाकीच्या मुलांनी चादरा, सतरंज्या घेतल्या होत्या. तेरवाडकर गुरुजी चालता चालताच आम्हाला परीक्षेविषयी सूचना देत होते. संखला पोचलो. शाळेची एक खोली आम्हाला दिली. बऱ्याच गावांची मुलं परीक्षेला आली होती. शाळेची इमारत भव्य दिसत होती. प्रत्येक वर्गासाठी एक खोली होती. मुलांना बसण्यासाठी बाक ठेवले होते. सर्व काही व्यवस्थित आणि सुधारित दिसत होतं. रात्री आम्ही अभ्यास करीत बसलो. उशिरापर्यंत अभ्यास केला आणि झोपलो. सकाळी सर्व काही आवरून पेपरला गेलो. सलगरे बुद्रुकच्या केंद्राप्रमाणंच होतं. त्यामुळं परीक्षेविषयी काहीच वाटलं नाही. एकामागून एक पेपर दिले. रोज राम जेवण घेऊन येत होता. घरातून येतेवेळीच मी मानका आईला रामकडं जेवण देण्यास सांगून आलो होतो. चौथ्या दिवशी परीक्षा संपली. आम्ही घरी आलो. घरी आल्यानंतर दोन-तीन दिवस बसूनच काढले. घराकडील कोणीतरी घेऊन जाण्यास येईल म्हणून कामालादेखील गेलो नाही. तिसऱ्या दिवशी संध्याकाळी वडील आले. माझी विचारपूस केली. मानकाआई वडलांना म्हणाली,

"दादासाबाची हातली साळा संपली. सातच बुकं हातं साळा व्हती. आता म्होरं कसं करताया?"

वडलांनी डोक्याला हात लावला आणि विचार करू लागले. वडील काय करणार होते? माझ्या शाळेची अडचण आली. तम्मा शेजारीच बसला होता. मी त्याला विचारलं,

"तू आठवीला कुठं शिकणार आहेस?"

तम्मानं उत्तर दिलं, "जतेला. आपल्यातील चार-पाच मुलं आठवीसाठी जतेलाच जाणार आहेत. खोली घेऊन राहणार आहेत. सकाळच्या गाडीनं डबा पाठवण्याची सोय आहे."

मी मानका आईला विचारलं, "मानका आई, मला दररोज डबा पाठवणार का? तम्माच्या डब्यात जेवण घालून दे."

मानका आईनं होकार दिला. मला संकटातून बाहेर पडल्यासारखं वाटू लागलं. वडील विचार करीत होते. मानका आईला म्हणाले,

"आका, दिस तर आसलं आल्याती, तुमाला दाणं, पयसं कसं द्याचं? दादासाबाला कापडं घ्याला पायजीती."

मानका आई म्हणाली, "जितकं देताय - तितकं दाणं द्या. म्या घालती त्येच्या पोटाला. लय गुणाचा हाय दादासाब. त्येचं लय चांगलं व्हुयाचं हाय."

वडलांनी विचार केला व म्हणाले, "मी सुटी संपल्यावर घिवून यीतू दादासाबाला. तुमचं तुमीच जेवाण द्या. खुलीचं भाडं किती आसतंया कुणाला ठावं?"

खोलीचं भाडं किती असतं ते मला तरी कुठं माहीत होतं?

तम्मा म्हणाला, "मुलं म्हणत होती तीस रुपये असेल खोलीभाडं. पाच-सहा जण राहिलो म्हणजे प्रत्येकी सहा ते पाच रुपये येतील."

वडलांना आनंद झाला. पाच-सहा रुपये म्हणजे काही विशेष नव्हते. परत तम्मा म्हणाला,

"शाळेसाठी खाकी हाफ पॅन्ट आणि पांढरा हाफ शर्ट लागतोय."

वडलांच्या चेहऱ्यावरचा आनंद विरून गेला. ही काय पीडा लागली आहे या नजरेनं तम्माकडं पाहू लागले; परंतु काहीच बोलले नाहीत. सकाळी मी व वडील बिऱ्हाडाकडं निघालो. तम्मा म्हणाला,

"लवकर ये. खोली घ्यायला पाहिजे. पुस्तकं घ्यायला पाहिजेत. आम्ही पण दोन दिवसांत मागायला जाणार आहे. मी येतो लवकरच परत."

मी मान हालवली. आम्ही जाऊ लागलो. मी वडलांना विचारलं, "बिऱ्हाडं कोणत्या गावाला आहेत?"

वडलांनी सांगितलं, "दरीकुनूरला हायती."

आम्ही दरीकोणूरला आलो. गावाशेजारीच पालं दिलेली होती. आम्ही गेल्यानंतर आमच्या जमातीमधील माणसं गोळा होऊ लागली. त्या वेळी आमच्याबरोबर बाबजी भोसले, गुंडाप्पा मोरे, तुकाराम मोरे, नरसू भिसे, रामचंद्र मोरे अशा पालांचा संच होता. आमचं पूर्ववत जीवन सुरू झालं. पालं काढणं, ओझी लादणं, कुत्री ओढीत, घोडी हाकलीत दुसऱ्या गावाला जाणं सुरू झालं. मी, आबास आणि बाबजीमामांचा कमलाकर मिळून मागायला जात होतो. जाईआत्या म्हणीत होत्या,

"मलारीचं पोरगं साळा शिकतंया. आणिक सुटी झाल्यावर मागायला जातंया. किती शाणं हाय. सुटीवर आल्यावर बसून सुदीक खात न्हाय."

आम्ही गावोगाव फिरत होतो. आम्ही खलाटीमध्ये राहिलो होतो. रात्री बाबजीमामा व वडील बोलत बसले होते. बाबजीमामा म्हणाले,

"मलारी, उद्याच्याला आपणाला हितनं म्होरल्या गावाला गेलं फायजी. तवा कुणच्या गावाला जावावं."

वडील म्हणाले, "आगा बाबूमामा, हातं खलाटीच्या तळ्याला लय मासं हायती. उद्याचा दिस मासं मारू या गी."

परत बाबजीमामा म्हणाले, "आरं मलारी, परवाच्या दिशी मंगळवार हाय. मंगळवार मऱ्याआयचा वार हाय. त्या दिशी तळ सोडाला येत न्हाय. मग उद्याच्याला हातं ऱ्हावून परवाच्या दिशी बी ऱ्हायाला पायजे. पोटाला काय खायाचं? भवतीची समदी गावं झाल्याती मागून."

वडील आणि बाबजीमामा बोलत होते. बाकीचे लोक ऐकत होते. या दोघांनी निर्णय घेतल्यानंतरच इतर माणसांनी जायचं किंवा राह्यचं होतं. वडील म्हणाले,

"ते बी खरंच हाय. पोटाला हातं मिळत न्हाय. मंग कसं कराचं म्हणतूच?"

बाबजीमामा म्हणाले, "समदीजणं आसं करू या, सकाळपातूर मागून यीवं या- दुपारा माश्याला जावं आन मासं धरून आल्यावर सांच्यापारी हातल्या हातं रांजणीला जाव."

वडील म्हणाले, "आगा, रांजणी जरा लांबच हाय. रातबीत झाल्यावर कसं कराचं? आंदारात वाट दिसाची न्हाय."

बाबजीमामा म्हणाले, "आरं मस्त, मोटार जात्यात्या त्या वाटनं जावं."

शेवटी सकाळपर्यंत मागून यायचं, दुपारी मासे धरायचे आणि रांजणीला जायचं असा निर्णय घेतला. नेहमीप्रमाणं माणसं पहाटेच मागायला गेली.

आम्ही सकाळी मागायला गेलो. दुपारपर्यंत सर्व जण जमले होते. सर्व जणांनी थोडी थोडी भाकरी खाल्ली. वडलांनी भोर जाळं काढलं. आम्ही मासे पकडण्यासाठी तळ्यावर गेलो. तळं आम्ही राहिलो होतो तिथून जवळच होतं. माणसं मासे धरू लागली. आम्ही पकडलेले मासे भगुल्यात भरण्याचं काम करीत होतो. मासे भरपूर सापडू लागले. आमच्या लोकांना आशा लागली. आपल्याला पुढच्या गावी जायचं आहे हे त्यांच्या लक्षातच आलं नाही. दिवस पश्चिमेकडं बराच झुकला होता. गुंडाप्पा मोरे म्हणाले,

"मलारी आण्णा, आपणाला जायाचं हाय रांजणीला- आन् दिस तर पार खाली गेलाया."

सर्व जण गडबडीनं पाण्याच्या बाहेर आले. कपडे घातले. मासे भरपूर सापडले होते. आम्ही पळत पळतच पालाकडं आलो. वडील मला म्हणाले,

"दादासाब, तू आणिक आबास पालं काडा. आमी मासं वाटतू."

मी व आबास पालं सोडू लागलो. आण्णा व बाबजीमामा मासे वाटत होते. बाकीचे सर्व जण आपोपली पालं काढण्यात गुंग झाले होते. माशाचे वाटे घातले.

बायकांनी स्वयंपाक केला होता. माणसे ओझी साटवू लागली. घोड्यांना खोगीर घातली. ओझी घोड्यावर लादली. दिवस मावळायला चालला होता. दुसरा दिवस मंगळवार होता. मंगळवारी तळ सोडणं म्हणजे देवीचं व्रत मोडणं असं समजलं जात होतं म्हणून माणसं निघाली होती.

दिवस मावळताना आम्ही तिथून निघालो. बायका, पोरं, माणसं, कुत्री एकापुढं एक पळत होते. घोडी ताणवत आणत होते. तुकाराम मोरे म्हणीत होते,

"ह्या माश्यानं काय बरं केलं न्हाय. रात झाल्याया वाटतंच. आता जाऊन ऱ्हायाचं कुटं?"

बाबजीमामा म्हणाले, "गावाच्या जवळच कुटंतर टाकाला पायजी. आंदाराचा काय जागा घावतूया व्हयं."

रात्र बरीच झाली होती. माणसं एकमेकांचा चेहरादेखील ओळखीत नव्हती. प्रत्येक जण गडबडीनं पळत होता. मासे तसेच हातात घेऊन माणसं रांजणी जवळ करीत होती. रस्ता मोठा होता म्हणून ठीक होतं. नाहीतरी दुसऱ्याच गावाच्या रस्त्यानं गेलो असतो. कसंतरी आम्ही रांजणीला आलो. गावातील कुत्री मोठमोठ्यानं भुंकू लागली. झोपलेले लोक उठून बाहेर येऊन पाहत होते. झोपमोड झाली म्हणून आम्हाला शिव्या देत घरी जात होते. गावाशेजारी आमचा लवाजमा बसू शकेल एवढी जागादेखील कुठं मिळेना. गावाच्या पूर्वेला आलो. बाबजीमामा म्हणाले,

"हातं जागा हायं. टाका वजी."

सर्व लोकांनी ओझी सोडण्यास सुरुवात केली. ओझी उतरली, घोडी जवळच खुंट्या रोवून बांधली. बायकांनी दिसतील तसले दगड उचलून आणले. त्यांची चूल केली. मासे शिजवण्यास सुरुवात झाली. अंधारातच बायका लाकडं गोळा करीत होत्या. बायकांना आम्ही राहिलो होतो तिथं भरपूर मोठी मोठी लाकडं सापडू लागली. बायका आनंदानं जाळू लागल्या. कोणी म्हणीत होते,

'आंदारात-लांब जावं नगं. ततंनच यी म्हागारी.'

आमचा आरडाओरडा चालू होता. झोपलेला गाव जागा होत होता. माशांची कोरड्याशी शिजली. बापय माणसांनी अंधारातच कुठून तरी विहिरीचं पाणी आणलं होतं. एकमेकांना जेवायला बोलावीतच माणसं जेवत होती. बऱ्याच उशिरानं जेवणाचा कार्यक्रम बंद झाला. माणसं झोपी गेली. पहाटे उठून लोक मागायला गेले. सकाळी आम्ही उठलो. पाहतो तर, आमचा मुक्काम स्मशानघाटात झाला होता. प्रेतं पुरलेल्या थडग्यावर आम्ही ओझी टाकली होती. जाळलेल्या प्रेतांची लाकडंच रात्री बायकांना मिळाली होती. बायका घाबरल्या होत्या. आता कसं होणार? हा प्रश्न सर्वांच्या समोर होता. जाणारी-येणारी माणसं आमच्याकडं विचित्र नजरेनं बघत होती. त्यांना आश्चर्य वाटत होतं. आपापसात म्हणत होते,

'आयला, जुशी हायती का भुताची आवलाद हाय. मसुनवाट्यातच ऱ्हाल्याती.'

आमची माणसं मागून येत होती. गबाळाकडं आल्यानंतर प्रत्येक जण घाबरून बघत होता. आम्ही मुलं कोणी मागायला गेलो नाही. आम्हाला कात्रीत सापडल्यासारखं झालं होतं. मंगळवार असल्यानं, गबाळ हालवता येत नव्हतं. आणि ओझी तर थडग्यावरच टाकली होती. तिथंही राहता येत नव्हतं. आमची माणसं मागून आली.

बाबजीमामा म्हणाले, "मलारी, कसं कराचं? आता कशी आडचण आल्याया?"

वडील म्हणाले, "आज दिवीचा वार हाय. कुणाला काय व्हाचं न्हाय. ऱ्हावं या रातच्या रात, उद्याच्याला पाटं जावं म्हणं. आजची रात जागून काडाची. मग काय कराचं?" आम्ही त्या स्मशानातच राहिलो.

दिवसभर प्रत्येकाच्या मनात वेगवेगळे विचार येत होते. दिवस विचारातच निघून गेला. रात्र झाली. सर्वांनी काळजीत जेवणं केली. कालच्या रात्री कोणालाच काही माहीत नव्हतं. सर्व जण निर्धास्त झोपले होते, परंतु आज झोप लागणार कशी? प्रत्यक्षात प्रेतावर झोपलो होतो. तुकातात्या गोष्टी सांगवून जागवीत होते. झोप लागायची कमी होणार होती थोडीच? बऱ्याच वेळानं माणसं झोपली. बायका-मुलं वाकळा मुस्काटून पडल्या होत्या. एक झोप झाली असेल किंवा नसेल तुकाराम मोरे ओरडले,

"आरं येऽऽ माणसांनो, उटा-मेलोऽऽ ती बगाऽ कश्याची तरी सावली आपल्याकडं या लागल्याया."

माणसं खडबडून उठली. मुलं भीतीनं थरथर कापू लागली. बायकांच्या काळजाचं पाणी पाणी झालं होतं. माणसं तुकारामतात्यांना विचारीत होती,

"कुटं हाय? नीट बग. आमाला दिसत न्हाय ती सावली."

तुकारामतात्या बोटं करून दाखवू लागले. सावली सर्वांना दिसली. पण ती तिथून पुढं येत असलेली दिसत नव्हती. माणसं घाबरली होती. मला वाटू लागलं आता आमच्यातील बरेच लोक भीतीनंच मरतात. मी पण भयंकर घाबरायला लागलो होतो. शेवटी बाबजीमामांनी कंदील पेटवला, आणि वडलांना म्हणाले,

"मलारी, तू-गुंडाप्पा चल बगू माज्याबरुबर. काय हाय ती बगू. भूत आसलं तरी बी खात न्हाय."

वडील भीतभीतच उठले. गुंडाप्पातात्या पण भीतभीत उठले. बायका मरगम्मा देवीचं नाव मोठमोठ्यानं उच्चारीत होत्या. कुणाचं बोलायचं धाडसदेखील होत नव्हतं. तुकारामतात्या माणसाबरोबर गेले नाहीत. त्यांना भीती जास्त वाटू लागली होती. बाबजीमामा, वडील आणि गुंडाप्पातात्या हळूहळू पाय उचलीत त्या सावलीपर्यंत गेले. एका झाडाच्या फांदीची ती सावली होती. झाड उंच होतं. त्याची एक फांदी विशिष्ट आकाराची होती. त्या फांदीची सावली मानवी आकाराची पडत होती.

वाऱ्याच्या झोकाबरोबर फांदी हालत होती, आणि त्यामुळे ती सावली पण हालत होती. माणसं परत आली. बाबजीमामा म्हणाले,

"काय न्हाय. झाडाची सावली हाय. झोपा गप."

माणसांना कुठं झोप लागत होती. रात्रभर भीतभीतच जागरणं करीत होती. तोंडावर वाकळ झाकून घेतली होती. बायकांच्या व मुलांच्या मनात भीती घर करून बसली होती. पहाटेच ओझी लादली आणि दुसऱ्या गावाला गेलो. आम्ही तिथून पुढं कधी सायंकाळचं निघायचं नाही असं ठरवून टाकलं.

दिवस भराभर निघून जात होते. आम्ही ढालगावला राहिलो होतो. मी वडलांना म्हणालो,

"आण्णा, मला शाळेला गेलं पाहिजे. एक महिना होऊन गेला आहे."

वडलांनी ढालगावच्या बाजारातून एक पांढरा हाफ शर्ट आणि खाकी हाफ पॅन्ट घेतली. बाजारात बसलेल्या न्हाव्याकडून कटिंग करून घेतली. गोंधळेवाडीस निघालो. थोडं धान्य घेतलं. वडलांनी बाबजीमामांकडून पंचवीस रुपये उसने काढले होते. गोंधळेवाडीला आलो. वडलांनी धान्य व पैसे मानका आईला दिले व म्हणाले,

"लागतील तसं थोडं-थोडं पयसं जेवनातनं लावून द्या." मानका आईनं मान हालवली.

वडील मला म्हणाले, "दादासाब, श्यार गाव हाय. जपून ऱ्हा. हाकडं-तकडं फिरू नगंस."

मी 'होय' म्हणालो. भवानीकाकांनीदेखील आपलं कुटुंब गावी आणलं होतं. तम्मा आला. थोड्या वेळानं म्हणाला,

"तुला ६४% मार्क्स आहेत व मला ६५% मार्क्स आहेत. भोसेकर गुरुजी म्हणालेत दादासाहेब आल्यानंतर माझ्याकडं घेऊन ये."

वडलांना ६४% आणि ६५% कुठं समजत होती?

वडील म्हणाले, "तम्मा, तुमी फास झालाया का?"

आम्ही दोघं जण हसू लागलो. वडील आणि मानका आई आमच्या तोंडाकडं बघत राहिलीत. आम्ही पास झाल्याचं सांगितलं. तम्माचे वडील भवानी गुरव आले. वडलांना म्हणाले,

"कुटनं आलाया?"

वडील म्हणाले, "ढालगावानं आलूया."

भवानीकाकांनी नंतर विचारलं, "काय मिळतंया का तकडं?" वडील म्हणाले, "कुटलं भवानी, लोक वयतागल्याती. कोण सुदीक वाडत न्हाय. उगंच कसंतरं जगतूया."

भवानीकाका माझ्याकडं वळून म्हणाले, "दादासाब, तू आणि तम्मा न्हावा एकाच खुलीत. आबीस करत जावा. मोटारी, सायकली आसत्यात्या वाटंवरनं. उगंच येड्यावाणी फिरू नगा."

आम्ही मान हालवायची कामं करीत होतो. सकाळी वडील ढालगावला निघून गेले. गोंधळेवाडीची पाच-सहा मुलं गेल्या वर्षीपासूनच जतेला होती शिकण्यासाठी. सुट्टी होती म्हणून सर्व जण गावी आले होते. कोणाला जतेला शाळेला जाऊन एक वर्ष झालं होतं, तर कोणाला दोन वर्षं झाली होती. काही लोणारी समाजाची मुलं जतेला शिकत होती, तर काही गोंधळी समाजाची मुलं होती. गोंधळी समाजाची मऱ्याप्पा जाधव, रखमाजी दोरकर, बाबासाहेब जाधव, शिवाजी भोसले, विठ्ठल दोरकर यांना जतेला राहून दोन वर्षं झाली होती, तर दिलीप जाधव, चंद्रकांत गुरव, बाळासाहेब दोरकर यांना एक वर्ष झालं होतं. या सर्वांनी दोन खोल्या घेतल्या होत्या. मी व तम्मा त्या मुलांना भेटलो. त्यांना म्हणालो,

"आम्ही जतेला शाळेला येणार आहोत. आम्हाला तुमच्या खोलीत राहण्यासाठी घ्या. आम्ही भाडे भरतो–"

मऱ्याप्पा जाधव म्हणाले, "ठीक आहे. आम्ही उद्या जताला जाणार आहोत. तुम्ही आमच्याबरोबर चला. शंकर बामण्यांच्या खोल्या आहेत. त्यांना आम्ही दोन खोल्या ठेवण्यास सांगून आलो आहोत."

मी व तम्मा घरी आलो. रात्री सर्व तयारी केली. वाकळच घेऊन जावं लागणार होतं. एक पोतं मानका आईच्या घरातील अंथरण्यासाठी घेतलं. ते पण अनेक ठिकाणी फाटलं होतं. पिशवीत कपडे भरले. कपडे फाटलेलेच होते. शाळेसाठी वडलांनी नवीन कपडे घेऊन दिले होते ते एक ठीक झालं होतं. जत कसं असेल? आपल्याला तिथं राहता येईल काय? हायस्कूल कसं असेल? या विचारातच झोपी गेलो.

सकाळी नऊ वाजता गिरगाव-जत गाडी गोंधळेवाडीला येत होती. सकाळी त्याच गाडीनं जतेला जायचं होतं. आठ वाजेपर्यंत सर्व तयारी केली. तम्मानंदेखील आपलं साहित्य आणलं. मानका आईला सांगितलं,

"रोज सकाळी नऊच्या गाडीनं पिशवीत घालून माझं व तम्माचं एकाच पिशवीतून जेवण पाठवीत जा."

मानका आई म्हणाली, "धुरपाकडं जेवाण दिती. तीच ती पाटवत्याय. मला सकाळा कामाला जायाचं आसतंया."

मी मार्कलिस्ट व दाखला घेतला आहे का ते वही चाळून पाहिलं. सातवीची पुस्तकं अंकुशला विकली होती. मला दहा रुपये देत मानका आई म्हणाली,

“ही पयसं घी आणिक बुकं लागली तर घी.”

मी दहा रुपये घेतले. पुस्तके विकून बारा रुपये आले होते. एकूण बावीस रुपये झाले. दाखला व मार्कलिस्ट एका वहीत सापडले. साडेआठ वाजले होते. गावातून ओढा ओलांडून अर्धा मैल अंतर जावं लागत असे. एसटी ओढ्याच्या पलीकडंच थांबत होती. मुलं एसटीला निघाली होती. मी व तम्मानं मानका आईच्या व मावशीच्या पायाला हात लावला आणि निघालो. मावशी म्हणाली,

“जावा. भांडाण करू नगा. एका जीवानं ऱ्हावा.”

आम्ही चालू लागलो. आम्हाला कशाला भांडण आठवतं? दररोज एक नवीन संकट समोर येत होतं. त्यालाच तोंड देतपर्यंत नाकीनऊ येत होते. वाकळंची वळकटी खांद्यावर घेतली. पिशवी काखेला मारली आणि आम्ही इतर मुलांबरोबर चालू लागलो. ‘गोंधळेवाडी’ असं लिहिलेला बोर्ड अडकवला होता तिथंच एसटी थांबत होती. थोड्या वेळात एसटी आली. एक-दोन माणसं खाली उतरली. आम्ही एसटीमध्ये बसलो. मी बावरल्याप्रमाणे एसटीमधल्या लोकांकडे बघत होतो. पहिल्यांदाच एसटीमध्ये बसलो होतो. मजा वाटत होती. रस्ता कच्चा होता. रस्त्यावर खड्डा आला की, एसटी वरखाली जात होती आणि मी उठाबशा काढीत होतो. कंडक्टरनं माझ्याकडून दोन रुपये पन्नास पैसे घेतले आणि तिकीट दिलं. गावापाठीमागं गावं टाकीत आम्ही पुढं जात होतो. मला हवेतून चाललो आहे असं वाटत होतं. जत कधी आलं ते समजलंच नाही. बोर्ड दिसला ‘जत बसस्थानक’ त्या वेळी माझ्या लक्षात आलं, आपण जतेला आलो आहे. स्टॅन्डच्या आवारात एसटी थांबली होती. माणसं उतरू लागली. मी वळकटी खांद्यावर घेतली. पिशवी काखेला अडकावली आणि खाली उतरलो. इतर मुलांच्या पाठीमागं मी व तम्मा चालत होतो. मी इकडंतिकडं पाहू लागलो. पानपट्टीची दुकानं, हॉटेल, किराणा मालाची दुकानं, औषधांची दुकानं दिसू लागली. मऱ्याप्पा व रखमाजी एका लहान गल्लीत घुसले. दोन-चार ओळीनं खोल्या होत्या. सर्व रस्त्यावरील माणसं माझ्याकडं पाहत होती. शाळेला पाहिजेत म्हणून नवीन कपडे घातले नव्हते. फाटकेच कपडे अंगात होते. वाकळंची वळकटी, एका बाजूला साहित्य टिच्चून भरलेली पिशवी अडकवली होती. एकूण माझा अवतारच सर्वांनी बघण्यासारखा होता. मी मात्र इतरांच्या बघण्याकडं लक्ष देत नव्हतो. आपण आता हायस्कूलला शिकण्यासाठी आलो आहो हा अभिमान होता. मधल्या खोलीसमोर मऱ्याप्पा व रखमाजी थांबले. कुलूप काढलं. आम्ही साहित्य खोलीत ठेवलं. मऱ्याप्पा व रखमाजी बाहेर निघून गेले. थोड्या वेळानं मऱ्याप्पा, रखमाजी व एक जाड माणूस असे तिघं जण आले. जाड माणूस म्हणाला,

"ही किल्ली तीन नंबर खोलीची आहे. भाडं व्यवस्थित प्रत्येक महिन्याला द्यायचं. खोलीत घाण करायची नाही. मी परत इकडं येणार नाही."

त्यानं तीन नंबरच्या खोलीची किल्ली दिली आणि तो निघून गेला. मच्याप्पा व रखमाजीला तो चांगला ओळखत होता. दोन वर्षं त्यांनी त्यांच्याच खोलीत काढली होती. मी समजून घेतलं की, हीच व्यक्ती शंकर बामणे असावी. मला, तम्माला, विठ्ठल दोरकर, आणि रखमाजी दोरकर या सर्वांना एक खोली दिली, आणि मच्याप्पा जाधव, बाळासाहेब जाधव, दिलीप जाधव हे तिघं भाऊ आणि बाळासाहेब दोरकर, चंद्रकांत गुरव यांना एक खोली होती. मुलांनी पेट्या आपोपल्या खोलीत ठेवल्या. मला पेटी नव्हती. मी माझी पिशवी खुंटीला अडकवली. खोलीची व्यवस्था झाली.

दुपारी मी तम्मा, मच्याप्पाला घेऊन, 'श्री रामराव विद्यामंदिर हायस्कूल, जत' इथं गेलो. हायस्कूलची इमारत राजवाड्याप्रमाणं दिसत होती. हायस्कूलसमोर भव्य पटांगण होतं. एका ओळीनं वीस खोल्या होत्या. मध्यभागी मोठं प्रवेशद्वार होतं. त्यामधून आत गेलं की, मोठा हॉल होता. मच्याप्पा म्हणीत होता,

"विविधगुणदर्शनाचा कार्यक्रम, वक्तृत्व स्पर्धा किंवा व्याख्यानं या हॉलमध्ये होतात."

एका बाजूला शिक्षकांसाठी हॉल होता. त्याला लागूनच हेडसरांचं ऑफिस होतं. आम्ही हेडसरांच्या ऑफिसमध्ये गेलो. मच्याप्पानं सांगितलं,

"सर, आमच्या गावची मुलं आलीत. त्यांना आठवीच्या वर्गात ॲडमिशन पाहिजे."

हेडसरांनी आमच्याकडं पाहिलं व म्हणाले, "दाखले व मार्कलिस्ट आणले आहेत काय?"

आम्ही दोघांनी पण दाखले व मार्कलिस्ट हेडसरांच्या पुढं ठेवली. हेडसर मार्कलिस्ट पाहू लागले. त्यांच्या टेबलावर एक लहानसा बोर्ड ठेवला होता, 'रा. बा. पाटील.' नंतर हेडसरांनी दाखले वाचून बघितले. दाखले व मार्कलिस्ट टेबलावर ठेवीत म्हणाले,

"दोघांना पण मार्क्स चांगले आहेत. आणखी दोन दिवसांनी हायस्कूल सुरू होईल. तुम्हा दोघांचंही नाव दुपारच्या शिफ्टला घातलं आहे. तुम्ही दोघांनी 'फ' तुकडीमध्ये बसायचं. जुन्या राजवाड्यात वर्ग भरतात. शाळेला नियमित यायचं. जा आता."

आम्ही हेडसरांना नमस्कार करून ऑफिसच्या बाहेर आलो.

आम्ही खोलीवर आलो. जत हे तालुक्याचं ठिकाण असल्यानं गावाचा आकार बराच मोठा होता. जवळजवळ दहा ते बारा हजारांच्या दरम्यान लोकसंख्या असावी. गावाच्या मध्यभागातून ओढा वाहत होता. ओढा कसला? गटारच होती मोठ्या

आकाराची. त्या ओढ्यालाच इथले लोक गंधर्व नदी म्हणत होते. हा ओढा म्हणजे पूर्वी गंधर्व नदी होती. कोणीतरी स्त्रीच्या शापामुळे त्या नदीची अवस्था अशी झाली आहे अशी दंतकथा होती. ती दंतकथा मऱ्याप्पानं आम्हाला सांगितली होती. मला ते पटलं नाही. शापामुळे नदीचा ओढा होणं शक्य नव्हतं. मध्यभागी मोठी पेठ होती. विविध प्रकारची दुकानं होती. पेठेतून सरळ मोठा रस्ता गंधर्व नदीच्या लोखंडी पुलावरून बंकेश्वर देवळापर्यंत जात होता. फार पूर्वीचं देऊळ होतं. जत हे संस्थान असताना बांधलेलं. १९४७ च्या पूर्वी जत हे नामांकित संस्थान होतं. नंतर या संस्थानाचं महत्त्व संपुष्टात आलं. तरीदेखील तिथं रामराव राजांचे दोन चिरंजीव राहत होते. हायस्कूलची इमारत, कॉलेजची इमारत त्यांचीच होती. मध्यभागी ओढा वाहत असल्यानं जतेचे दोन भाग पडले होते. एका भागाला जुनं जत, तर दुसऱ्या भागाला नवीन जत असं म्हटलं जात होतं. दुकानं, पेठा नवीन जतेत होत्या, तर हायस्कूल, टॉकीज, बंकेश्वर मंदिर जुन्या जतेत होते.

तिसऱ्या दिवशी सकाळी उठून अंघोळ केली. होत्या त्या दोन वह्या एकत्र ठेवल्या. पावणेअकरा वाजता स्टॅन्डवर गेलो. गिरगाव-जत गाडी अकरा वाजता येत होती. कुणाचे डबे येत होते, तर कुणाचं जेवण पिशवीतून येत होतं.

माझं व तम्माचं जेवण एकाच पिशवीमधून येत होतं. आम्ही बराच वेळ स्टॅन्डवर थांबलो, एसटी साडेअकरा वाजता आली. माणसं खाली उतरली. आम्ही जेवण घेतलं. बहुतेक बऱ्याच मुलांचे डबे येत होते. संख, तिकोंडी, आसंगी, दरीबढची, गुड्डापूर, सोरडी, दरबडची कोनूर, गिरगाव अशा गावांहून डबे येत होते. प्रत्येक गावची थोडीफार मुलं शिकण्यासाठी जतेला आली होती. सकाळी अकरा वाजता डबे येत व सायंकाळी पाच वाजता एसटीनं मोकळे डबे पाठवीत होते. प्रत्येक गावात आपोपले डबे काढून घेत असत आणि सकाळी पाठवीत असत. मी जेवणाची पिशवी काढून घेतली. पिशवीचं तोंड केकतीनं बांधलं होतं. पिशवी सिटाच्या खाली ठेवली असल्यामुळं कोणाचा तरी पाय त्या पिशवीवर पडला होता. पिशवी घाण झाली होती. आम्ही खोलीकडं येऊ लागलो. स्टॅन्डपासून खोली जवळच होती. परंतु शाळेला जाण्यासाठी अंतर जास्त होतं. आम्ही खोलीवर आलो. सर्व जण मिळून जेवण करू लागलो. मुलं एकमेकांना आपली भाजी देत होती. सर्व काही सहकारी तत्त्वावर चाललं होतं. मी व तम्मा गडबडीने जेवलो. मऱ्याप्पा आमच्या खोलीकडं आला. म्हणाला,

"चला रे... पाऊणेबारा वाजलेत. जातपर्यंत बारा वाजतात. बारा वाजून दहा मिनिटांनी प्रार्थना सुरू होते. सव्वाबारा वाजता तास सुरू होतात."

मऱ्याप्पानं आम्हाला शाळेचं वेळापत्रकच सांगून टाकलं. आम्ही गडबडीनं शाळेचे कपडे घातले. मऱ्याप्पानं शर्ट, हाफ पॅन्टमध्ये खोचला होता म्हणून

मीदेखील शर्ट हाफ पॅन्टमध्ये खोचला. सर्व मुलं दुपारच्या शिफ्टलाच होती. सर्वांचं आवरलं. मी वह्या हातात घेतल्या. आम्ही गडबडीनं चालू लागलो. जुन्या राजवाड्यात आलो. मुलं प्रार्थनेला उभी राहिली होती. आम्ही दप्तरं ठेवून ओळीत उभे राहिलो. मुलांनी प्रार्थना म्हणण्यास सुरुवात केली. मला व तम्माला प्रार्थना येत नव्हती. आम्ही ऐकत उभे राहिलो. मुलं म्हणीत होती—

जीवनात या सान, काय आन...
काय महान खरेऽ ऽ
इष्ट अनिष्ट हे पारखण्या प्रभू दिव्य दृष्टी दे रेऽ ऽ
प्रभू तू दिव्य दृष्टी देऽ ऽ ऽ ।। धृ.।।

प्रार्थना संपली. मुलं वर्गात जाऊन बसू लागली. मऱ्याप्पानं 'फ' तुकडी भरत असलेला वर्ग दाखवला. मी व तम्मा वर्गात जाऊन एकदम शेवटच्या बाकावर बसलो. धरून आणल्याप्रमाणं सर्वांच्या चेहऱ्याकडं बघत होतो. आमच्यासारखी अवस्था बऱ्याच मुलांची झाली होती. काही थोडीच मुलं आपापसात कुजबुजत होती. वर्गशिक्षक आले. प्रेझेन्टी घेतली. ज्या मुलांचं नाव, क्रमांक पुकारला जाई तो मुलगा उठून 'येस सर' म्हणीत होता. वर्गशिक्षक म्हणाले,

"आपोपले पटक्रमांक लक्षात ठेवा. उद्यापासून फक्त पटक्रमांकच पुकारले जातील."

सर्वांची प्रेझेन्टी घेतली. माझा पटक्रमांक ७३ होता व तम्माचा ७२ होता. शिकवण्याचं काम सुरू झालं. प्रत्येक विषयासाठी वेगवेगळे शिक्षक होते. प्रत्येक विषयाचे शिक्षक त्यांच्याकडं असलेल्या विषयासंबंधी माहिती सांगत होते. तिसऱ्या तासानंतर मधली सुट्टी झाली. सर्व मुलांच्या बरोबर आम्ही दोघं जण पण वर्गातून बाहेर आलो. सर्व मुलं बहुतेक खेड्यातूनच आलेली होती. जेवणाचे डबे काढता यावेत म्हणूनच हेडमास्तरांनी त्यांना दुपारच्या शिफ्टला घातलं होतं. सकाळच्या शिफ्टला फक्त गावातीलच मुलं जात होती. मधली सुट्टी संपली. परत चौथ्या तासाला सुरुवात झाली. एकूण आठ तास होते. आठ तासांमध्ये प्रत्येक तासाला एक वेगळाच विषय शिकवला जात होता. पस्तीस मिनिटांचा एक तास घेतला जात होता. जी. एस. तेली सर आमचे वर्गशिक्षक होते. हायस्कूल सुटलं. आम्ही खोलीकडं येऊ लागलो. जुन्या राजवाड्याच्या प्रवेशद्वाराजवळच अंबाबाईचं देऊळ होतं. मुलं जातायेता त्या देवीला नमस्कार करीत होती. सर्व मुलांचा गणवेश एकच होता. पांढरा हाफ शर्ट आणि खाकी हाफ पॅन्ट. मीदेखील पांढरा हाफ शर्ट व खाकी हाफ पॅन्ट घातली होती. माझ्यामध्ये व तम्मामध्ये तसा काही विशेष फरक

नव्हताच. फक्त त्याच्या पायात तुटकी चामड्याची चप्पल होती आणि मी अनवाणीच होतो. आम्ही सर्व जण मिळून खोलीकडं येत होतो. सर्वांच्याच पायात काहीतरी होतं. कोणाच्या पायात स्लिपर होते, तर कोणाच्या पायात कातडी चपला होत्या. आम्ही खोलीवर आलो. मुलं डबा ठेवण्यासाठी स्टॅन्डवर गेली. मी व तम्मा खोलीतच थांबलो. आम्हाला पिशवीतून जेवण येत होतं. डबा ठेवण्याचा प्रश्नच येत नव्हता. आम्ही पिशव्या एकत्र गोळा करून पाठवून देणार होतो.

दुसऱ्या दिवशीपासून रोज सकाळी उठणं, नळाला पाणी असेल तर अंघोळ करणं, स्टॅन्डवर जाऊन जेवण आणणं आणि शाळेला जाणं सुरू झालं. कधी कधी एसटी उशिरानं येत असे. वर्गात जाण्यास वेळ होई. त्यामुळे वर्गशिक्षकांचं बोलून घ्यावं लागत होतं. एके दिवशी एसटी फारच उशिरा आली. स्टॅन्डवरच पावणेबारा वाजले. खोलीवर येऊन जेवण करेपर्यंत सव्वाबारा वाजले. मी व तम्मानं कपडे घातले. आणि सर्व जण आपोपलं आवरून शाळेकडे पळू लागलो. साडेबारा वाजले होते. प्रत्येक जण आपोपल्या वर्गात गेलो. वर्ग सुरू होऊन बराच वेळ झाला होता. दरवाजातून मी व तम्मानं विचारलं,

"सर, आत येऊ का?" तेली सरांनी परवानगी दिली. आम्ही दोघं जण वर्गात गेलो.

सरांनी विचारलं, "इतका वेळ का झाला?"

आम्हाला नाइलाजानं सांगावं लागलं, "सर, एसटी उशिरा आली त्यामुळे जेवण उशिरा मिळालं."

सर म्हणाले, "तुम्ही दोघं जणपण एसटीसाठी कशाला थांबला होता? एकानं थांबायचं होतं. जेवणासाठीच इथं येता? दोघं जणपण बेंचवर उभे राहा, दुसरा तास संपेपर्यंत."

आम्ही दोघं जण शेवटच्या बेंचवर उभे राहिलो. थोड्या वेळानं पहिला तास संपला. दुसरा तास सुरू झाला. वर्गातील मुलं आमच्याकडं बघत होती. आम्हाला फार वाईट वाटत होतं. दुसरा तास संपला. मग कुठं आम्हाला बसायला मिळालं. त्यानंतर आम्ही कधी कधी जेवण न करताच शाळेला येऊ लागलो.

रविवार सुट्टीचा दिवस होता. मुलांनी जेवण केलं. कुणी झोपले, तर कुणी कपडे धुऊ लागले. चार वाजता मऱ्याप्पा म्हणाला,

"चला, यल्लमा देवीला जाऊन येऊ."

आम्ही चार-पाच जण यल्लमा देवीला निघालो. जतेच्या दक्षिणेला सुमारे एक मैलावर यल्लमा देवीचं देऊळ होतं. आम्ही जाऊ लागलो. जतेपासून थोड्याच अंतरावर एक छान बाग होती. त्या बागेच्या मध्यभागी एक पुतळा उभा केला होता. रखमाजीनं सांगितलं,

"हा पुतळा रामराव राजांचा आहे... ही छत्रीबाग रामराव राजांनी तयार केली आहे. आम्ही प्रत्येक रविवारी इथं येतो."

पुतळ्याशेजारीच कारंजी होती. निरनिराळ्या प्रकारची झाडं लावली होती. फुलांचे गुच्छ लटकत होते. आम्ही थोडा वेळ ते अमाप सौंदर्य पाहत थांबलो. तिथून यल्लमा देवीचं देऊळ दिसत होतं. आम्ही देवळाकडं चाललो. मऱ्याप्पानं सांगितलं,

"ही जवळजवळ पंचवीस एकर जमीन, राजेसाहेबांनी यल्लमा देवीच्या नावानं पुजाऱ्याला दिली आहे. डिसेंबरमध्ये भयंकर मोठी यात्रा असते. आता मोकळी दिसत असलेली जमीन माणसांनी, हॉटेलांनी, बैलगाड्यांनी भरून जाते. चार-पाच फिरत्या सिनेमाच्या टॉकीज येतात. तमाशाचे तंबू लावलेले असतात. आठ-दहा दिवस भयंकर गर्दी असते."

रखमाजी व मऱ्याप्पा दोन वर्षं झाली इथं शिकत असल्यामुळं त्यांना यात्रेसंबंधी माहिती होती, पण मला व तम्माला काहीच माहीत नव्हतं. आम्ही उत्सुकतेनं ऐकत पुढं चाललो होतो. आम्ही देवळाजवळ गेलो. ओढ्याच्या काठाला यल्लम्मा देवीचं देऊळ होतं. जतेच्या मध्यभागातून गेलेली गंधर्व नदी हीच होती. पूर्वेला तोंड करून देऊळ बांधलं होतं. गाभाऱ्यात पितळेची यल्लमा देवीची मूर्ती होती. आम्ही सर्वांनी देवीला नमस्कार केला आणि खोलीकडं निघालो.

शाळा सुरू होऊन एक महिना झाला होता. तरीदेखील माझ्याकडं पुस्तकं नव्हती. घरातून आणलेले पैसे तसेच होते. त्यातून चार-पाच रुपये खर्च झाले होते. दुकानातून जुनी पुस्तकं नव्हती. नवीन पुस्तकं घ्यावी म्हटलं तरी अठरा-एकोणीस रुपये राहिले होते. त्यातून खोलीभाडं पाच रुपये द्यायचं होतं आणि वह्या घ्यायच्या होत्या. फक्त दोनच वह्या नवीन घेतल्या होत्या. सर्व विषय त्या दोन वह्यांमध्येच होते. त्यामुळे नवीन पुस्तकं घेता येत नव्हती. तम्मानं गावीच दिलीप जाधव याची जुनी पुस्तकं घेतली होती. मी विचार केला, हेडसरांना सांगून बघावं. दुसऱ्या दिवशी सकाळी मुख्य इमारतीकडं गेलो. ऑफिसमध्ये हेडसर होते. मी विचारलं,

"सर, आत येऊ का?"

सर काहीतरी लिहीत बसले होते. लिहिता-लिहिता म्हणाले, "हं... या." मी आत गेलो. हेडसर मंगळवेढ्याचे होते. त्यांचा स्वभाव फार रागीट होता. एखाद्या विद्यार्थ्यानं जाणूनबुजून चूक केली की, त्याला भयंकर मारीत असत. अशी हेडसरांच्यासंबंधी माहिती मला अगोदरच मिळाली होती. मला हेडसरांची भीती वाटत होती. म्हणूनच इतके दिवस मी हेडसरांच्याकडं आलो नव्हतो.

पण शेवटी पुस्तकं कुठं मिळेनात म्हणून यावं लागलं होतं. हेडसरांनी माझ्याकडं पाहिलं. सर मला म्हणाले,

"तू बावचीचा आहेस?"

मी 'होय' म्हणालो. नंतर हेडसरांनी दुसरा प्रश्न केला, ''तुझे वडील काय करतात?''

मी सांगितलं, ''सर, आम्ही जोश्याचे आहोत, आई-वडील गावोगाव भीक मागून खात फिरतात.''

हेडसरांना माझी दया आली. हेडसर म्हणाले, ''काय काम होतं?''

मी सांगितलं, ''सर, मला पुस्तकं नाहीत. नवीन घेण्यासाठी पैसे नाहीत. आणि जुनी पुस्तकं कोणत्याच दुकानामध्ये मिळत नाहीत. मला पुस्तकं कोणाकडून तरी मिळतात का बघायचं होतं.''

हेडसर म्हणाले, ''शाळा सुरू होऊन एक महिना झाला. तू अद्याप गप्पच बसला आहेस? मला सांगायचं नाही का? मी एक चिठ्ठी देतो. आपल्या ग्रंथालयात जा. साळुंखे सरांना चिठ्ठी दाखव— ते तुला आठवीच्या पुस्तकांचा संच देतील. व्यवस्थित पुस्तकं वापरून परीक्षा झाल्यानंतर आणून जमा कर.''

मी 'होय' म्हणालो. हेडसर एका कागदावर लिहू लागले. मी विचार करीत होतो. सरांनी दाखल्यावर माझी जात बघितली असेल म्हणूनच त्यांनी विचारलं असावं, वडील काय करतात म्हणून. मंगळवेढ्यापासून बावची जवळच होती. त्यामुळे त्यांना आमच्या जातीसंबंधी कल्पना असावी. काही का असेना. आपलं दैव आपल्याला साथ देत आहे. खरोखरच माझं नशीब एका बाजूनं मला खाली खेचत होतं, तर दुसऱ्या बाजूनं वर ढकलत होतं. माणसाचं ध्येय साध्य होण्यासाठी दैवाचीदेखील साथ असावी लागते हे मला समजून चुकलं. प्रत्येक ठिकाणी मला शिक्षकांचा चांगला आधार मिळत होता. सरांनी चिठ्ठी लिहिली. चिठ्ठी मला देत म्हणाले,

''हे घे. आणि पुस्तकं घेऊन अभ्यास कर. कसली गरज भासली तर मला येऊन कळवीत जा.''

मी मान हालवली. सरांना नमस्कार केला आणि ऑफिसमधून बाहेर पडलो. ग्रंथालयाकडे निघालो. मनातल्या मनात हेडसरांच्या गुणांविषयी विचार करीत होतो. हेडसर ज्याप्रमाणे रागीट होतं, तितकेच ते दयाळूदेखील होते. हॉलच्या वरच्या मजल्यावर ग्रंथालय होते. एक शिक्षक बसले होते. बहुतेक हेच साळुंखे सर असावेत असा विचार करून, त्या शिक्षकांना चिठ्ठी दिली. ते साळुंखे सरच होते. कारण चिठ्ठी वाचून ते उठले आणि आठवीच्या पुस्तकांचा संच काढला. पुस्तकांचा संच मला देत म्हणाले,

''पुस्तकं व्यवस्थित वापरायची. एखादं पुस्तक खराब झालं तरी किंमत द्यावी लागते.''

मी 'होय' म्हणालो. पुस्तकांचा संच घेतला आणि खोलीकडं आलो. खोलीत पुस्तकं ठेवली. फक्त रखमाजीच खोलीत होता. बाकीची मुलं स्टॅन्डवर

गेली होती. मी व रखमाजी स्टॅन्डकडं गेलो. भुका लागल्यामुळे एसटीची वाट बघत सर्व जण बसले होते. मंगळवारचा दिवस होता. एसटी आली. त्या दिवशी जतेचा बाजार होता. एसटी माणसांनी टिच्चून भरली होती. माणसं एसटीतून खाली उतरू लागली. एसटीमधली माणसं संपली. तेव्हा आम्ही बघितलं तर गोंधळेवाडीच्या एका पण मुलाचा डबा आला नव्हता. आम्ही समजून घेतलं की गाडी बाजारामुळं भरली असावी आणि त्यामुळे गोंधळेवाडीला थांबवली नाही. परत खोलीवर आलो. शाळेची वेळ झाली होती. कपडे घातले आणि सर्व जण उपाशीपोटी शाळेला गेलो. प्रार्थना झाली. तास सुरू झाले. पोटात कावळे ओरडत होते. त्यामुळं तासाकडं लक्ष लागणं कठीण. कसातरी तो दिवस ढकलला. रात्री काहीतरी खावं असं वाटत होतं. पण खोलीभाडं दिलं होतं. एक बादली वर्गणी काढून घेतली होती. पुस्तकं मिळालीत म्हणून दोन-चार वह्या घेतल्या होत्या आजच. त्यामुळे पैसे फारच थोडे शिल्लक राहत होते. असे किती दिवस जेवण मिळणार नव्हतं कोणास ठाऊक? रात्री काही न खाता लवकरच झोपून टाकलं. त्या दिवशी कोणत्याही देवाचा नसलेला, एसटीच्या नावानं कडक उपवास घडला होता.

एके दिवशी वर्गात तेली सर म्हणाले, ''तुमची प्रत्येक विषयाची दहा मार्क्सची चाचणी परीक्षा ज्या त्या तासाला ते ते शिक्षक घेतील. शाळा चुकवू नका. हे मार्क्स तुमच्या वार्षिक परीक्षेच्या मार्क्समध्ये मिळवले जातात.''

मला गंमत वाटत होती. मुलांनी शाळेला दररोज हजर राहावे या हेतूनेच कोणत्याही दिवशी चाचणी परीक्षा घेण्याची व्यवस्था केलेली असावी असं वाटू लागले. त्या दिवसापासून आम्ही नियमित अभ्यास करू लागलो. दिवसामागून दिवस जात होते. जेवण आठवड्यामधून कमीत कमी दोन दिवस तरी चुकत होतं. आम्ही चाचणी परीक्षा देत होतो. एके दिवशी घराकडून जेवणाबरोबर चिठ्ठी आली. कोणा लहान मुलानी मोडक्या-तोडक्या अक्षरांमध्ये लिहिलं होतं—

> चि. नातू दादासाबला आजीचा आशिरवाद. तुजं आय-बा खडव्यालला आल्याती. तेनी सांगितल्या परीकशा झाल्यावर गोंधळ्याच्या वाडीला यी-आम्ही तुला न्ह्याला यीतू.
>
> कळावे.
>
> तुजी आजी
> मानका आय

सर्व मुलांनी चिठ्ठी वाचली. प्रत्येक जण हसू लागला. ज्याप्रमाणे मानका आईनं

सांगितलं होतं त्याच भाषेत त्यानं लिहिलं होतं. आम्हाला जतेसंबंधी बरीच माहिती झाली होती. शाळेतील मुलं एकमेकांना चांगली ओळखीत होती. सहामाही परीक्षा आली. आम्ही अभ्यास करीत होतो. पुस्तकांचा संच मिळाला होता. वह्या घेतल्या होत्या. त्यामुळे अभ्यास चांगला झाला होता. सहामाही परीक्षा सुरू झाली. एका दिवशी दोन पेपर होत होते. सकाळी आठ ते अकरा वाजेपर्यंत एक पेपर व दुपारी दोन ते पाच वाजेपर्यंत दुसरा पेपर होत असे. परीक्षेची वेळ आम्हाला योग्य नव्हतीच. कारण पेपर सुटल्या सुटल्या स्टॅन्डवर यावं लागत होतं. गाडी आली नसेल तर जेवण काढलं जात नव्हतं. कसेतरी, मराठी भौतिकशास्त्र, इंग्रजी-जीवशास्त्र, हिंदी-रसायनशास्त्र, गणित-भूमिती आणि इतिहास नागरिकशास्त्र-भूगोल असे दोन-दोन पेपर दिले. परीक्षा संपली. मुलं आपोपलं साहित्य घेऊन गोंधळेवाडीला निघाली. मी माझं साहित्य पिशवीत भरू लागलो. पुस्तकांचा संच जास्त वाढल्यानं पिशवी साहित्य भरण्यास अपुरी पडू लागली. चार-पाच वह्या वाकळंच्या वळकटीमध्ये घातल्या. आम्ही साहित्य घेऊन एसटी स्टॅन्डवर आलो. सायंकाळी पाच वाजता जत-गिरगाव गाडी लागली. आम्ही सर्व जण एसटीमध्ये बसलो. गोंधळेवाडीस येण्यास रात्रीचे आठ वाजले. आम्हाला गोंधळेवाडीस पोचण्यास उशीर झाला. रस्त्यातच गाडी ब्रेकडाउन झाली होती. एक तास मध्यंतरीच गेला होता. घरी गेलो. मानका आईनं माझं व तम्माचं कौतुक केलं. आम्ही तालुक्याच्या ठिकाणी शिकत होतो. आम्हाला पण त्याचा अभिमान वाटत होता. दोन दिवस गोंधळेवाडीतच निघून गेले. तिसऱ्या दिवशी वडील आले. आम्ही दरीबडचीला बिऱ्हाडाकडं आलो. त्या वेळी मारुती वायफळकर, गंगाराम शिंदे, शिवाजी मोरे, मचिंद्र शिंदे आणि आमचं बिऱ्हाड अशा बिऱ्हाडांचा संच होता. आम्ही गेल्यानंतर मारुतीमामांची पत्नी, लक्ष्मीआत्या म्हणाल्या,

"मलारी, आनलंच व्हय पोराला, आता बरं झालं. आजी भाकऱ्या दितीया. तालुक्याला शिकतंया. लयं हाल खाल्लं लेकरानं शिकाला."

गंगाराम शिंदे म्हणाले, "मग उगंच शिकश्याण हाय व्हय. शिकश्याण शिकाचं आसील तर हाल खायाला पायजी."

वडलांना अभिमान वाटत होता. माझे जीवन परत बदललं. रोज मागायला जाणं सुरू झालं. आबास मोठा झाला होता. तो वडलांचं फाटलेलं धोतर नेसून मागायला जात होता. मारुतीमामांचा केराप्पा व आबास मागायला जात होते. मी गेल्यानंतर आबासनं केराप्पाबरोबर मागायला जायचं सोडलं. आम्ही दोघं जण मागायला जाऊ लागलो. मी पण वडलांचंच जुनं, फाटकं धोतर नेसून जात होतो. सतरा ठिगळं त्या धोतराला लावली होती. संन्यासी महाराजांच्या विजाराप्रमाणे ते धोतर रंगीबेरंगी दिसत होतं. आम्ही फिरता संसार घेऊन गावोगाव फिरत होतो.

आमचा मुक्काम तिल्ल्याळ या खेडेगावाला होता. मी व आबास मागायला गेलो होतो. मागून आम्ही गुड्डापूरच्या वस्त्या मागत तिल्ल्याळला पालाकडं येत होतो. सात-आठ वस्त्यांचं टोळकं होतं. आम्ही तिथं गेलो. त्या वस्त्या मागितल्या आणि येऊ लागलो. मी पुढं होतो. आबास पाठीमागं होता. एका वस्तीवरील कुत्रा भुंकत भुंकत आमच्याकडं येत होता. आबासच्या जवळ येऊ लागला. आता चावणार या भीतीनं आबासनं एक दगड उचलला व सहज कुत्र्याकडं फेकला. तो दगड कुत्र्याच्या तोंडावर जाऊन बसला. कुत्रा मोठमोठ्यानं ओरडत वस्तीकडं पळू लागला. कुत्र्याला लागलं होतं. कुत्र्याला मारलं म्हणून त्या वस्तीचा एक मोठा माणूस पळत आला. त्यानं कसलाही विचार न करता दोन-चार थोबाडीत मारल्या. माझ्या डोळ्यांसमोर अंधारी आली. काही सुचेनासं झालं. तोपर्यंत वस्त्यांवरील इतर माणसं पळत आलीत. त्यांनीही कसलाच विचार न करता मला व आबासला मारायला सुरुवात केली. त्यांच्यातीलच एक माणूस म्हणाला,

"म्हलाप्पा, काय उचललंया रं ह्या पोरांनी? आयला, भिकाऱ्याची कारटी चुरटीच हायती. हाण आणिक चार."

म्हलाप्पा म्हणाला, "आयला ह्येंच्या. मागाला येत्याती ती-येत्याती आणिक कुतऱ्याला बी मारत्याती."

आम्हाला भयंकर मारलं होतं. आम्ही दोघं जण पण रडत होतो. आबासच्या चेहऱ्यावर बोटांचे वण दिसत होते. माझा स्वाभिमान जागा झाला. मी त्या माणसांना म्हणालो,

"अहो, कुत्र्याला दगड मारला म्हणून तुम्ही आम्हाला मारा लागलाय. जर कुत्रा चावला असता तर तुम्ही काय केलं असतं?"

त्यांच्यातीलच एक माणूस म्हणाला, "आयला तुज्या. आमाला उरपाटं इच्चारतुयास?" असं म्हणून त्यानं परत मारायला सुरुवात केली. आम्ही मोठमोठ्यानं बोंबलू लागलो. खांद्यावरील हाडप खाली पडली होती. त्यातील मिळालेलं धान्य चोहोकडं सांडलं होतं. भाकरीचे तुकडे तुडवले जात होते. आम्ही निमूटपणे मार घेत होतो. आमच्या अंगावरचे कपडे फाटले. शेवटी त्यांच्यातीलच एका माणसाला आमची दया आली. तो इतरांना म्हणाला,

"आरं येऽऽ ऱ्हावंद्या. मरत्याली लेकानु ती भिकाऱ्याची पोरं. येऽऽ पोरांनु, तुमी जावा."

आम्ही खाली पडलेल्या हाडपा उचलल्या. भयंकर मारलं होतं. त्यामुळे सरळ चालता येत नव्हतं. मला माझ्याच जीवनाचा तिरस्कार वाटू लागला. तोंड बंद करून मार घ्यावा लागत होता. त्यांची चूक दाखवली तरीदेखील मारच घ्यावा लागत होता. आम्ही एकमेकांना धरून, आधार देत पालापर्यंत आलो. आईनं

आमच्याकडं पाहिलं व रडायला लागली. आमच्या अंगावरचे कपडे फाटले होते. डोळे रडून रडून सुजले होते. चेहरा सुजला होता. आईनं रडत-रडतच विचारलं,

"काय झालं रं?"

मी सांगितलं, "आई, आबानं कुत्रं चावायला अंगावर आलं म्हणून दगड फेकला. तो दगड त्या कुत्र्याच्या तोंडाला लागला. म्हणून सात-आठ माणसांनी आम्हाला भयंकर मारलं."

वडील पण पालातच होते. त्यांना हा प्रकार काही नवीन नव्हता. वडील आम्हाला म्हणाले, "कश्याला माराचा दगुड त्या कुतऱ्याला. चावलं आसतं तर चावलं आसतं."

मला वडलांचा भयंकर राग आला होता. पण लगेच विचार केला. वडील तरी काय करणार होते? का मारलं म्हणून विचारायला जावावं तर त्यांनादेखील मार मिळायचा. आमच्या इतर लोकांना काही विशेष वाटत नव्हतं. कारण असे प्रसंग ते वरचेवर अनुभवत होते. आईनं कपडे घालायला दिले. आम्ही अंगावरचे कपडे काढले. अंगावर वळ उठले होते. कुणाच्या हातात चाबूक असेल, तर त्या चाबकानंच आम्हाला मारत होते, तर कुणाकडं काठी असेल तर त्या काठीनं मार मिळत होता. आई अंगाअंगावरील वळ बघून म्हणत होती,

"त्येंच्या हाताचं कांडकं झालं. माज्या लेकरास्नी उगचंच मारलंया. आयं-मऱ्याय बगून घील त्येनांला."

आई त्या माणसांना शिव्या देतच आम्हाला हळद लावून शेकत होती. आम्ही विव्हळत होतो. वेदना असह्य होत होत्या. इतर समाजाच्या कुत्र्यांना जेवढी किंमत असते तेवढी आमच्या जमातीमधल्या माणसांना नव्हती. मला या समाजाची घृणा वाटू लागली. ती रात्र आम्ही विव्हळतच काढली.

दुसऱ्या दिवशीपासून आमचे जीवन परत वाहतच होते. असले कितीतरी प्रसंग येत होते. आणि कालाच्या ओघात मावळून जात होते. आम्ही भटकतच होतो. एक महिना निघून गेला. तिकोंडीतून वडलांनी मला गोंधळेवाडीला आणून सोडलं. मुलं दोन दिवसांपूर्वीच जतेला गेली होती. सकाळच्या एसटीनं मी पण जतेला गेलो. मुलं जेवण घेण्यासाठी आली होती. त्यांच्याबरोबर खोलीवर गेलो. आम्ही शाळेला जाऊ लागलो. रोज जेवण आणणं, शाळेला जाणं, अभ्यास करणं सुरू झालं.

डिसेंबर महिन्याची पंधरा तारीख होती. पंचवीस तारखेला जतेच्या यल्लमादेवीची यात्रा होती. पंधरा तारखेपासूनच सिनेमा थिएटर, हॉटेल, खाणावळी, तमाशाचे तंबू यासाठी जागा आखणी सुरू झाली होती. चार-पाच दिवस जागा आखणं, डांब रोवणं, कचरा टाकण्यासाठी खड्डे खणणं सुरू झालं होतं. यात्रेसाठी बैलगाड्या,

माणसं, हॉटेल्स येत होती. कोणी नवस मागून घेतले होते ते गंधोटगी घालीतच देवीला येत होते. यात्रा भरण्यास सुरुवात झाली.

जत्रेचा मुख्य दिवस उजाडला. यल्लमादेवीच्या देवळाजवळील पंचवीस एकर जमीन, टिच्चून भरली होती. यात्रेमध्ये बैलगाड्यांची संख्या सर्वांत जास्त होती. खेड्यांमधून जास्तीत जास्त लोक येत होते. त्यामुळे चोहोकडं बैलगाड्याच दिसत होत्या. चार सिनेमांच्या टॉकीज होत्या. तीन तमाशाचे तंबू होते. हॉटेल्स तरी भयंकर आली होती. एक सर्कस आली होती. महाराष्ट्राच्या कानाकोपऱ्यांतील माणसं तिथं जमत होती. सकाळी सकाळीच आम्ही यात्रेत गेलो होतो. शाळेला पंचवीस व सव्वीस तारखेला सुट्टीच होती. सर्वांत प्रथम रामराव राजांच्या राजवाड्यातील नैवेद्य देवीला दिला. नंतर इतर लोकांचे नैवेद्य देवीला देण्याचं सुरू झालं. तो नैवेद्याचा दिवस होता. माणसं आपोपला नैवेद्य घेऊन येत होती. नैवेद्य-वाजंत्री वाजवीत, त्यांच्यासमोर काही देवदासी बायका नाचवीत आणला जात होता. मला त्या देवदासी बायकांकडं बघितल्यानंतर खटकत होतं. देवदासी बायका म्हणजे, मुलीला लहानपणापासूनच देवीच्या नावानं सोडायचं. तिचे केस विंचरायचे नाहीत. त्या मुलीचं लग्न देवाबरोबर लावलं जातं. परंतु अंधश्रद्धेच्या दुष्टचक्रामध्ये अडकलेला समाज त्या मुलीच्या भवितव्याचा विचारच करीत नाही. ती मुलगी तरुण झाली तरी म्हणे तिनं लग्न करायचं नाही. केसांच्या जटा झालेल्या असतात. देवाला सोडलेली मुलगी असली तरीदेखील ती एक मनुष्यप्राणीच आहे. प्रत्येक प्राण्याला भावना असतात, इच्छा असतात. त्या मुलीनं जर भावनेच्या आहारी जाऊन एखादं अनैतिक कृत्य केलं तर हा समाज दोषी कोणाला ठरवणार? त्या मुलीला की देवीला, की ज्यानं अनैतिक कृत्य केलं आहे त्याला? ही देवदासीपद्धती हरिजन समाजामध्ये फार आढळते. जोपर्यंत आपल्या देशातील देवदासीपद्धती नष्ट होत नाही तोपर्यंत स्त्रियांवरील अत्याचार कमी होणार नाहीत हे उघड होतं. मी स्वत:शीच विचार करीत होतो. माझे विचार माझ्याजवळच कुजणार होते. त्या वेळी माझं कोण ऐकणार? आम्ही देवीच्या देवळासमोर गेलो. भयंकर गर्दी दिसत होती. देवीचं दर्शन कोणाला होतच नव्हतं. आम्ही लांबूनच देवीला नमस्कार केला आणि परत फिरलो. जे लोक काल गंधोटगीच्या दिवशी आले नव्हते, ते लोक आज हातात लिंबाचा डहाळा घेऊन देवीच्या देवळाभोवती दंडवत घेत होते. माणसाला माणूस ठेचलं होतं. देवीला गोडा नैवेद्य दिला जात होता. मरगम्मा देवीला आम्ही बकरी बळी देत होतो, तर इथं यल्लमा देवीला सर्व समाजाचे लोक गोडा नैवेद्य देत होते. मला या समाजातील रूढींचं आश्चर्य वाटत होतं. माणसं नैवेद्य देऊन आपोपल्या बैलगाड्यांकडं जात होती. कोणी एसटीनं आले होते. त्यांनी घरूनच नैवेद्य करून आणला होता.

जे लोक बैलगाडीनं आले होते ते इथंच नैवेद्य करीत होते. आम्ही खोलीकडं परत गेलो.

संध्याकाळी जेवण करून आम्ही सर्व जण सिनेमा पाहण्यासाठी यात्रेत आलो. 'एकटा जीव सदाशिव' या सिनेमाचं तिकीट काढण्यासाठी गेलो. तिकीट काढण्यासाठी लोकांची भयंकर गर्दी झाली होती. प्रवेशद्वार लहान लहान काठ्या बांधून केलं होतं. लोकांनी ते मोडून काढलं. सकाळी देवीच्या नैवेद्यासाठीदेखील एवढी गर्दी झाली नव्हती. लोक यात्रेला येत होते ते देवीसाठी की सिनेमासाठी हेच समजेना. धक्काबुक्का, चेंगराचेंगरी सुरू झाली. माझा शर्ट फाटला. मला फार वाईट वाटू लागलं. कधीतरी कापडं घेत होते. आम्हाला तिकीट मिळेपर्यंत निम्मा अर्धा चित्रपट संपला होता. टॉकीजवाल्यांना पैसे मिळवायची असलीच संधी असते. ते एका रात्रीत चार खेळ ओढून काढीत होते. त्यांना बाहेर असणाऱ्यांचा आणि आत बसणाऱ्यांचा विचार करण्यासाठी वेळ कुठं होता? आम्ही थिएटरमध्ये गेलो. बसण्यासाठी जागा कुठंच नव्हती. आम्ही सर्व जण कनातीला टेकून उभे राहिलो. तासाभरातच सिनेमा संपला. आम्ही बाहेर आलो. खोलीकडं निघालो. यात्रेतील बरेच लोक फिरत होते. कोणी मजा म्हणून फिरत होते, तर कोणी झोपण्यासाठी जागा नाही म्हणून फिरत होते. आम्ही खोलीवर येऊन झोपलो.

तिसरा दिवस देवीच्या किच्चांचा होता. देवळासमोर एक मोठा खड्डा खणला होता. त्यामध्ये मोठमोठे लाकडाचे ओंडके जाळून त्याचा किच्चं केला होता. अंगात देवी येत होती त्या देवदासी त्या किच्चांमधून जात होत्या. किच्चं पडल्यानंतर यात्रा हळूहळू कमी होऊ लागली. लोक आपोपल्या गावी जाऊ लागले. त्यानंतर हॉटेल्स, सिनेमाची थिएटर, दुकानं कमी होत होती.

आम्ही वर्गात बसलो होतो. गडदे सर इंग्रजीचा तास घेत होते. शिपायानं सूचना आणून दिली. गडदे सर वाचू लागले—

"विविधगुणदर्शनाचा कार्यक्रम मुख्य इमारतीमध्ये जानेवारीच्या अठ्ठावीस तारखेला होणार आहे. ज्यांना विविधगुणदर्शनाच्या कार्यक्रमामध्ये भाग घ्यायचा आहे त्यांनी आपली नावं आपोपल्या वर्गशिक्षकांकडं द्यावीत. कार्यक्रमाला सर्वांची उपस्थिती आवश्यक आहे."

शाळा सुटल्यानंतर आम्ही खोलीकडं आलो. दुसऱ्या दिवशी तेली सर वर्गात आले. प्रेझेन्टी घेतल्यानंतर म्हणाले,

"ज्यांना विविधगुणदर्शनामध्ये भाग घ्यायचा आहे त्यांनी उठून उभं राहा."

संपूर्ण वर्गातील चार-पाच मुलंच उभी राहिली. मी विचार केला आपण पण भाग घ्यावा. मी पण उठून उभा राहिलो. तेली सरांनी आमची नावं लिहून घेतली. नंतर म्हणाले,

"तुमच्यापैकी चार मुलांना निवडणार आहे. चार पात्रांची छोटीशी एकांकिका आपल्या तुकडीतर्फे सादर करायची आहे. उद्यापासून आपण पात्र वाटप करून प्रॅक्टिसला सुरुवात करू."

आम्ही बाकावर बसलो. तम्मानं एकांकिकेमध्ये भाग घेतला नाही. सरांनी शिकवायला सुरुवात केली.

दुसऱ्या दिवशी तास संपल्यानंतर आम्हाला सरांनी थांबायला सांगितलं होतं. आम्ही तास संपल्यानंतर थांबलो. सहा जणांपैकी चौघांची निवड करायची होती. तेली सर आले. त्यांनी एका एकांकिकेच्या दोन-चार ओळी प्रत्येकाकडून वाचून घेतल्यानंतर म्हणाले, "'भडकलेली चिमणी' ही एकांकिका करावयाची आहे— त्यातील आरोपीच्या भूमिकेसाठी वाघमारे जी. वाय. काम करतील. इन्स्पेक्टरच्या भूमिकेसाठी बिराजदार पी. एस. काम करतील. सी.आय.डी. भूमिकेसाठी मोरे डी. एम. काम करतील आणि हवालदाराची भूमिका कोरे के. व्ही. करतील."

सरांनी पात्रांचं वाटप केलं. इतर दोघांना सांगितलं, "तुम्हाला देण्यासाठी पात्रेच शिल्लक नाहीत - ज्या पात्रांसाठी योग्य विद्यार्थ्यांची गरज होती त्यांची निवड केली आहे."

दुसऱ्या दिवशीपासून प्रॅक्टिसला सुरुवात झाली. तेली सर आम्हाला मार्गदर्शन करीत होते. वाक्य कसं बोलायचं हे सांगत होते. दिवस भराभर निघून जात होते. आम्ही नियमित एकांकिकेच्या तालमी करीत होतो. सर्व मुलांचं पाठांतर झालं होतं. तेली सर म्हणाले,

"उद्या आपला विविधगुणदर्शनाचा कार्यक्रम आहे. प्रत्येकानं आपापल्या पात्रासाठी लागणारं साहित्य स्वत:नंच आणायचं आहे. सर्वांनी इथं सात वाजेपर्यंत एकत्र यायचं आहे. कार्यक्रम मुख्य इमारतीच्या हॉलमध्ये आहे. सकाळच्या शिफ्टचा व दुपारच्या शिफ्टचा कार्यक्रम एकत्रच आहे."

आम्ही खोलीवर आलो. पात्रासाठी कोणतं साहित्य लागणार आहे ते सरांनी आम्हाला तालीम सुरू असतानाच सांगितलं होतं. माझं पात्र वेषांतरित सी.आय.डी. इन्स्पेक्टरचं होतं. मला म्हाताऱ्याची वेषांतरित भूमिका करायची होती. त्यासाठी कोट, काळी टोपी आणि धोतराची आवश्यकता होती. माझ्याकडं कोणतंच साहित्य नव्हतं. मी रखमाजीला घेऊन शंकर बामण्यांच्या घरी गेलो. रखमाजीनं मला शंकर बामण्यांकडून कोट व धोतर मिळवून दिलं. काळी टोपी पण दुसऱ्याकडूनच मिळवली. माझ्या पात्रासाठी लागणाऱ्या कपड्यांची तयारी झाली. आपलं पात्र कसं यशस्वी होईल? आपण सर्व मुलांसमोर आपलं पात्र कशा तऱ्हेनं करू शकू? याचा विचार करीतच रात्री झोपलो. सकाळी सात वाजता आम्ही जुन्या राजवाड्यामध्ये एकत्र जमलो. मुख्य इमारतीसमोर मुलांची गर्दी जमली होती.

श्री रामराव विद्यामंदिर हायस्कूलमध्ये एकूण बाराशे मुलं होती. ती सर्व आज एकत्र आली होती. नियमित शाळा चुकवणारी मुलंदेखील आज उपस्थित होती. आम्ही हॉलमध्ये गेलो. दक्षिणेकडं तोंड करून स्टेज होता. स्टेजच्या मागच्या बाजूला वेषभूषा, केशभूषा यासाठी दोन खोल्या होत्या. प्रत्येक वर्गातील वेगवेगळ्या तुकडीची मुलं आपोपल्या वर्गातर्फे कार्यक्रम सादर करण्यास तयार होती. काही वर्गांतील मुलींचे समूह नाच होते, तर काही वर्गांची एकांकिका होती. तेली सरांनी सांगितलं,

"चला, एस. आर. पाटील सरांच्याकडून मेकअप करून घ्या."

आम्ही खोलीत गेलो. पाटील सर इतर वर्गांच्या मुलांचे मेकअप करीत होते. आमचा नंबर आला. पाटील सरांनी मला मेकअप केलं. मिश्या लावल्या. डोक्याचे केस पांढऱ्या रंगानं पांढरे केले. मी धोतर नेसलो. मला धोतर नेसायला येतच होतं. मागायला धोतर नेसूनच जात होतो. शर्टावरून कोट घातला. डोक्यावर काळी टोपी घातली, हातात वाकडी मूठ असलेली काठी घेतली. समोर आरसा होता. मी आरशात पाहिलं. माझा मी स्वत:लाच ओळखू शकत नव्हतो. वयस्कर माणसाप्रमाणे दिसू लागलो. बिराजदार खरोखर पोलीस इन्स्पेक्टर दिसत होता. त्यांनी एन.सी.सी.ची खाकी पॅन्ट व शर्ट घातला होता. पोलीस स्टेशनमध्ये जाऊन पट्टा व इतर साहित्य आणलं होतं. कोरे के. व्ही. पण हवालदार दिसायला लागला होता. त्यानं कोणा पोलिसाची टोपी, बटणं काढून आणली होती. वाघमारे नेहमीप्रमाणेच होता. त्याला साधेच कपडे होते. कार्यक्रमाला सुरुवात झाली. प्रत्येक वर्गातील तुकडीची मुलं आपोपली कला दाखवीत होती. आम्हाला पाहता येत नव्हतं. आम्ही फक्त मागील खोलीत उभे राहून ऐकत होतो. मुलं कधी शांत बसत होती, तर कधी हास्याची लाट येत होती.

आमच्या तुकडीचा नंबर आला. तेली सर म्हणाले, "भिऊ नका. पाठांतर नसलं तरीदेखील थांबायचं नाही. प्रेक्षकांकडं पाठ करून बोलायचं नाही."

शिटी वाजली. प्रथम बिराजदार स्टेजवर गेला. स्टेजवर पोलीस स्टेशनचं दृश्य होतं. 'बांद्रा पोलीस स्टेशन' असा बोर्ड लावला होता. बिराजदार खुर्चीत बसून कागद चाळू लागला. मला हवालदारानं धरून स्टेजवर आणलं. मी गडबडीत बोलू लागलो. भीती वाटत होती. म्हाताऱ्याचं पात्र होतं त्यामुळे माझी भीती ही एक कलाच समजली जात होती. नंतर आरोपीचं पात्र आलं. सर्व मुलं शांत बसली होती. मला कोणीच ओळखलं नाही. वाटलं हे एक फार चांगलं झालं. माझी भीती नाहीशी झाली. मी वेषांतरित सी.आय.डी.चं पात्र करीत होतो. मला आठवतं. मी वाक्यं बोलत होतो, "खरं आहे साहेब तुमचं. घर फिरलं म्हणजे घराचे वासेदेखील फिरतातच. मुलगा बापाला ओळखीत नाही तिथं तुम्ही कसं ओळखणार."

वाक्यं संपता संपताच मुलांनी टाळ्यांचा कडकडाट सुरू केला. माझे हातपाय थरथरत होते, मी एक म्हातारा आहे असं समजूनच स्टेजवर उभा होतो. हातपाय थरथरत असल्यामुळे मी जख्खड म्हातारा दिसू लागलो. मी माझ्या भूमिकेशी समरस झालो होतो. मला समोर विद्यार्थी, शिक्षक आहेत याचीदेखील जाणीव राहिली नव्हती. कार्यक्रम संपला. सर्वांनीच आपोपलं पात्र चांगलं केलं होतं. सर्व वर्गाचे कार्यक्रम संपले होते. आम्ही मेकअप पुसून बाहेर आलो. सर्व शिक्षक बाहेर उभे होते. हेडसरांनी माझ्या पाठीवर थाप मारली व म्हणाले,

"फार छान काम केलंस एकांकिकेमध्ये. मी तुला म्हाताऱ्याच म्हणणार आजपासून."

शिक्षक व हेडसर हसायला लागले. वाघमारे जी. वाय.लादेखील हेडसर म्हणाले, "तू पण चांगली भूमिका केलीस. प्रत्येक वर्षी विविधगुणदर्शनाच्या कार्यक्रमाला तुम्ही सर्व जण भाग घेत जा." आम्हाला आनंद झाला. मी खोलीवर आलो.

वार्षिक परीक्षा सुरू झाली. चार दिवसांत परीक्षा संपली. मी पुस्तकांचा संच हायस्कूलमध्ये जमा केला. हेडमास्तरांनी मला विचारलं,

"कसे गेले पेपर म्हाताऱ्या?"

मी खाली मान घालून उत्तर दिलं, "सर, पेपर सोपे होते."

नंतर हेडसर म्हणाले, "ठीक आहे. पुढच्या वर्षी लवकर शाळेला ये."

मी 'होय' म्हणालो. खोलीकडे निघालो. खोलीवर येऊन मी व तम्मानं साहित्य साटवलं. स्टॅन्डवर आलो. बाकीची मुलं सिनेमा पाहण्यासाठी थांबली होती. आमच्याजवळ कसेतरी गाडीखर्चाइतके पैसे होते. तेपण बरेच दिवस खर्च न करता ठेवले होते. जत-गिरगाव गाडीनं गोंधळेवाडीला आलो. दोन-चार दिवस गोंधळेवाडीतच राहिलो. चार दिवसांनंतर वडील आले. वडील सकाळी तांबडे फुटतानाच आले होते. वडलांनी मानका आईला सांगितलं,

"आपरीसनाची लय धांदल उडालिया, धरत्याती आणिक मोटारीत घालत्याती." मानका आई काळजीनं ऐकत होती. मानका आई अद्याप कामालाच जात होती. कसेतरी दिवस पुढं ढकलीत होती. तांबड्या मकेच्या किंवा सातूच्या भाकरी मला येत होत्या. मी व वडील गोंधळेवाडीतून निघालो. सोन्याळला आलो. बिऱ्हाडं गावापासून दीड मैलावर आडरानातच राहिली होती. मी वडलांना विचारलं,

"आण्णा, बिऱ्हाडं गावापासून इतक्या लांब का राहिलीत?"

वडील म्हणाले, "आरं... आपरीसन करत्याती. गावापशी ऱ्हालं म्हंजी वडून नेत्याती. म्हणून लांब ऱ्हालूया."

१९७६ साली कुटुंबनियोजनाचा प्रचार जोरात चालू होता. गावोगावी गाड्या

फिरत होत्या. शस्त्रक्रिया करून घेणाऱ्यास व शस्त्रक्रियेसाठी दुसऱ्या माणसाला तयार करणाऱ्यास सरकारतर्फे अनुदान मिळत होतं. आम्ही सोन्याळहून उटगीला गेलो. ओझी लादली. त्यावर कोंबड्या, कुत्र्यांची पिल्लं बांधली. भगुली, घागरी व इतर साहित्य बांधलं. ओझी आवळली आणि उटगीला गावापासून थोड्या अंतरावर राहिलो होतो. माणसं भल्या पहाटे मागायला जात होती व दिवस उगवेपर्यंत जे काही मिळेल ते घेऊन पालावर येत होती. कोणी धरून ऑपरेशनसाठी नेलं तर काय करावं? या हेतूनं माणसं लवकरच येत होती. त्यांचंही एका दृष्टीनं बरोबरच होतं. शस्त्रक्रिया केल्यानंतर त्यांना थोडे दिवस तरी विश्रांती पाहिजे होती. तेवढे दिवस त्यांच्या कुटुंबातील लोकांनी खायचं काय? हा मोठा प्रश्न होता. त्याचबरोबर दररोज एका गावाहून दुसऱ्या गावी जावं लागे. ओझी लादावी लागत. पालं द्यावी लागत होती. खाण्यासाठी तर वाळले तुकडेच होते. मग शस्त्रक्रिया करून प्राणाला मुकावंच लागणार होतं. सरकारनं कुटुंबनियोजन ही योजना देशातील लोकसंख्या मर्यादित राहावी, लोकांचं दारिद्र्य कमी व्हावं, प्रत्येक कुटुंबाला सुखी जीवन जगता यावं यासाठी योजलेली कल्याणकारी योजना आमच्या जमातीला शाप ठरली होती. आमच्या लोकांना पोटभर खायलादेखील मिळत नव्हतं. उटगीला आम्ही रात्री पालांत झोपलो होतो. सर्व जमात नुकतीच जेवण करून दिवसभराचा कंटाळा निद्रादेवीच्या कुशीत घालवण्यासाठी आडवी झाली होती. तोपर्यंत एक जीपगाडी आमच्या पालांकडं येत असलेली दिसली. मारुतीमामा ओरडले,

"मारकांडी गासंकली खपला."

ते वाक्य ऐकून पालातील माणसं, वयानं थोडी मोठी असणारी मुलं पालांतून बाहेर पळू लागली. मलादेखील वडलांनी धरून ओढीत नेलं. कुणी बांधाच्या बरसात आडवं पडले, तर कुणी ओघळीत आडवं पडून पाहू लागले. प्रत्येक जण जीव मुठीत घेऊन श्वास रोखून पाहत होता. मारुतीमामानं म्हटलेल्या वाक्याचा अर्थ असा होता की, 'गाडी आली, पळा.' जीपगाडी पालाजवळ येऊन थांबली. दोन-तीन नेहरू शर्ट घातलेली जाडी माणसं खाली उतरली. त्यांच्यातील एक माणूस म्हणाला,

"येऽऽ जोश्यांनु भाईर या."

कुणीच बोललं नाही. माणसं तर पालात नव्हतीच. फक्त बायकाच होत्या. आणि लहान मुलं होती. बायकादेखील घाबरून कुणी बोलल्या नाही. कुणी बोलत नाही हे पाहून दुसरी व्यक्ती म्हणाली,

"ह्येच्या मारी. जुशी मेल्यातीका काय? आम्ही काय आमच्या हितासाठी तुमचं आपरीसन करत न्हाय."

आमच्या माणसांना हे लोक म्हणजे 'येम' आल्याप्रमाणेच वाटत होते. तिसरी व्यक्ती म्हणाली,

"आवं सरपंच, पालातनं कोण हाय का न्हाय ती आदी बगा." सरपंच पुढं येऊ लागले.

आई उठली व म्हणाली, "सायब, आमची गडीमाणसं म्होरल्या गावाला गेल्याती मागाला. आमी नुसत्या बायाच हातं हाय. आमी बी सकाळच्या पारी जातूया."

सरपंच होत्या त्या ठिकाणी गप्प उभे राहिले. माणसं आहेत किंवा नाही याची एक वेळा नजर फिरवून खात्री करून घेतली. माणसं पालांत नव्हतीच तर दिसतील कशी? सरपंच मागं वळत म्हणाले,

"आयला, जुशी आमच्यापरास बी पक्की हायती बरं का. रातच्याला मागून येत्याती म्हणूनशान आमी आलू तर रातच्याला बी पालात न्हायती. चला जावं. उद्याच्याला घावत्याली की मागाला आल्यावर."

एवढं बोलून सरपंच व इतर दोघं जण जीपगाडीत बसले. जीपगाडी उटगीकडं धावू लागली. आमच्या माणसांच्या जिवात जीव आला. माणसं उठली. पालाकडं येऊ लागली. पालांपासून थोड्याच अंतरावर दडायला मिळेल तिथं पडली होती. माणसं पालावर आली. कोणाच्या पायाला लागलं होतं. त्या जखमेतून रक्त वाहत होतं. रात्रीचं पळत असताना दगड लागून कोणाच्या पायाची बोटं फुटली होती. अंगात काटे मोडले होते. जीव वाचवायचा होता. तिथं लागलेल्याचा विचारच कोण करतो? परंतु इतका वेळ कोणी हूं की चूं केलं नव्हतं. मारुतीमामा म्हणाले,

"मलारी, कसं कराचं? आपणाला ही लोकं कवांतर धरत्याती."

वडील म्हणाले, "आपुण भल्या पाटच्याला हातनं हालू या."

रात्री कुणीच झोपलं नाही. जो-तो आपोपल्या पालात विचार करीत पडला होता. पहाट झाली. कोंबड्यानं बांग दिली. लोकं न कोणी बोलताच उठून पालं काढू लागली. पालं काढली. ओझी घोड्यावर लादली आणि आमचं भ्रमणमंडळ रात्रीच प्रवास करू लागले. अधूनमधून सूचना होत होत्या, "मानसांनु, खाली बगून चाला. आंदाराचा इचु-किडा असतंया." आम्ही अंधारातच पुढं जात होतो.

अशा प्रकारे कधी रात्री, तर कधी दिवसा, तर कधी पहाटे आम्ही एका गावाहून दुसऱ्या गावाला जात होतो. माणसं ओढ्याचा, ओघळीचा, डोंगराचा आधार घेऊन जीव दडवीत होती, स्वत:ला दडवीत होती. कधी कधी कुटुंबकल्याण गाडी आमच्या माणसांना जेवणदेखील जेवू देत नव्हती. हातातील भाकरी टाकून माणसं पळत होती. अशा परिस्थितीतच आई गरोदर होती. आमची भयंकर आबदा चालली होती. मी वडलांना म्हणालो,

"आण्णा, मला गोंधळेवाडीला पोचवा. शाळा सुरू झाली असेल. एक महिना होऊन गेला आहे."

वडील विचार करीत बसले. थोड्या वेळानं म्हणाले, "ही कसं चाललंया दिसत न्हाय व्हय. कुटंतर धरून आपरीसन केलं म्हंजी काय कराचं?"

आईला बरोबर न्यावं म्हटलं तरी तेदेखील योग्य नव्हतं. एकटी बाईमाणूस परत कशी येणार? आणि आईपण गरोदर होती. वडीलच म्हणाले,

"चल, आपुण रातीच्याला गोंदळ्याच्या वाडीला जावं. आणि म्या सुदीक येताना रातीच्यालाच म्हागारी यीतू. आणिक आकाड येवडा करून आमी करनाटकात जातू, आतणीकडं आपरीसन येवडं जोरात न्हाय. तकडं जावून इचलकरंजीला जातू. तू आकाड गोंदळ्याच्या वाडीलाच कर."

मी ऐकत बसलो. विचार करीत होतो. असे किती दिवस आमची जमात हालअपेष्टा सहन करणार आहे? कधी या जमातीला इतर समाजाप्रमाणं जगता येईल किंवा नाही? मला काहीच सुचत नव्हतं. पैसे मिळतात म्हणून गावोगावची प्रतिष्ठित माणसं कोणालाही ऑपरेशनच्या दारात उभं करीत होती. त्याच्या वयाचा, परिस्थितीचादेखील विचार केला जात नव्हता. म्हाताऱ्या माणसांना, तरुण मुलांना धरून लोकसंख्या कमी होणार होती थोडीच? पण त्यांना लोकसंख्या कमी करण्याची योजना अमलात आणून देशाचं कल्याण करायचं नव्हतं तर पैसे मिळवून स्वत:चं कल्याण करायचं होतं. आमची जमात या संकटाला भिऊन डोंगराचा, दऱ्यांचा आधार घेत दिवस काढीत होती.

मी व वडील गोंधळेवाडीला रात्रीच निघालो. पोटासाठी धान्य तर नव्हतंच. घरातील माणसांच्या पोटाला मिळायची पंचाईत होती. एक-एक वेळ उपाशी झोपावं लागत होतं. मग मला कुठून धान्य देणार? पहाटेपर्यंत गोंधळेवाडीला पोचलो. आम्ही पहाटेच आलेले पाहून मानका आईला भीती वाटली. काय घडलं? या नजरेनं पाहत तिनं आम्हाला विचारलं,

"येवड्या रातीच्यालाच का बरं निघाला व्हुता?"

वडील म्हणाले, "काय न्हाय. आपरीसनाचं भ्या हाय गी. लय हाल चालल्याती."

सकाळी मुलं शाळेला गेलीत का ते पाहिलं. कुणी गेले होते, तर कुणी गावीच होते. तम्मा अद्याप गावीच होता. त्या दिवशी वडील दिवसभर गोंधळेवाडीतच थांबले. रात्री बिऱ्हाडाकडं जाण्यास निघाले. आम्ही वडलांना पोचवलं.

सकाळी मी व तम्मा जतला आलो. हायस्कूल जवळ व्हावं या हेतूनं मुलांनी शिवाजीनगरमध्ये मानेंच्या दोन खोल्या घेतल्या होत्या. गेल्या वर्षीचीच मुलं एकेका खोलीमध्ये राहू लागली. मी हेडसरांकडं जाऊन नववीच्या पुस्तकांचा संच घेतला. मी आठवी पास झाल्याचं तम्मानं गोंधळेवाडीतच सांगितलं होतं. शाळेसाठी गेल्या वर्षी घेतलेलेच कपडे होते. नववीच्या 'ई' तुकडीमध्ये माझं व तम्माचं नाव होतं.

आम्ही नियमित शाळेला जाऊ लागलो. गडदे सर वर्गशिक्षक होते. जुन्या राजवाड्यातच शाळा भरत होती. जेवण आणणं, शाळेला जाणं, अभ्यास करणं सुरू झालं. आषाढ तीन-चार दिवसांवर आला होता. आषाढ उद्या आहे म्हणताना मी गडदे सरांना सांगितलं,

"सर, उद्या आमच्या गावी आषाढाची यात्रा आहे. मी यात्रा करून लगेच परत येतो."

गडदे सर म्हणाले, "ठीक आहे. लवकर परत या. चाचणी परीक्षेचे पेपर घ्यावयाचे आहेत. सहामाही परीक्षादेखील जवळ आली आहे. शाळा चुकवू नका."

मी 'होय' म्हणालो. दुसऱ्या दिवशी आम्ही सर्व जण गोंधळेवाडीला आलो. दर वर्षीप्रमाणे आषाढ झाला. मानका आईचीपण परिस्थिती भयंकर बेकार झाली होती. म्हणून मानका आईनं देवीच्या नावानं बळी देण्यासाठी कोंबडा घेतला होता. रात्री गोंधळ ऐकला. सकाळी मी व तम्मा जतेला निघालो.

मानका आई म्हणाली, "आरं... दादासाब, यीवडी पालं जतरा करून जा गी."

मी म्हणालो, "जत्रा केली म्हणजे झालं. पालजत्रा कशाला? परीक्षा जवळ आली आहे."

मानका आईदेखील काही बोलली नाही. आम्ही जतेला आलो. चाचणी परीक्षा देत देतच अभ्यास करीत होतो. मधूनच जेवण चुकत होतं. उपवास करावा लागत होता. तसंच नेटानं दिवस पुढं ढकलीत होतो.

सहामाही परीक्षा संपल्यानंतर गोंधळेवाडीला आलो. दोन-तीन दिवस फिरूनच काढले. तम्माच्या वडलांनी घरातील सर्व माणसं रानात नेली. मी मानका आईबरोबर कामाला जाऊ लागलो. रस्त्याच्या कामाला जाणं सुरू झालं. डोक्यावरून मातीनं भरलेल्या पाट्या वाहू लागलो. डोक्यात, तोंडात माती जात होती. तसंच काम करीत होतो. विचार केला की, घराकडील कुणी आलं तरीपण रानात जायचं नाही. दिवसामागून दिवस बेकारच येत होते. लोकांची दैना चालली होती. दररोज कामावर लोकांची संख्या वाढत होती. त्यामुळे सरकारचं कामदेखील अपुरं होतं. कधी कधी मला व मानका आईला काम मिळत नव्हतं. आम्ही तसंच घरी येत होतो. अगोदरच पगार कमी मिळत होता. त्यामध्येच काम मिळत नव्हतं म्हणून खाडे होऊ लागले. दोघांच्या पोटाला पुरेल इतपतदेखील पगार येत नव्हता. एक महिना दोघांनी काम केलं; परंतु शिल्लक काहीच राहिलं नाही. पोटभर खायला मिळत नव्हतं, तर शिल्लक कुठून ठेवणार? घराकडील कुणीच आलं नाही. कुणीकडं गेले होते भटकत हेदेखील समजलं नाही. वडलांनी मला पोचवलं त्या वेळी पण काहीच धान्य ठेवलं नव्हतं. जेवण पाठवून देण्यासाठी पंचाईत निर्माण झाली होती. मी मानका आईला म्हणालो,

“मानका आई कुठून तरी उसनं उधार धान्य घे. त्यांना घराकडून कुणी आलं की देऊ. मी शाळेला जातो. शाळा सुरू झाली असेल.”

मानका आई म्हणाली, “उसनं-पास्नं घ्याला दुसऱ्याकडं तर आसाला पायजी का नगू. तू जा साळंला. कुटपातूर चालतंया तवपातूर चालवित्ये. म्होरच्या म्होरं आय मऱ्यायं बगील.”

तम्मादेखील आला होता. देवीवर भरोसा ठेवूनच मी शाळेला निघालो. मी व तम्मा परत जतला आलो. आमचं शालेय जीवन सुरू झालं.

डिसेंबर महिन्यात जत्रा भरली. सात-आठ दिवस मजेत गेले. जेवण दररोज एक-दोन भाकरीनं कमी कमी होत होतं. जतमध्ये खरजेची साथच आल्यासारखी झाली होती. बऱ्याच जणांना खरजं आली होती. मला पण खरजेनं पिडलं होतं. त्यामध्ये औषध नाही. इंजेक्शन करण्यासाठी पैसे नव्हते. खरजेनं जोर केला. बसायच्या जागेला मोठमोठी दुखं झाली होती. बसल्यानंतर जखमा चिघळून त्यातून घाण बाहेर येत होती. आणि तीच घाण हाफ पॅन्टला लागून हाफ पॅन्ट जखमेला चिकटून राहत होती. मला व्यवस्थित बसायलादेखील येत नव्हतं. तोपर्यंत दुसरं संकट समोर आलं. मानका आईनं जेवणाबरोबर चिठ्ठी पाठवली होती—

चि. नातू दादासाबास आशिरवाद...

मला जेवण द्याचं व्हत न्हाय. काम मिळंना. आज दोनच भाकऱ्या बांदल्या हायत्या. तु तुज्या आण्णाला गाट पडून कायतर पोटाला द्याला सांग. माज्याजवळ तर काय बी न्हाय.

कळावे.

तुजी आजी.

चिठ्ठी वाचून डोळ्यांतून अश्रू वाहू लागले. एरवी अशी चिठ्ठी वाचताना हसत होतो. आज तीच चिठ्ठी मला रडवीत होती. माझ्यासमोर उद्या काय हे प्रश्नचिन्ह (?) तोंड वासून उभं होतं. काहीच सुचत नव्हतं. मला व्यवस्थित बसायला येत नव्हतं. औषधाला पैसे नव्हते. तोपर्यंत जेवणासाठी काय करावं? एकापाठोपाठ एक संकटं समोर दिसत होती. डोकं धरून विचार करू लागलो. हेडसरांना भेटून सांगावं म्हटलं तरी, औषधासाठी पैसे देतील पण पोटाला काय खायचं? विचार करीत करीतच दोन-चार दिवस काढले. तम्माच्या जेवणातील एक-अर्धी भाकरी खात होतो. दुसऱ्याचं जेवण खावं म्हटलं तरी त्यांनाच दोन वेळेला अर्धपोटी जेवावं लागत होतं. माझ्या डोक्यात एक कल्पना सुचली. वडलांनी सांगितलं होतं की, अथणीवरून इचलकरंजीला जाणार आहे म्हणून. त्यांना शोधून काढावं. धान्य नसलं तरी इतर

बिऱ्हाडांतील लोकांकडून उसने पैसे तरी देतील. माझी जतमध्ये फारशी ओळख नव्हती आणि मला पैसे कोण देणार? मी अथणीला जायचं ठरवलं. पण जाणार कसा? माझं मीच माझ्या प्रश्नाला उत्तर देत होतो. चालत जाईन. एक गाव बघून दुसऱ्या गावाला. थोड्या दिवसांतच बिऱ्हाडं सापडतील. मग परत शाळेला येता येईन. मला शाळेला जाता येत नव्हतं. बसताच येत नव्हतं तर शाळेला जाणारच कसा? माझा मीच निर्णय घेतला की, वडलांना शोधण्यासाठी जायचं.

सकाळी उठून तोंड धुतलं. खोलीतील मुलांना व तम्माला सांगितलं, 'मी बिऱ्हाड शोधायला जातो...' कोणी विरोध केलाच नाही. प्रत्येकानं मानका आईनं पाठवलेली चिठ्ठी वाचली होती. मी चालतच निघालो. जतपासून अथणी जवळजवळ पस्तीस मैलांवर होती. पायांतदेखील काहीच नव्हतं. एक फाटकी कापडी पिशवी घेतली. त्यामध्ये असावी म्हणून एक वही टाकली. अंथरूण-पांघरूण घ्यावं म्हटलं होतं. पण एक वाकळ आणि एक पोतं होतं. ते ओझं गावोगाव कशाला वागवावं म्हणून खोलीतच ठेवलं होतं. साहित्य खोलीतच होतं. मी चालत होतो. डोक्यात विचारांचं थैमान चालू होतं. अनेक विचार येत होते. बिऱ्हाडं सापडली नाहीत तर काय करायचं? लगेच दुसरा विचार येत होता. इथं राहून तरी काय खाणार? औषध घ्यावं लागणार होतं. त्याला पैसे कुठून आणणार? अशा अनेक विचारांची शृंखलाच तयार झाली होती. दिवस डोक्यावर आला होता. ऊन मी म्हणत होतं. पायात काहीच नव्हतं. पाय होरपळत होते. एखाद्या झाडाची सावली दिसली की, तिथं थोडा वेळ थांबत होतो. पायाला थोडं बरं वाटू लागलं की, पुढं जात होतो. दुपारी तीन वाजता बसरगीला पोचलो. जतपासून पंधरा मैलांवर बसरगी हे मोठं खेडंगाव होतं. गावाच्या सभोवतीनं फिरलो पण बिऱ्हाडं कुठं दिसली नाहीत. गावातील शेवटच्या भागात एका घरी विचारलं,

"इथं जोशी लोक आले होते काय? पाल मारून राहतात ते."

पण त्या घरी कुणालाच मराठी समजत नव्हतं. उलट मलाच कन्नडमध्ये काहीतरी विचारू लागले. मला कन्नड समजत नव्हतं. गावात आलो. गिरणीवाल्याला विचारलं,

"इथं जोशी लोक आले होते काय?"

त्याला मराठी समजत होतं. त्यानं सांगितलं, "हिकडं कोण आलं नाही."

विचार केला होता. जरी इथं कुठं राहिले असते तरी दळणासाठी मुलं तरी गावात आली असती, मला तिथंच पाच वाजले. मी पुढं चालू लागलो. ऊन कमी झालं होतं. बाबानगरला पोचलो. सायंकाळचे सात वाजले होते. गावाच्या भोवतीनं फिरलो पण कुठं पालं दिसत नव्हती— गावात विचारलं, परंतु 'इथं आले नाहीत' एवढंच उत्तर मिळालं. रात्रीचे आठ वाजले होते. पुढं जाता येत नव्हतं. बाबानगरचा

एसटी स्टॅन्ड गावाच्या पूर्वेला होता. स्टॅन्ड नावालाच होता. तिथं कुणी माणूस दिसत नव्हतं. रस्त्याच्या कडेला चार भिंती उभ्या केल्या होत्या. आणि दोन-तीन बाकडी टाकली होती. रात्री त्या बाकड्यावर आडवा झालो. विचार करीत होतो. उद्या कोणत्या गावावरून जायचं? मला त्या भागातील गावंही माहीत नव्हती. आजपर्यंत तिकडं कधी गेलो नव्हतो. दिवसभर चालून कंटाळा आला होता. विचारातच झोप लागली. थंडीचे दिवस होते. थंड वारं अंगाला झोंबत होतं. लगेच जाग आली. एक खाकी हाफ पॅन्ट व एक पांढरा हाफ शर्ट एवढंच काय ते अंगावर होतं. बाकड्यावर अंथरुणाची गरज नव्हती पण पांघरूण आवश्यक होतं. थंडी पडली होती. पिशवी उशाला घेतली. पाय पोटाशी घेऊन पडलो. रात्रभर झोप लागत नव्हती. थंडीनं सारखा कुडकुडत होतो. रात्रपण संपता संपत नव्हती. तसंच पडून राहिलो. बऱ्याच उशिरानं कोंबडा आरवला. चार वाजले असे गृहीत धरलं. उठून पुढं जावावं म्हटलं तरी चोर म्हणून धरून मारू लागले तर काय करावं? त्यापेक्षा थोडा वेळ झोपून राहिलेलं फार चांगलं आहे, या विचारानं मी झोप नसतानादेखील डोळे झाकून घेतले. थोड्या वेळानं माणसं घराच्या बाहेर पडू लागली. तांबडं फुटलं. उठलो. पिशवी हातात घेतली आणि एसटी जाणाऱ्या रस्त्यानं सरळ चालू लागलो. रस्त्यावर लहान-मोठी गावं दिसत होती. मी प्रत्येक गावाच्या सभोवती लांबपर्यंत जाऊन पाहत होतो. बिऱ्हाडांचा पत्ता लागेना म्हणजे निराश होत होतो आणि पुढं चालत होतो. ऊन पडलं की, एखाद्या सावलीला थोडा वेळ बसत होतो. कसंतरी दुपारी दोन वाजेपर्यंत अथणीला पोचलो. अथणी हे तालुक्याचं ठिकाण होतं. त्यामुळे गावाचा आकार बराच मोठा होता. सर्व जण कन्नड बोलत होते. मला कन्नड समजत नव्हतं. मी विचारलं म्हणजे कन्नडमध्येच बडबडत पुढं जात होते.

गावाच्या पश्चिमेला थोड्या अंतरावर काही पालं दिसत होती. मोठ्या आशेनं गडबडीत त्या पालांजवळ गेलो. पण त्या पालांजवळ गेल्यानंतर माझा आनंद, उत्साह उन्हात ठेवलेल्या बर्फाप्रमाणे विरघळत गेला. ती पालं गोसावी जमातीची होती. आमच्याप्रमाणंच ती एक भटकी जमात. डोक्याला लहानपणापासूनच केस राखलेले, दाढी भयंकर वाढलेली, भगवी कपडे घातलेली माणसे दिसू लागली. गोसावी जमातीचे लोक गायी पाळून, त्या गायींना भीक मागण्यासाठी गावोगाव फिरवत असतात. समाज गाय म्हणजे आईसारखी पवित्र मानतो. त्यामुळे गोसाव्यांना ज्वारी, भाकरी, पिठं, कोणी पाच-दहा पैसे देतात गायीच्या पोटाला घालण्यासाठी. पण गोसावी जमात स्वत:च्या पोटालाच खाण्यासाठी त्याचा उपयोग करते. त्यांना तरी काय दोष द्यायचा? जगण्याचं त्यांचं ते एक साधन आहे. आमच्या जमातीचं पिंगळा पक्षी ज्याप्रमाणं जोश्यांचं जगण्याचं साधन आहे, त्याप्रमाणे गायी हे गोसावी जमातीचं जगण्याचं साधन आहे. पालासमोर एक वयस्कर गोसाव्याचा माणूस

बसला होता. मी त्याला विचारलं,

"बाबा, इथं कोणी थोड्या दिवसांपूर्वी जोशी आले होते काय राहण्यासाठी?"

त्या वयस्कर माणसानं एक वेळा माझ्याकडं पाहिलं व म्हणाले, "कु-कुणाचा हायंस तू?"

मी सांगितलं, "मी जोश्याचा आहे. दोन दिवस झाले बिऱ्हाडं शोधतोय."

वयस्कर माणसानं सांगितलं. "ये-येक म्हईना झाला बगं. हा-हातनं गेल्याती त्या-त्या तकडं ऱ्हाली व्हुती."

मला थोडा आनंद झाला. निदान इकडं बिऱ्हाडं आली तरी होती. कुठं ना कुठं सापडतील. मी विचार करीत उभा होतो. वयस्कर माणूस म्हणाला,

"खा-खाली बस. आ-आमच्याच जातीचा हायीसं. तु-तुमी काय आन् आमी काय येकच गी."

मी खाली बसलो. मला व्यवस्थित बसायला येतच नव्हतं, पण तसंच कसंतरी बसलो. वयस्कर माणूस पालात बघत म्हणाला,

"ता-तानेऽऽ ये-येक तांब्याबर पाणी दी. भा-भाकर बी दी. ज-जरा चटणी घालून. पो-पोरगं भुक्याजलं आशील."

मला वाटलं, नको म्हणावं पण पोटात भुकेची आग पेटली होती. दोन दिवस झाले पोटात अन्न नव्हतं. गप्प बसलो. थोड्या वेळात एका भाकरीवर चटणी घालून आणि तांब्याभर पाणी आणून दिलं. मी खाऊ लागलो. मला त्या वयस्कर गोसाव्याचा त्या वेळी फार आधार मिळाला. त्या वेळी जर भाकरी मिळाली नसती तर मला पुढं चालता आलं नसतं. तिथपर्यंत कसंतरी आलो होतो. मी भाकरी हातावरच घेऊन खाऊ लागलो. तो वयस्कर माणूस खाली बसत म्हणाला,

"का-काय कराचं बाबा? आ-आपरीशेनानं पिडलंया. न-नव्हं का गावाच्या लांब ऱ्हालूया."

म्हणजे इकडंदेखील ऑपरेशन चालू होतं हे मला समजलं. मी भाकरी खाल्ली. पाणी प्यायलो. उठून उभा राहिलो. त्या वयस्कर माणसाला नमस्कार केला व म्हणालो,

"बाबा, तुमचे फार उपकार झालेत माझ्यावर. दोन दिवसांचा उपाशी होतो. मी आता निघतो. कुठंतरी बिऱ्हाडं सापडतात का ते बघतो."

वयस्कर माणूस म्हणाला, "न्हा-न्हाय पोरा, उ-उपकार कसलं? मा-माणसानं माणसाच्या येळला-व्हु-व्हुयाचं न्हाय तर माणूस कसलं?"

मी त्या वयस्कर माणसाचं वाक्य हृदयात कोरून ठेवलं. बरोबर होतं त्यांचं. गरजेसाठीच माणसाची मदत हवी असते— मी तिथून पश्चिमेकडं चालू लागलो. सायंकाळ झाली होती. रस्त्यातच रात्र होऊ नये म्हणून मी भराभर चालत होतो. दहा

ते बारा मैलांवर मंगळसुळी नावाचं गाव होतं. गावात चौकशी केली तर 'तिथं आले नाहीत' हेच उत्तर आलं. ती रात्र मी मंगळसुळीच्या मारुतीच्या देवळात काढली. देवळात झोपलो होतो. पुजारी आले व म्हणाले,

"कोण हाय?"

मला समजलं की सारा गाव मराठी बोलत असावा. माझी भीती थोडी कमी झाली. मी सांगितलं,

"मी जोश्याचा आहे. आमचे लोक पुढं गेलेत. त्यांना शोधतोय."

पुजारी एकदम खवळले, "जोश्याचा हायस आन मारुतीच्या देवळात झोपलायास - लाज वाटत न्हाय - चल उट. हु मोटा श्याणाच दिसतूयास."

मी देवळातून उठलो. बाहेर कट्ट्यावर आलो आणि कलांडलो. झोपेचं नाव नव्हतं. गप्प पडून राहिलो. देवळात जोश्यानं झोपलं म्हणजे काय होतं हे मला समजेना. मनातल्या मनात देवालाच दोष देत होतो, 'का म्हणून या जातीत जन्माला घातलं आहेस. त्यापेक्षा कुत्र्याच्या जन्माला घातलं असतंस तर फार चांगलं झालं असतं.' पण देव काही माझं ऐकणार होता थोडंच? असल्या खुळचट विचारावर स्वत:शीच हसलो. ती रात्र जागरण करून काढली. सकाळी लवकरच उठलो. कोणाला तरी विचारावं की, जवळ कोणकोणती गावं आहेत, या विचारानं पुढं चालू लागलो. समोरून एक माणूस येत होता. सूर्य उगवण्यापूर्वीच कोणत्या तरी कामाला चालला होता. मी त्याला विचारलं,

"साहेब, जवळ कोणकोणती गावं आहेत? जिथं भिकारी राहण्यासाठी सोय आहे अशी."

तो माणूस म्हणाला, "इथून आठ मैलांवर कागवाड नावाचं गाव आहे. आज रविवार आहे. कागवाडचा बाजार असतो. तिथं जाऊन चौकशी कर. सरळ रस्त्यानं जायचं. उजव्या बाजूला 'कागवाड फाटा' अशी एक पाटी लावली आहे. तिथून दक्षिणेला वळायचं."

त्या माणसानं सर्व माहिती न विचारताच दिली होती. मी त्याचे आभार मानले आणि सरळ रस्त्यानं चालू लागलो.

मला वाटत होतं, बिऱ्हाडं जवळ कुठंतरी असतील तर बाजारात कुणीतरी येईल. या आशेनं पावलं भराभर उचलत होतो. पोटात अन्न नव्हतं तरीदेखील नेटानं चालत होतो. दुपारी कागवाडला आलो. बाजार भरला होता. मी बाजारातून कुणी दिसतं का पाहत फिरत होतो. प्रत्येक माणसाच्या चेहऱ्याकडं पाहत होतो, पण एकदेखील चेहरा ओळखीचा दिसत नव्हता. सायंकाळी सहा वाजेपर्यंत मी बाजारातून फिरत होतो, पण कुणी दिसलं नाही. सहा वाजता मी चालायला सुरुवात केली. रात्री नऊ वाजता गणेशवाडी या खेडेगावी आलो. रात्री कुठं बिऱ्हाडं शोधणार? कोणाला

विचारणार? एक पडकी शाळा होती. त्या शाळेच्या व्हरांड्यात आडवा झालो. रात्री झोप येत नव्हती. दोन दिवस झाले होते एक भाकरी खाऊन, ते पण अथणीमध्ये. आणि तिथून एकसारखे चालत होतो. खरजेचा त्रास होत होता. जखमा चिघळत होत्या. घाण पॅन्टला लागत होती. हात खरजेनं नासले होते. औषधाविना खरजेचा जोर एकसारखा वाढत होता. पडक्या शाळेच्या व्हरांड्यात चोहोकडून थंडी आत येत होती. तसंच पडून राहिलो. सकाळी उठून चालू लागलो.

एका गावानंतर दुसरं गाव. प्रत्येक गावाभोवती बिऱ्हाडं शोधण्यासाठी प्रदक्षिणा घालणं सुरू झालं. पोटात भुकेची आग पेटत होती. एखाद्या गावात भीक मागायला गेलो की, भीकदेखील कोणी वाढीत नव्हतं. अंगावर शाळेचे कपडे होते. केस भलतेच वाढले होते. त्यामुळे लोक मला भिकाऱ्याचा मुलगा आहे असं समजत नव्हते, कोणीतरी चोर असावा असं समजून मला दारातूनच हाकलून देत होते. भुकेमुळे चालणं असह्य झालं की, मी रस्त्यावरल्या बोरीच्या झाडाची बोरं पाडून खात, एखाद्याच्या शेतातून ऊस मोडून खात पुढं जात होतो. असेच एकदा जास्त भूक लागली होती म्हणून एका शेतातील ऊस मोडला आणि खाऊ लागलो. तोपर्यंत पाठीत एक जोरात उसाचा धपाटा बसला. तो माणूस रागातच म्हणाला,

''कारं, लय चुरी करू वाटत्याया. कुटंतर कामाला जा की.''

मी माणसाला खूप समजावून सांगण्याचा प्रयत्न केला, पण त्यानं माझं काही ऐकलंच नाही. ऊस हिसकावून घेतला. मी उपाशीपोटी तसंच पुढं चालत होतो. नवव्या दिवशी मी कवठे पिरानला पोचलो. रात्री देवळात झोपलो. डोळे खोल गेले होते. अंगात त्राण राहिलं नव्हतं. उपाशीपोटी चालावं लागत होतं. सकाळी उठल्यानंतर गावात चौकशी केली. समजलं की, आठ दिवसांपूर्वी इथून जोश्यांची पालं गेलीत. थोडा धीर आला. पुढं चालण्यास स्फूर्ती मिळाली. तिथून चालत दुपारपर्यंत औरवाडला आलो. गावाच्या वरच्या बाजूला काही पालं राहिलेले तळ दिसत होते. दगडांच्या चुली दिसत होत्या. घोडी बांधलेल्या जागी लेंड्या दिसत होत्या. मनात म्हणालो, 'देवानं माझ्याकडं बघितलं आहे.' मी नव्या जोमानं पुढं चालत राहिलो. नृसिंहवाडीवरून पुढं कुरुंदवाडला आलो. कुरुंदवाडला आल्यानंतर गावाच्या दक्षिणेला गेलो. तिथं वस्ती होती. तिथं पालांचे तळ दिसत होते. चुली दिसत होत्या. जळून राहिलेली लाकडं दिसत होती. मी विचार केला इथून नुकतेच गेले आहेत. मी वस्तीमधल्या माणसांना विचारलं,

''मावशी, इथं जोशी राहिले होते वाटतं. ते कधी गेलेत?''

त्या स्त्रीनं सांगितलं, ''दोन दिवस झालं''

मला आशा लागली. पोटात अन्न नव्हतं. बोरं, वाळकं, कुठं पात्रीची भाजी खाऊन मी पुढं पुढं चालत होतो. मी कुरुंदवाडला रात्री राहिलो. धर्मशाळेत झोपलो

होतो. मनात अनेक आनंदी विचार येत होते. दोन दिवस झालेत इथून जाऊन म्हणजे इथंच कुठंतरी असतील. उद्याच्या दिवसात आपण त्यांना शोधून काढू. आपण पंधरा दिवस फिरतोय उपाशीपोटी असं ऐकल्यानंतर आई-वडील आपली माया करतील. बिऱ्हाडातील इतर लोक माझी स्तुती करतील. 'पोरगं किती श्याणं हाय. हातंपातूर गबाळाम्हागनं गाव-गाव फिरत आलंया.' असं म्हणतील. अशा प्रकारे अनेक आशेची शिखरं चढवीत झोपलो.

चालता येत नव्हतं. पंधरा दिवस अन्न तर नव्हतंच. त्यामध्ये खरजेचा त्रास दिवसेंदिवस वाढतच होता. सूर्य उगवीत होता. मी कुरुंदवाडहून तेरवाडला चाललो होतो. एका माणसाला विचारलं,

"तेरवाड किती लांब आहे?"

त्या माणसानं सांगितलं, "ह्या-हातनं मदनं जा. तेरवाड लागतंया."

त्याच्या सांगण्यावरून मी मधल्या रस्त्यानं तेरवाडला निघालो. पक्का रस्ता सोडला आणि लहान पायवाटेनं तेरवाडला गेलो. लहान खेडंगाव होतं. गावातील दुकानामध्ये चौकशी केली,

"दुकानदार, इथं जोशी लोक कुठं राहिले आहेत काय?"

दुकानदार म्हणाले, "दोन दिवस झाले आहेत. काल जोश्यांची मुलं आली होती गूळ, मीठ, तेल घेण्यासाठी. गावाच्या पश्चिमेला आडरानात एक वस्ती आहे. त्या वस्तीवर राहिलेत."

माझा आनंद गगनात मावेनासा झाला. पंधरा दिवस वनवास काढला होता. त्याचं आज फळ मिळालं होतं. घरातून थोडे पैसे घेऊन लगेच जतेला जावावं असा विचार केला आणि वस्तीकडं चालू लागलो. वस्तीजवळ गेलो तिथं पालं दिसत नव्हती. चुली दिसत होत्या. चुलीत विस्तव दिसत होता. जेवण केलेलं खरकटं पाणी सांडलेलं दिसत होतं. यावरून समजत होतं की, नुकतेच काही वेळ अगोदर तिथून गेले होते. मी वस्तीवरील एका मुलाला विचारलं,

"बाळ, इथून जोशी कधी गेलेत?"

तो मुलगा म्हणाला, "आता हेच एक तास झाला त्यांना जाऊन."

डोळ्यातून अश्रू वाहू लागले. माझा मी स्वत:लाच धीर दिला. तास म्हणजे काही जास्त वेळ नाही. इथंच कुठंतरी रस्त्यावर असतील. म्हणून मी गडबडीनं पक्क्या रस्त्याला आलो. रस्ता पक्का असल्यामुळे घोड्याचं पाऊलदेखील उमटलं नव्हतं. मी विचार केला. आतापर्यंत खालून वरतीकडं आलेत. वरतीकडंच गेले असतील म्हणून मी भराभर चालू लागलो. जवळजवळ पाच मैल अंतर चालून गेलो. काहीच दिसेना. कुणीकडं गेले असावेत याचा विचार करू लागलो. विचाराच्या तंद्रीतच मी पुढं चालत होतो. थोडं अंतर गेल्यानंतर,

'महाराष्ट्र राज्य परिवहन निवारा' असा बोर्ड दिसला. तिथं चार रस्ते एकत्र आले होते. एक दक्षिणेकडं दत्तवाड-दानवाडला जात होता. उत्तरेकडं इचलकरंजीला जात होता. पूर्वेकडील रस्ता मिरजेला जात होता आणि पश्चिमेकडील रस्ता कोल्हापूरला जात होता. त्या निवारा स्टॅन्डमध्येच एक लहानसं हॉटेल होतं. मी त्या हॉटेलमालकांना विचारलं,

"मालक, इथून सकाळपासून काही भिकाऱ्यांची घोडी गेलेली दिसलीत काय?"

त्या हॉटेलमालकांनी उत्तर दिलं, "नाही. सकाळपासूनच नव्हे तर आठ-पंधरा दिवस झाले इकडं घोडं कसलं ते दिसलं नाही."

मग मात्र मी संकटात सापडलो. बिऱ्हाडं कोणत्या दिशेनं गेलीत हे ठरवणं अवघड झालं.

सकाळी तेरवाडमधून निघालीत हे सत्य होतं. मी दत्तवाड-दानवाडच्या रस्त्यानं निघालो. भराभर पावलं उचलत होतो. दत्तवाडला गेलो. तिथं कुठं दिसेनात. गावात चौकशी केली. 'इकडं कुणी भिकारी आले नाहीत,' असंच उत्तर मिळालं. मधून एखादा रस्ता असावा. त्या रस्त्यानं दानवाडला गेले असतील असा विचार करून मी दानवाडच्या रस्त्यानं चालू लागलो. दुपार झाली होती ऊन पडत होतं. मी पुढंच चाललो होतो. दानवाडला गेलो. तिथंही कुठंच तपास लागला नाही. मी परत फिरलो. ऊन मी म्हणत होतं. पाय आगीत पडल्याप्रमाणे कच्च्या रस्त्याच्या धुळीत पडत होते. पोट पाठीला लागलं होतं. मनात नको ते विचार येत होते. आलो नसतो जतमधून तरी बरं झालं असतं असं वाटू लागलं. मी त्या हॉटेलजवळ आलो. चारी दिशांना चार रस्ते गेले होते. तिथं बसलो. कोणत्या रस्त्यानं जावावं हेच समजेना. इतके दिवस आशेच्या आड दडून बसलेलं दु:ख ज्वालामुखीप्रमाणे उफाळून आलं. घळघळा अश्रू वाहू लागले. अश्रूंना वाट मोकळी झाली होती. जेव्हा डोळ्यातील अश्रूंचा सागर संपला तेव्हा फक्त अंत:करण रडत होतं आणि डोळे मात्र कोरडेच होते. काय करावं? हाच प्रश्न डोळ्यासमोर उभा होता. जतदेखील तिथून फार लांब होतं. परत जाण्यास कमीत कमी पंधरा दिवस तरी लागणार होते. पंधरा दिवसांत मी जिवंत राहू शकेन अशी माझी मलाच खात्री वाटत नव्हती. जतेला जाऊन तरी काय करायचं, हा प्रश्न होताच. पोटाला खाण्यासाठी काहीच नव्हतं. पोटाला दिल्याशिवाय मानका आईकडून जेवण येणार नव्हतं. शिवाय खरजेमुळे बसता येत नव्हतं. दोन्ही पाय पसरून बसावं लागत होतं. मला काहीच सुचत नव्हतं. डोळ्यांसमोर काळाकुट्ट अंधार दिसत होता. प्रकाशाचा एखादादेखील किरण स्पष्टपणे दिसत नव्हता. सायंकाळ झाली होती. कुठं जायचं आहे, हेच निश्चित नव्हतं तर मग सायंकाळ झाली काय आणि रात्र झाली काय सारखंच होतं. एखाद्या जंगलात सोडलेल्या लहान मुलाप्रमाणं माझी अवस्था झाली होती. मी त्या निवारा स्टॅन्डमध्येच

रात्र काढली. भुकेनं आतडी मेली होती. भूकदेखील लागत नव्हती. संपूर्ण रात्र रडतच होतो. त्याशिवाय माझ्या हाती काय होतं? भीक मागावी म्हटलं तरी तीदेखील कोणी वाढीत नव्हतं. सकाळी उठलो. हॉटेलमधील एक ग्लास पाणी घेतलं. कसंतरी तोंड धुतलं. विचार केला की, इचलकरंजीला जावं. तिथं कुणी भेटलं की त्यांच्याजवळ समजेल वडील कोणत्या गावी आहेत. वडलांना भेटण्याशिवाय दुसरा पर्यायच नव्हता.

इचलकरंजीच्या रस्त्यानं चालू लागलो. तिथून इचलकरंजी अठरा मैल होती. मी चालत होतो. अंगात त्राण नव्हतं. जोरात वारं आलं की मी खाली कोसळत होतो. डोळ्यांसमोर अंधारी येत होती. चक्कर आल्याप्रमाणं वाटत होतं. मी डोळे घट्ट झाकून एका जागी उभा राही व नंतर चालायला सुरुवात करीत होतो. ऊन पडलं होतं. पायाची स्थिती विस्तवात टाकलेल्या माशाप्रमाणं होत होती. रस्त्यावरील डांबर तापलं होतं. पायाबरोबर तापलेलं डांबर चिकटून येत होतं. थोडा वेळ सावलीचा आधार घेत मी पुढं जात होतो. सायंकाळी सहा वाजता मी कसंतरी इचलकरंजीमध्ये पोचलो. मार्केटचा रस्ता विचारीत-विचारीत मी मार्केटमध्ये आलो. कुणी आमच्या जमातीपैकी दिसतंय का पाहत होतो. दोन-तीन वर्षांच्या आजारी माणसाप्रमाणं मी दिसत होतो. केविलवाण्या नजरेनं इकडंतिकडं पाहत होतो. तेवढ्यात आमच्या जातीचे वामन शिंदे मला दिसले. मी त्यांच्याकडं गडबडीनं गेलो. त्यांनी मला पाहिलं व भीतीनं थरथर कापू लागले. मरणाची कळा माझ्या चेहऱ्यावर आली होती. भीतभीतच त्यांनी मला विचारलं,

"दादासाब, आरं हाकडं कुटं आलायास? आन आसा का झालायास? जिवाला बरं न्हाय जणू."

मी म्हणालो, "वामनमामा, आण्णा कुठं भेटले होते का?"

त्यावर वामन शिंदे म्हणाले, "न्हाय. मलारी तकडं करनाटकात गेलाया आण्णा बिस्याबरुबर. पर तू कश्याला आला व्हुतास हाकडं?"

मी माझी घडलेली सर्व कहाणी त्यांना सांगून टाकली. त्यांनापण वाईट वाटलं. मला म्हणाले,

"चल, आमच्या पालावर रातच्यारात ऱ्हा. आणिक मलारीचा कवा तपास लागतूया बगु."

मी त्यांच्याबरोबर त्यांच्या बिऱ्हाडाकडं गेलो. इचलकरंजी सोडून दोन मैलांवर राहिले होते. आठ-दहा बिऱ्हाडं होती. मला पाहून वामन शिंदेंना इतर माणसं विचारू लागली. सयाजी दोरकर मला म्हणाले,

"आरं दादासाब, हाकडं कसं आलायास?"

मी सांगितलं, "आण्णांना शोधण्यासाठी आलो होतो."

वामन शिंदेंनी माझी घडलेली सत्यकथा संपूर्ण बिऱ्हाडातील लोकांना सांगितली. सयाजी दोरकर, नागू दोरकर, विठ्ठल दोरकर सर्व जण हळहळू लागले. त्या रात्री वामनमामांनी मासे विकत आणले होते. मी जेवलो. पंधरा दिवसांपासून आज भाकरी खाण्यास मिळाली होती. अंगात थोडी शक्ती आल्याप्रमाणं वाटू लागलं. जेवण करून उठलो तोपर्यंत मनोहार साळुंखे आला. मला पाहून म्हणाला,

"दादासाब, तू हाकडं आलायास? आन तुजी आय तुला पयसं द्याला जतला गिलीया. मला मिरजच्या कँडवर गाट पडली व्हुती. चार दिस झालं."

ते ऐकून कोणीतरी माझ्या डोकीत हातोडीनं घाव घातल्याप्रमाणं झालं. हे एक नवीन संकट समोर दिसू लागलं. विचार करू लागलो. आई जतेला गेली असेल. मुलांनी सांगितलं असेल की, मी बिऱ्हाडं शोधण्यासाठी तुमच्याकडंच गेलो आहे म्हणून. त्यानंतर आईची अवस्था काय झाली असेल? वडील शस्त्रक्रियेच्या भीतीनं आले नसतील. जर त्यांना समजलं की, मी गावोगावी भटकत फिरत आहे म्हणून तर त्यांची अवस्था काय होईल? मला तो विचार करणं असह्य होऊ लागलं. मी मनोहार साळुंखेला विचारलं,

"आई— परत कधी येतू म्हणाली होती?"

मनोहारनं उत्तर दिलं, "मला तसं काय बुलली न्हाय."

मी रात्री रात्रभर रडतच होतो. देव माझी चांगली परीक्षा घेत होता. माझ्यामुळं घरातील सर्व जण अडचणीत पडले होते. वडील मला गावोगाव शोधत फिरतील. आई अन्न खाणार नाही. कितीतरी भविष्यकाळातील संकटं एकामागून एक समोर येत होती. विचारांच्या शृंखलेत मी गुरफटून गेलो. वामनमामांनी मला पांघरण्यासाठी एक वाकळ दिली होती. कितीतरी दिवसांतून आज पांघरायला मिळालं होतं. पण झोप लागत नव्हती. रात्र जागूनच काढली. सकाळी वामनमामांना म्हणालो,

"वामनमामा, मला थोडे पैसे द्या. मी जतंला जातो. आषाढाला तुम्ही आल्यानंतर आण्णांना तुमचे पैसे देण्यास सांगतो."

वामनमामाजवळ फक्त पाचच रुपये होते. ते त्यांनी मला दिले. जास्त पैसे तरी कसं मागणार? त्यांनी तेवढेच उपकार माझ्यावर केले होते तेच कितीतरी पटीनं जास्त झाले होते. मी ते पैसे घेतले. जिथपर्यंत पैसे पुरतील तिथपर्यंत एसटीनं जावावं व पैसे संपल्यानंतर चालत जावावं, असा विचार केला. एसटी स्टॅन्डवर आलो. इचलकरंजी-मिरज एसटी लागली होती. मी एसटीमध्ये बसलो. मिरजेला आलो. एक रुपया ऐंशी पैसे तिकिटासाठी गेले. फक्त तीन रुपये वीस पैसे शिल्लक राहिले. मिरजमध्ये जतेला तिकीट किती आहे ते विचारलं. मिरज ते जत पाच रुपये दहा पैसे तिकीटदर होता. मला अजून दोन रुपये कमी पडत होते. स्टॅन्डवर भीक मागावी, असा विचार केला; परंतु माझ्यासारख्या मुलाला भीक तरी कोण देणार?

आणि माझ्या सांगण्यावर विश्वास तरी कोण ठेवणार? उलट चार शिव्याच घ्याव्या लागतील. शेवटी मी जतेला जाऊन तरी काय करणार? आई जतेला जाऊन आज पाचवा दिवस होता. मी तिथं नाही असं समजल्यानंतर आई जतेत पाच दिवस राहणं शक्यच नव्हतं. मला काहीच सुचेना. स्टॅन्डच्या पाठीमागं गेलो. संडासजवळ बसलो. मनापासून रडून घेतलं. एक विचार येत होता. असलं कुत्र्याप्रमाणे लाचार जीवन जगण्यापेक्षा कायमचंच गेलेलं बरं. निदान संकटांना तोंड तरी द्यावं लागणार नाही. संकटांना तोंड देण्यास मी असमर्थ ठरलो होतो. माझ्या सहनशीलतेची मर्यादा संपली होती. तीन रुपये वीस पैसे राहिलेत, त्याचं ढेकणाचं औषध आणून प्यावं म्हणजे एकदाचं जीवन संपेल. मीच संपल्यानंतर अडचणी तरी कशाला माझ्यासमोर येतील? लगेच दुसरा विचार येत होता. मी मेल्यानंतर आई-आण्णांची स्थिती काय होईल? कदाचित तेदेखील आपल्या प्राणाला गमावून बसतील. मग त्यांच्या जीवनाचा नाश करण्याला मीच कारणीभूत ठरणार. ते पापदेखील मलाच लागणार आहे. वडील काळजीनं कमीत कमी अंथरुणावर तरी पडून राहणार. मग घरातील माणसांनी काय खायचं? माझी मन:स्थिती एसटीच्या चाकाप्रमाणे फिरत होती. त्या चक्रातच मी स्वत:ला विसरून गेलो होतो. विचार करून डोकं सुन्न झालं. कोणताच निर्णय घेता येत नव्हता. उठलो आणि स्टॅन्डच्या पुढच्या बाजूला आलो.

परमेश्वर जीवनात सुख आणि दु:ख सारख्याच प्रमाणात देतो हे सत्य नाकारता येत नाही. मी वेड्याप्रमाणे स्टॅन्डमधून इकडंतिकडं फिरत होतो. माझी नजर एकदम स्थिरावली. मी आश्चर्यचकित झालो. माझ्या डोळ्यावर माझाच विश्वास बसेनासा झाला. मी परत परत डोळे उघडझाप करून पाहत होतो. आई लहान मुलीला घेऊन बसली होती. जवळच धोतराचं एक गाठोडं होतं. दोन-तीन महिन्यांची लहान मुलगी होती. मी आईजवळ गेलो. अंत:करणातील दु:ख डोळ्यावाटे बाहेर पडू लागलं. बोलण्यासाठी शब्द तोंडातून निघतच नव्हता. आईनं माझ्याकडं पाहिलं. एकदम मिठी मारली. स्टॅन्डमधील सर्व लोक आम्हाकडं पाहत होते. त्यांना कुठं माहीत होतं की, आम्ही कोणत्या परिस्थितीत होतो. आई पदरानं डोळे पुसत पुसत म्हणाली,

"दादासाब, कुटं गेला हुतास रं? म्या तीन-चार दिवस रोज जतच्या स्टॅन्डवर बसत हुती. यील त्या एसटीची वाट बगत हुती. तू आमच्याकडं आला हुतास म्हणून पोरांनी सांगितलं. पंदरा दिवस व्हून गेलं तुला जाऊन. माजं काळीजच करापलं ते ऐकून. म्या गोंदळ्याच्या वाडीला चिटी धाडून आयीला बुलविलं. तिला इचारलं, दादासाब काय सांगून गेलाय का म्हणून. पर आयं म्हणाली, मला काय बी सांगितलं न्हाय. मंग माजा धीरच सुटला. जतंतनं पत्तं आणल्याती तुला हुडकाला."

आईनं सर्व कहाणी सांगून टाकली. मी ऐकत बसलो. मनातल्या मनात

परमेश्वराचे आभार मानीत होतो. देवानं एका मोठ्या संकटातून वाचवलं होतं. मी काहीच न बोलता गप्प बसलो होतो. आईनं विचारलं,

"तू कसा आलाच रं हातं?"

मग मात्र नाइलाजानं सर्व कहाणी सांगावी लागली. जतमधून निघाल्यापासून मिरजेच्या स्टँन्डपर्यंतची. आईनं सर्व ऐकलं. रडत-रडतच म्हणाली,

"इस्तू लाव तुज्या साळंला. चल, माज्याबरुबर. त्या दुकानातनं खरुजाची बाटली आण." एवढं बोलून आईनं पाच रुपये दिले.

मी मेडिकलच्या दुकानामध्ये गेलो. खरजेवरचा मलम मागून घेतला. चार रुपये सत्तर पैसे दिले. परत आईकडं आलो. तोपर्यंत तिथं दुर्गाप्पा मोरे आले होते. आईनं मी जातपर्यंत माझी सत्यकथा दुर्गाप्पातात्यांना सांगितली होती. आई मला म्हणाली,

"ही बग. दुर्गाप्पा बी व्हुता जाताना. मला जतंत सोडलं आन नराळाला गेला व्हुता. आमी येताना बी मिळूनच आलू."

मी दुर्गाप्पातात्यांकडं पाहत राहिलो. त्यांच्यामुळेच आई जतेत राहिली होती आणि माझी भेट झाली. मी डोळ्यांनीच त्यांचे आभार मानीत होतो. आईजवळील लहान बाळ घेतलं व विचारलं,

"आई, मुलीचं नाव काय ठेवलंय?"

आईनं सांगितलं, "बायडा-"

थोड्या वेळात कुरुंदवाडची गाडी लागली. आम्ही एसटीमध्ये बसलो. कुरुंदवाडला उतरलो. कुरुंदवाडहून सायंकाळी सहा वाजता अकीवाडला गाडी होती. आम्ही स्टॅन्डवर बसलो होतो. मी आईला म्हणालो,

"आई, इथंच ह्याच स्टॅन्डमध्ये मी रात्री झोपलो होतो. सकाळी उठून तेरवाडला गेलो. पण बिऱ्हाडं तिथून एका तासापूर्वी गेली होती."

आई हळहळत म्हणाली, "आपरीसनाच्या गाड्या फिरा लागल्या म्हणताना आमी तेरवाडातनं म्हागारी आलू. तू सडकनं आला आसतास तर तुला तवाच गाट पडलू आसतू. येळच वायीट हुती. मग कसा यीचील सडकनं?"

दुर्गाप्पातात्या म्हणाले, "बगा तर वयनी, कसं आशील एका तासात पोरगं चुकलं. आन किती हाल झालं त्येचं."

अकीवाडची एसटी लागली. आम्ही एसटीमध्ये बसलो. सायंकाळी सात वाजता एसटी अकीवाडला पोचली. आम्ही एसटीमधून उतरलो. गावापासून दूरपर्यंत चालत आलो. मी आईला विचारलं,

"आई, किती लांब जायाचं आहे?"

आईनं सांगितलं, "अजून येक मईल हाय. आपरीसनाच्या गाड्या येत्यात्या म्हणून अकीवाडाच्या वतात ऱ्हालूया."

रात्री आठ वाजता आम्ही पालावर पोचलो.

सभोवती डोंगर, झाडीच होती. वडील आम्हाला पाहून उठले. पालांतील माणसं नुकतीच झोपली होती. अंधार पडला होता. कुत्री भुंकत होती. आबास, छाया, तात्यासाहेब सर्व जण उठून आमच्याजवळ आले. वडलांनी माझ्याकडं पाहिलं व म्हणाले,

"जिवाला आलं व्हुतं व्हय रं तुज्या? कसा मरा लागल्यावाणी कळा झाल्याया. आवषीदाला बी लेकराजवळ पयसं नसतील."

मी काय सांगणार होतो. फक्त डोळ्यांतून पाणी टाकणं एवढंच मला जमत होतं. आईनंच माझं रामायण सांगून टाकलं. सर्व पालांतील माणसं गोळा झाली होती. वडलांच्या डोळ्यांतून पाणी टपकू लागलं. आमच्या जमातीची माणसं हळहळत होती. कसंतरी थोडं जेवलो. दुःखानं कंठ दाटून आला होता. घास खाली उतरतच नव्हता. घरातील माणसं बघून दुःखाचा ओघ वाढतच गेला. वडलांनी मला पोटाशी धरलं व म्हणाले,

"कुटं हुडकत फिरलू आसतू. मी कळल्यावरच निमा मिलू आसतू."

आम्ही रात्री डोळे पुसतच झोपलो. वडील पहाटेच मागायला गेले होते. सकाळी आबास मागायला गेला नाही. मलादेखील मागायला जाता येत नव्हतं. खरजेची बेंडं मोठी मोठी झाली होती. सकाळी खरजेचा मलम लावला. भगुल्यात पाणी घेऊन अंघोळ केली. जवळजवळ वीस-बावीस दिवसांनी त्या दिवशी अंघोळ करीत होतो. त्या वेळी बावचीची बिऱ्हाडं नव्हतीच. सर्व बिऱ्हाडं नराळची होती. अण्णाप्पा भिसे, दुर्गाप्पा मोरे, लक्ष्मण वासुदेव, राजाराम वाकुडे, सुखदेव मोरे आणि इतर दोन-तीन बिऱ्हाडं होती. मी त्यांना ओळखत नव्हतो.

माझ्या जीवनाची दिशा बदलली. परत पालं काढणं, ओझी लादणं, दुसऱ्या गावाला जाणं सुरू झालं. ऑपरेशनच्या भीतीमुळं माणसं गावापासून लांब आडरानातच राहत होती. आबास एकटाच मागायला जात होता. घरातील माणसांची संख्या एकानं एकानं वाढत होती आणि पोटाला कमी पडत होतं. ऑपरेशनदेखील करून घेता येत नव्हतं. सात-आठ दिवसांत माझी खरूज बरी झाली. मी वडलांना म्हणालो,

"आण्णा, मी शाळेला जातो. पैसे काही आहेत का?"

वडील म्हणाले, "बोंबलत जावं दी तुजी साळा. ऱ्हा हातं. मागून खाचील आमच्या डोळ्याम्होरं."

मी म्हणालो, "आण्णा, आजपर्यंत कसंतरी शिकलो. आणखीन एक वर्ष काढलं की मॅट्रिक होईन."

वडील म्हणाले, "बरं बगू म्हणं, अजून सात-आठ दिसांनी - तुज्या जिवाला बरं वाटल्यावर."

मी वडलांना पटवून सांगितलं, "माझी वार्षिक परीक्षा जवळ आली आहे. एक महिना तरी असाच निघून गेला. पेपरात काय लिहिणार?"

आईदेखील म्हणाली, "जातू म्हणतूया तर जावं द्या की, सारकं दिस आसलेच येत्याती व्हय. त्येच्या साळंच्या म्हागचं येळ चांगली न्हाय."

वडील म्हणाले, "बरं जा म्हणं आणिक चार दिसानं."

परत शाळेला जाण्याचं ठरलं. पण मनात भीती वाटत होती. एक महिना झाला होता. मी शाळेला हजर नव्हतो. सरांनी माझं नाव हायस्कूलमधून कमी केलं असलं तरी काय करावं? येतेवेळी सरांना सांगूनदेखील आलो नव्हतो. चार दिवस निघून गेले. सकाळीच मी माझी पिशवी हातात घेतली. आई-वडलांच्या पायाला हात लावला आणि निघालो. आईनं मला देण्यासाठी नेलेले पैसे परत आणले होते. तेच पैसे माझ्या पोटासाठी व परीक्षेपर्यंत खर्च करण्यासाठी दिले. एकूण पन्नास रुपये दिले होते. मी निघालो आहे हे पाहून आण्णाप्पा भिसे म्हणाले,

"मलारी, पोरगं चाललं व्हय साळंला?"

वडलांनी उत्तर दिलं, "जातूच म्हणा लागलाया. मंग कसं कराचं?"

त्यावर आण्णाप्पा भिसे म्हणाले, "जातूया तर जावं दी. त्येला साळा शिकाची हाय. तू कशाला नगं म्हणतूयास?"

मी निघालो.

वडील म्हणाले, "उनाळ्याच्या सुटीला तुजी आय यील न्ह्याला, मग यी. आणिक मास्तर काय बोला लागला तर त्येला सगळं सांग."

मी 'होय' म्हणालो. तात्यासाहेब म्हणत होता,

"दादा, तू कवा यीतुचं म्हागाली. येताना मला खेळाला घिवून यी बलं का?"

मला त्याच्या बोलण्याचं हसू आलं. मलाच देव खेळवत होता तर मी त्याला काय आणून देणार? छाया म्हणाली,

"दादा, लगीच यी म्हागारी."

सर्वांना 'होय' म्हणतच मी जाऊ लागलो. त्या वेळी आम्ही एकतपूरला राहिलो होतो. तिथून कुरुंदवाडला एसटी होती. त्या एसटीनं कुरुंदवाडला आलो. तिथून मिरजेला व तिथून जतेला. मी जतमध्ये पोचलो.

दुसऱ्या दिवशी सकाळी हेडसरांच्याकडं गेलो. हेडसरांना मी गैरहजर असल्याचा रिपोर्ट अगोदरच लागला असावा. हेडसरांनी मला विचारलं,

"किती दिवस झाले शाळेला आला नाहीस?"

मी हेडसरांना खरूज लागल्यापासून आतापर्यंतची कहाणी सांगितली. ते ऐकून हेडसरांनादेखील वाईट वाटलं. हेडसर म्हणाले,

"आता तुला जास्त त्रास घ्यावा लागेल. इथून जोरात अभ्यास कर. मी एक चिठ्ठी देतो. ती नेऊन गडदे सरांना दे. गडदे सर रागावणार नाहीत."

मी हेडसरांच्याकडं आदराच्या दृष्टीनं पाहत होतो. हेडसर चिठ्ठी लिहू लागले. हेडसरांनी चिठ्ठी लिहिली. मला चिठ्ठी देत म्हणाले,

"आता तुझी खरूज बरी झाली आहे का?"

मी सांगितलं, "बिऱ्हाडांकडं गेल्यानंतर औषध केलं. बरी झाली आहे."

हेडसरांना नमस्कार करून मी खोलीवर आलो. पुस्तकं व्यवस्थित ठेवली होती. ती काढली. जेवण तरी येणारच नव्हतं. त्यामुळे स्टॅन्डवर जाण्याचा प्रश्नच नव्हता. मुलांनी जेवण आणलं. माझ्याजवळ पण घराकडून आणलेले भाकरीचे शिळे तुकडे होते. त्यांच्याबरोबर तेच खाल्ले. आम्ही शाळेला गेलो. हेडसरांनी चिठ्ठी दिली होती. त्यामुळे गडदे सर काही बोलण्याची भीती नव्हती. मी सरांना चिठ्ठी दिली. सर गप्प बसले. प्रत्येक तासाचे शिक्षक विचारीत होते,

"कुठं गेला होतास?"

प्रत्येक वेळी माझं उत्तर एकच होतं, "सर, मी आजारी होतो."

शाळा संपली. खोलीवर आलो. मानका आईला पैसे दिल्याशिवाय मला जेवण येणार नव्हतं. मी स्टॅन्डवर गेलो. जत-गिरगाव गाडीनं गोंधळेवाडीला पोचलो. मला पाहून मानका आईनं रडायला सुरुवात केली. डोळे पुसत-पुसतच विचारलं,

"कुटं गेला व्हुतास रं?"

मी माझी कथा सांगून संपवली. मी जसजसं सांगत होतो तसतसं मानका आई जास्तच रडत होती. मानका आई म्हणाली,

"तुज्या साळंच्या म्हागंच पिडा लागल्याया."

रात्री राहून सकाळी जतेला निघालो. मानका आईला सांगितलं,

"आई मला नेण्यास जतेला येणार आहे. जातेवेळी मी तुला चिठ्ठी पाठवतो."

मानका आईनं विचारलं, "तुला पयसं हायती का खरचाला?"

मी सांगितलं, "नाहीत. सर्व पैसे तुलाच दिलेत."

मग मानका आईनं त्यातीलच दहा रुपये मला दिले. मानका आई कामालाच जात होती. दिवसामागून दिवस बेकारच येत होते. मी एसटीकडं निघालो. कुणी म्हणत होतं, 'माझ्या पोराला हाकडं यीवून जा म्हणावं,' तर कुणी म्हणत होते, 'लयं फिरू नगंस म्हणावं.' मी सर्वांचे निरोप ऐकून घेतले. जतेला आलो.

दुसऱ्या दिवसापासून जेवण आणणं, शाळेला जाणं, अभ्यास करणं सुरू झालं. चाचणी परीक्षेचे दोन पेपर चुकले होते. मला दोन महिन्यांचा अभ्यास भरून

काढायचा होता. मी अभ्यासावर जास्त लक्ष दिलं होतं. दिवस भराभर जात होते. वार्षिक परीक्षेचे पेपर सुरू झाले. एकानंतर दुसरा पेपर होऊ लागला. परीक्षा संपली. मुलं गावी जाऊ लागली. मी तम्माला म्हणालो,

"तम्मा, तू दोन दिवस इथंच थांब. आई येणार आहे. आल्यानंतर मी आईबरोबर जातो आणि तू गावी जा."

मी व तम्मा जतेतच राहिलो. आई आली त्याच दिवशी मी व आई एकीकडं निघालो, तर तम्मा दुसरीकडं निघाला. मी व आई शिरढोणला पोचलो. बिऱ्हाडं आषाढासाठी बावचीकडं चालली होती. दररोज पालं काढणं, ओझी लादणं, कुत्री, घोडी ओढीत पुढच्या गावाला जाणं सुरू झालं. मी व आबास मागायला जात होतो.

जतपर्यंत जाऊन नराळची बिऱ्हाडं नराळला जात होती व आमचं एकच बिऱ्हाड बावचीला जाणार होतं. ऑपरेशनची साथ सुरूच होती. त्यामुळे आमची बिऱ्हाडं गाव सोडून आडरानातूनच दुसऱ्या गावाला जात होती. उन्हाळी पावसाच्या अवकाळ्या येत होत्या. आम्ही डफळापूरहून वाशाणला मधून येत होतो. रस्ता संपूर्ण डोंगराळच होता. दगडाला ठेसा घेत आदळत आपटत आम्ही निघालो होतो. तोपर्यंत आकाशात अचानक ढग जमू लागले. विजा कडाडू लागल्या. आमच्या लोकांना काय करावं समजत नव्हतं. रस्ता डोंगराळ होता. त्यामुळं भरभर जातादेखील येत नव्हतं. तरीपण माणसं आदळत आपटत घोडी पळवीत होती. कोणी दगडाला अडकून पडत होतं. पण पावसाचं आमच्या जमातीशी नातं कसलं होतं? पाऊस पडण्यास सुरुवात झाली. उन्हाळी पाऊस तो. बघता बघता पावसाची गती वाढली. आमची जमात डोंगरातच होती. पाऊस वरून कोसळत होता. ओझी-माणसं भिजली होती. आण्णाप्पा भिसे म्हणाले,

"येऽऽ मानसानु, वजी हातच टाका आणिक पालं, वाकळा पांगरा."

लोकांनी त्या डोंगरातच ओझी उतरली. लहान मुलं गारठून गेली. पडतेला पाऊस आम्ही सर्व जण घेत होतो. पालं, वाकळा अंगावर घेऊन माणसं जीव दडवू लागली. थोड्या वेळातच गारा पडू लागल्या. कोंबड्या मेल्या. कुत्री माणसांच्या मधून शिरायला बघू लागली. माणसं वाचणं कठीण झालं होतं. तिथं कुत्र्यांना कोण जवळ घेणार? एरवी कुत्र्यांना आपल्या पुढ्यात घेऊन बसणारी आमची जमात आज स्वत:चा जीव वाचवण्यासाठी त्याच कुत्र्यांना बाहेर ढकलून देत होती. मुला-बाळांचा रडायचा, बोंबलायचा दंगा सुरू झाला. पावसानंदेखील चांगलंच मनावर घेतलं होतं. क्षणाक्षणाला जास्तच त्याची गती वाढत होती. एका वाकळेत किंवा पालात सर्व कुटुंब आपोपला जीव दडवून बसलं होतं. कोणीतरी दगड मारल्याप्रमाणं गारा लागत होत्या. आमच्या जगण्याचा भरोसा फारच कमी दिसू लागला. पायाखालून पाणी वाहत होतं. पाय गुडघ्यापर्यंत गारठले होते. रक्त गोठू लागलं होतं. आणि

वरून गारांचा तडाखा बसत होता. तोपर्यंत सुखदेव मोरे यांची आई कसंतरीच करू लागली. वयस्कर बाई कुठंपर्यंत तो पाऊस घेणार होती? रडायचा दंगा सुरू झाला. पावसाच्या आवाजात रडणाऱ्या लोकांचा आवाजदेखील समजून येत नव्हता. थोड्या वेळानं पावसाचा वेग थोडा-थोडा मंदावत गेला. नंतर पाऊस पडायचा थांबला. सर्व जण ओझी पाण्यातच टाकून सुखदेव मोरेंच्या बिऱ्हाडाकडं पळू लागले. सुखदेव मोरेंची आई- बनाबाईचं शरीर थंड पाण्यानं गोठलं होतं. आण्णाप्पा भिसे म्हणाले,

"आरं, जाळ करा. न्हायतर म्हातारी मरील."

सर्व जण इकडंतिकडं लाकडांसाठी पळू लागले. पण वाळली लाकडं तिथं कुठं सापडणार? गबाळातल्या चिंध्या काढल्या. कुणी कटाळं आतल्या बाजूनं फाडली. कंदिलातील असेल नसेल तेवढं रॉकेल त्या चिंध्यांवर ओतलं. जाळ केला. बना आजीला त्या जाळासमोर नेऊन बसवलं. मग कुठं बना आजी शुद्धीवर येऊ लागली. थोड्या वेळानंतर बना आजीच्या अंगात त्राण आल्यासारखं झालं. माणसांनी ओझी घोड्यावर लादण्यास सुरुवात केली. कोणाचीच कोंबडी जिवंत राहिली नव्हती. कोंबड्या तिथंच टाकल्या. ओझ्यांतून पाणी पडत होतं. कुत्री झुरून उभी राहिली होती. ओझी लादली आणि आम्ही पुढं निघालो. कुत्री भेलकंडत-भेलकंडत पळू लागली. कसेतरी आम्ही वाशाणला पोचलो. गावाच्या शेजारीच माळावर ओल्या जागेत ओझी टाकली.

एके दिवशी रात्री मी वडलांना म्हणालो,

"आण्णा, मी शाळेला जातो."

वडील म्हणाले, "दोन दिसांनी जा. दाणं थोडंच हायती. आणिक थोडं मिळू दी."

मी दोन दिवस थांबलो. त्याशिवाय गत्यंतर नव्हतं. नाहीतरी पोटासाठी काय नेऊन देणार? दोन दिवस निघून गेले. मी माझी फाटकी वाकळ, पोतं घेतलं. पुस्तकं तरी परीक्षा झाल्यानंतर जमा करून आलो होतो. मी गोंधळेवाडीला निघालो. वडलांना आता बरं झालं होतं. मी एकटाच शाळेसाठी जात होतो. सोडण्यासाठी कुणाला यावं लागत नव्हते. वडील म्हणाले,

"तू आवंदा आकाडाला बावचीला यी."

मी 'होय' म्हणालो. वाशाणहून जतेला आलो. आणि तिथून गोंधळेवाडीला आलो. मुलं अद्याप शाळेला गेलेली नव्हती. धान्य मानका आईकडं दिलं आणि मी व तम्मा जतेला आलो. मानेंच्याच खोल्या ठेवण्यास सांगितल्या होत्या. मऱ्याप्पानं आमचा रिझल्ट पूर्वीच पाहिला होता. आम्ही सर्व जण पास झालो होतो. मी तम्माला म्हणालो,

"तम्मा, ह्या वर्षी मी सकाळच्या शिफ्टला ॲडमिशन घेतो. अभ्यासासाठी वेळ तरी मिळेल."

तम्मा म्हणाला, “अरे, पण तुला जेवण कसं मिळणार? तुला शाळेकडून येण्यास साडेबारा वाजणार.”

मी म्हणालो, “तू जेवण घेऊन येत जा. मी शाळेकडून आल्यानंतर जेवण करेन.”

तम्मानं 'होय' म्हटलं. मी हेडसरांना सांगून सकाळच्या शिफ्टला नाव घालण्यास सांगितलं. दहावीच्या पुस्तकांचा संच घेतला. हेडसर मला म्हणाले,

“अभ्यास चांगला कर. फर्स्ट क्लास मिळाला पाहिजे. तरच पुढं फायद्याचं आहे. नाहीतर केवळ पास झाला म्हणजे कोणी विचारणारदेखील नाही.”

मी मान हालवली आणि परत आलो.

मी रोज सकाळी सात वाजता शाळेला जात होतो. माझं नाव दहावीच्या 'क' तुकडीमध्ये घातलं होतं. विषय पूर्वीचेच होते. दहावीला बोर्डाची परीक्षा होती, म्हणून मी नियमित शाळेत जात होतो. गावातील मुलांशी माझ्या ओळखी होत होत्या. जतचे बाळू कांबळे व हरीश मालाणी यांच्याशी माझी मैत्री झाली. बाळू कांबळेची आई बावचीची होती. मला बाळूनं घरी नेलं. त्याच्या आईची ओळख करून दिली. बाळूची आई म्हणाली,

“मलारीचं हायसा व्हय. तुमी मला वळीकला का?”

मला ओळखता आलं नाही. आणि ओळखता येणं शक्य नव्हतं. लहानपणापासून रानातच फिरत होतो. कधी गावी आलो तर आषाढ करून रानातच भटकायला जात होतो. माझे वडील बाळूच्या आईपेक्षा वयानं लहान होते. बाळूच्या आईची व वडलांची चांगली ओळख होती. मी म्हणालो,

“मी तुम्हाला ओळखत नाही.”

बाळूची आई म्हणाली, “आवं, दगडू म्हाराची भईन नव्हं का म्या?”

माझ्या लक्षात आलं की, दगडूमामांना आपण पाहिलं आहे. नंतर बाळूच्या आईनं चहा-पाणी केलं. आम्ही जातेवेळी बाळूची आई म्हणाली, “दादासाब, येत जावा कवातर आदीमदी. कुटं ऱ्हाताया?”

मी सांगितलं, “शिवाजीनगरमध्ये मानेच्या खोल्या आहेत. तिथं राहतो–”

परत बाळूच्या आईनं प्रश्न केला, “आवं, इतकं दिस जततच आसून घराकडं आला न्हाय?”

मी सांगितलं, “माझी ओळख कुठं होती. ह्या वर्षी तुकडी बदलली म्हणून बाळूची ओळख झाली.”

आम्ही दोघं जण घरातून बाहेर पडलो. हरीश मालाणीकडं गेलो. हरीश मारवाड्याचा मुलगा होता. जतमध्ये त्यांचं मोठं कापडाचं दुकान होतं. हरीश स्वभावानं फार दयाळू होता. त्याला गरीब-श्रीमंतांचा भेदच समजत नव्हता.

रोज तम्मा जेवण आणीत होता. मी शाळेकडून आल्यानंतर जेवण करून अभ्यास करीत होतो. बाळू कांबळेच्या घरी जात असे. कधी कधी हरीशबरोबर त्याच्याही घरी जात होतो. हरीशच्या घरी जाण्यास सुरुवातीला मला संकोच वाटत होता. जसजसं माझं येणं-जाणं सुरू झालं, तसतसा माझा संकोच पण नाहीसा झाला. घरातील सर्व माणसं दयाळू होती. हा गरीब मुलगा आहे याची त्यांना कल्पनादेखील शिवत नव्हती. दिवसामागून दिवस जात होते.

आषाढ दोन-तीन दिवसांवर आला होता. मी सरांची परवानगी काढली आणि बावचीला गेलो. बावचीमध्ये गेल्यानंतर मला समजलं की, हुन्नूर इथं गरीब अनाथ मुलांसाठी आश्रमशाळा काढली आहे. आमच्या गावापासून हुन्नूर पाच ते सहा मैलांवर होतं. लाड गुरुजींनी मला त्या आश्रमशाळेविषयी माहिती दिली होती. ते म्हणाले,

"भटक्या जमातीच्या मुलांना प्राधान्य दिलं जातं."

मी त्यांचं ऐकून घेतलं. लाड गुरुजींना माझा अभिमान वाटत होता. त्यांनी माझी प्रेमानं चौकशी केली. मी गुरुजींकडून निघालो. घरी आलो. रात्री वडलांना विचारलं,

"आण्णा, तात्यासाहेबाला हुन्नूरच्या आश्रमशाळेत घालू या. त्यामुळे उद्या त्याला भीक तरी मागावी लागणार नाही."

वडील म्हणाले, "आरं... पर पोराला हातं आसरमात सुडून आमी रानात जायाचं व्हय. मागून खायील आमच्यासंगं."

मी म्हणालो, "सोडून गेले म्हणून काय झालं? रानात पाऊस-वादळ असतं. उन्हातान्हात गावोगाव भटकावं लागतं. त्याच्यापेक्षा इथं एका जागी राहून शिक्षण घेतलं म्हणून बिघडलं कुठं?"

वडील विचार करू लागले. तात्यासाहेब जवळच उभा होता. मी त्याला विचारलं,

"तात्यासाहेब, तू राहतोस हुन्नूरला शाळेला? माझ्याप्रमाणे प्रत्येक सुट्टीत घरी यायचं."

तात्यासाहेब म्हणाला, "ऱ्हातू. पर सुटी झाल्या झाल्या मला न्ह्याला पायजी."

मी म्हणालो, "तुला सुट्टी झाल्यानंतर लगेच घेऊन जातो."

आई म्हणाली, "ऱ्हातूयास तर ऱ्हा बाबा. पर दुसऱ्या पोरासंगं भांडाण काडू नगंस. आपलं आपुण एकटंच बसाचं."

तात्यासाहेबानं मान हालवली. वडील म्हणाले,

"तू ध्यान-बीन आमचं काढचील?"

तात्यासाहेब म्हणाला, "न्हाय. म्या बी दादावाणी साळा शिकणार हाय."

मला त्याचा अभिमान वाटत होता.

दुसरा दिवस आषाढाच्या यात्रेचा होता. सकाळी उठल्यापासून लोकांची गडबड, धावपळ सुरू होती. देवीला नैवेद्य देणं, दारू पिऊन झिंगणं सुरू झालं. दर वर्षीप्रमाणे सायंकाळी बकरी, बोकड, मेंढ्या कापल्या. रात्री बराच वेळपर्यंत गडबड चालू होती. सकाळी मी आईला म्हटलं,

"आई, एक-दोन भाकरी बांधून दे. मी आठच्या एसटीनं जाणार आहे."

आई म्हणाली, "आरं... पालजतरा झाल्याबिगार कुणीच जायाचं नसतंय."

मी आईला त्यांच्याच शब्दात पटवून सांगितलं, "आई, पालजत्रा झाल्याशिवाय बिऱ्हाडांना जाता येत नाही. एकट्या माणसाला बंधन नसतं."

आई म्हणाली, "बरं बाबा, मंग जा."

आईनं थोड्या भाकरी बांधल्या. मी पिशवी घेऊन निघालो. वडील म्हणाले,

"सुटी झाल्यावर मी यीतू तुला न्ह्याला."

मी एसटी उभी राहते त्या जागेवर आलो. आमच्या गावालादेखील मोकळ्या जागेवरच एसटी उभी राहते. एसटी आली. मी जतेला आलो. तम्मा व इतर मुलं त्याच दिवशी आली होती. एस.एस.सी.ची परीक्षा आहे म्हणून कसून अभ्यास करीत होतो. तम्मानं येतेवेळी दोघांचं जेवण पाठवण्यास सांगितलं होतं. सहामाही परीक्षा सुरू झाली. बोर्डाच्या प्रश्नपत्रिकेप्रमाणेच प्रश्नपत्रिका काढल्या होत्या. आम्ही पेपर दिले. परीक्षा संपली. शेवटच्या पेपराच्या दिवशी मी, हरीश व बाळूनं ठरवलं होतं की, अकरा वाजता पेपर संपल्यानंतर आपण सिनेमा पाहण्यास जाऊ. आम्ही तिघं जणपण पेपर देऊन येत होतो. मी राहत असलेली खोली जवळ आली. मी म्हणालो,

"तुम्ही दोघं जण चला पुढं. मी खोलीवर जाऊन येतो."

हरीश म्हणाला, "लवकर ये. आपण छत्रीबागेत फिरायला जाऊ."

मी 'होय' म्हणालो आणि खोलीकडे आलो. खोलीत येऊन प्रश्नपत्रिका पाहिली. किती मार्क्स पडतील त्याचा अंदाज करीत होतो. मी खोलीतून बाहेर पडणार तोपर्यंत बाळू आणि माझे वडील खोलीत आले. बाळू म्हणाला,

"आरे... तुझे वडील तुझी खोली माहीत नव्हती म्हणून सकाळपासून आमच्या घरी थांबलेत."

वडलांना बाळूच्या घरची ओळख होती. त्यांचे घरदेखील त्यांना माहीत होते. वडील म्हणाले,

"चल, आपणाला म्हंकाळ कवट्याला जायाचं हाय. उद्याच्याला गबाळं म्होरच्या गावाला जात्याती."

मी माझं साहित्य साटवू लागलो. बाळू माझ्याकडं पाहत उभा राहिला. आमचा आजचा कार्यक्रम रद्द झाला होता. तम्माचा पेपर दुपारी होता. तो मी येण्यापूर्वीच

परीक्षेला गेला होता. मी त्याच्या नावानं एक चिठ्ठी लिहून ठेवली.

चि. लहान बंधू परशराम यास—
दादासाहेबांचा शुभ आशीर्वाद.

मी वडलांच्या बरोबर रानात जात आहे. मानका आईला जेवण पाठवू नकोस म्हणून सांगणे. मी सुट्टीनंतर गोंधळेवाडीला येतो. तोपर्यंत तू गोंधळेवाडीतच राहा.

कळावे.

तुझा बंधू
दादासाहेब

चिठ्ठी त्याच्या पुस्तकावर ठेवली आणि आम्ही निघालो. बाळू अगोदरच गेला होता. आम्ही स्टॅन्डवर आलो. एसटीनं कवठेमहकाळला आलो. बिऱ्हाडं गावापासून जरा लांबच राहिली होती. पालांवर गेलो. त्या वेळी नागू आजोबा, कृष्णा शिंदे, नारायण शिंदे, यशवंत भालके व आमचं पाल अशा पालांचा संच होता. आम्ही तिथं गेल्यानंतर आमच्या जमातीची माणसं गोळा होऊ लागली. मी एक मोठा पराक्रम केला आहे असं त्यांना वाटत असावं. कृष्णाआत्या म्हणाल्या,

"आनुसया, दादासाब आता किती बुकं शिकलाया?"

आईने सांगितलं, "आता धाव्या बुकाला हाय."

संताकाकू म्हणाल्या, "खरंच गं बया. कुणालाबी वाटत नव्हतं येवडं शिकील म्हणून. पोराचं डोस्कंच आबीसावर हाय."

मला अभिमान वाटत होता; परंतु माझ्या शिक्षणाची परिस्थिती आठवली की, तो अभिमान, उत्साह पाण्यात मीठ टाकल्याप्रमाणं विरघळत होता.

दुसऱ्या दिवसापासून आमचं जीवन वाहू लागलं. पालं काढणं, ओझी लादणं, संसार घोड्याच्या पाठीवर टाकून दुसऱ्या गावाला जाणं. दोन-तीन दिवसांनंतर मी वडलांना म्हणालो,

"आण्णा, मी तात्यासाहेबाला घेऊन हुन्नूरच्या शाळेत ठेवून येतो."

वडील म्हणाले, "आरं... साळा सुरू व्हुन इतकं दिस झाल्याती आणिक त्येला आता साळंत घेत्याती व्हय?"

मी म्हणालो, "मी गुरुजींना व्यवस्थित समजावून सांगतो. पहिलीची परीक्षा असते. इथून पुढं जर अभ्यास केला तरीदेखील तो पास होईल."

वडील म्हणाले, "बग, तुजं तुच जावून. हेलपाटा खावून यीवं नगंस म्हंजी झालं."

दुसऱ्या दिवशी तात्यासाहेबाला घेऊन मी हुन्नूरला निघालो. आरळीहून हुन्नूरला घोड्यावरून जायचं होतं. सकाळी लवकरच निघालो. सायंकाळी पाच वाजता हुन्नूरला पोचलो. तिथली पण सहामाही परीक्षा नुकतीच संपली होती. परंतु आश्रमशाळेला सुट्टी नव्हतीच. मुलांनी सुट्टीत जायचं कुठं हा प्रश्न होताच? त्यामुळे शिक्षक, मुलं तिथंच होती. हुन्नूरपासून दीड मैलावर आश्रमशाळा होती. घोडं बांधलं एका झाडाला आणि शाळेत गेलो. हेडमास्तर तुपडे गुरुजी होते. त्यांना भेटलो. मी म्हणालो,

"गुरुजी, आम्ही भटक्या जमातीपैकी कुडमुडे जोशी या जातीचे आहोत. माझ्या बंधूला इथं शाळेला ठेवण्याचा विचार आहे."

हेडमास्तर म्हणाले, "पण शाळा सुरू होऊन सहा महिने होऊन गेले. आता कसं नाव नोंदवून घेता येईल?"

मी सांगितलं, "गुरुजी, आमची जमात गावोगाव मागून खात फिरतेय. कुणी शाळेला घालण्याचं नावदेखील काढीत नाहीत. मी सुट्टीवर आलो होतो म्हणताना याला घेऊन आलो आहे. इथून परीक्षेपर्यंत घेऊन जात नाही. तोपर्यंत तो अभ्यास करेल."

हेडमास्तरांनी विचारलं, "नाव काय आहे याचं?"

मी सांगितलं, "तात्यासाहेब मल्हारी मोरे."

हेड गुरुजींनी दुसरा प्रश्न विचारला, "वय काय आहे?"

मी सांगितलं, "सहा वर्षं पूर्ण झाली आहेत."

गुरुजींनी एकदाचं नाव नोंदवून घेतलं व तात्यासाहेबाला म्हणाले, "इथं जेवण, कपडे, पुस्तकं मिळतात. तू घराकडील आठवण काढायची नाही. तुला काही कमी-जास्त झालं की, मला सांगत जा."

तात्यासाहेबाने मान हालवली. नंतर तुपडे गुरुजींनी मला विचारलं, "तू कुठं असतोस शिक्षणासाठी?"

मी सांगितलं, "मी जतेला असतो. ह्या वर्षी एस.एस.सी.ला आहे."

तुपडे गुरुजी म्हणाले, "शाब्बास! असेच शिक्षण चालू ठेव. शाळा सोडू नकोस. तुझ्या बंधूची काहीच काळजी करू नको."

मी तुपडे गुरुजींचे आभार मानले. त्यांनी सहा महिन्यांनंतर तात्यासाहेबाला शाळेत घेतलं होतं. रात्री तिथंच मुक्काम केला. सकाळी लवकरच तिथून निघालो.

तिथून निघतेवेळी घोड्याच्या खोगिराची एक वाकळ काढून तात्यासाहेबाला दिली. एक फाटकी पिशवी घरूनच आणली होती. कपड्याचा तर काही प्रश्नच नव्हता. फाटकी छड्डी एकच तेवढी त्याच्या अंगावर होती. मी त्याला आश्रमशाळेत सोडलं व बिऱ्हाडाकडं निघालो. दुपारी मी बिऱ्हाडाला परत आलो. आईनं विचारलं,

"घेतलं का रं - तात्यासाबाला साळंत?"

मी सांगितलं "घेतलं."

आई डोळ्याला पदर लावून रडायला लागली. काय विचित्र जमात होती आमची. बिऱ्हाडाबरोबर कुत्र्यापेक्षा वाईट जीवन जगावं लागत होतं. तरीपण आश्रमशाळेत ठेवलेलं त्यांना वाईट वाटत होतं. मी काहीच बोललो नाही. वडलांनादेखील वाईट वाटतच होतं. मी मागायला जात होतो. आबास, मी व लक्ष्मण भाऊजी एकत्र मिळूनच मागायला जात असू. दिवसामागून दिवस उलटत होते. आम्ही एका गावानंतर दुसऱ्या गावाला आमच्या दरिद्री जीवनाचं प्रदर्शन भरवीत होतो. मी गोंधळेवाडीला निघालो. वडलांनी नागू आजोबांच्याकडून काही पैसे कर्जाऊ घेतले. मला पैसे दिले. मी गोंधळेवाडीला पोचलो. गोंधळेवाडीतील सर्व मुलं जतेला गेली होती. तम्मा माझी वाट बघत थांबला होता. मी व तम्मा जतेला निघालो. मानका आईची परिस्थिती दिवसेंदिवस बिघडत चालली होती. अंगावर फाटलेली, ठिगळं लावलेली लुगडी नेसून कसेतरी दिवस काढीत होती. कामदेखील मिळत नव्हतं. स्टेशनरी माल विकावा म्हटलं तरी तोदेखील कोणी घेत नव्हतं. लोकांच्या पोटाला अन्न मिळायची पंचाईत मग तो स्टेशनरी माल कोण घेणार? आजपर्यंत मानका आईनं माझ्यासाठी व स्वतःच्या पोटासाठी बरेच पैसे कर्जाऊ काढले होते. एसटीमधून येता-येताच मी विचार करीत होतो. जरी का मानका आईची परिस्थिती बेकारच झाली तर आपली शाळा संपली हे उघड होतं. आम्ही जतच्या एसटी स्टॅन्डवर आलो. त्या वेळी मी विचाराच्या चक्रातून बाहेर पडलो. आम्ही खोलीवर आलो. परत जेवण आणणं, शाळेला जाणं, अभ्यास करणं अशी माझी दैनंदिनी सुरू झाली. कॅलेंडरमधील तारखेप्रमाणं माझी दैनंदिनी सारखी बदलत होती. बघता-बघता डिसेंबर महिना आला. दर वर्षीप्रमाणे यल्लमा देवीची यात्रा सुरू झाली. या वर्षी लोकांची गर्दी दिसत नव्हती. देवीला नैवेद्य देऊन माणसं लगेच आपोपल्या गावी जात होती. दिवसच वाईट आले होते. जत्रेत एक-दोन दिवस राहिले तर काम चुकणार म्हणून माणसं देवीला नमस्कार करीत होती आणि परत फिरत होती. आम्ही अभ्यासाला सुरुवात केली. मी अधूनमधून हरीशच्या, बाळूच्या घरी जात होतो.

विविधगुणदर्शनाचा दिवस उजाडला. या वर्षी पोतनीस सरांनी 'खुनाला वाचा फुटते' ही एकांकिका बसवली होती. सकाळपासून आम्ही आपोपलं साहित्य घेऊन मुख्य इमारतीच्या हॉलमध्ये जमत होतो. आमच्या तुकडीचा नंबर आला. आम्ही स्टेजवर गेलो. याच्यापूर्वी स्टेजवर गेलो होतो. त्यामुळे भीती वाटत नव्हती. एकांकिकेला सुरुवात झाली. सर्व जण शांत बसले होते. सायकल दुकानदाराचं पात्र मी करीत होतो, आणि नोकराचं पात्र दत्तात्रय काळे करीत होते. मी हातामध्ये हातोडी घेऊन स्टेजवर ठेवलेल्या सायकलीला ठोकत होतो. नोकर काहीतरी साहित्य सायकलीला बसवीत होता. मी त्याला म्हणत होतो,

'आरे मधू, सायकलीचं नवीन साहित्य काढून घेऊन जुनं बसवायचं असतं. तू नवीन साहित्य कसं बसवीत आहेस? चार दिवसांत मला गोदरेजचं कुलूप लावावं लागेल दुकानाला.'

समोर बसलेली मुलं, शिक्षक मोठमोठ्यानं हसत होते. माझ्या अंगावर मोटार मेकॅनिकची पॅन्ट व शर्ट होता. त्यामुळे तर सर्व जण जास्तच हसत होते. दुसऱ्या पात्रानं मला शिव्या दिल्या की, मुलं टाळ्या वाजवीत होती. आमचा विविधगुणदर्शनाचा कार्यक्रम दुपारी तीन वाजता संपला. आम्ही मेकअप पुसून खोलीवर गेलो. पूर्वपरीक्षा जवळ आली होती. त्यामुळे आम्ही अभ्यास करीत होतो. पूर्वपरीक्षा संपल्यानंतर मुलं बोर्डाची परीक्षा आहे म्हणून घरातून सहसा बाहेर पडत नव्हती. एस.एस.सी.ची मुलं हायस्कूलमधून जाणार होती म्हणून प्रत्येक वर्षी निरोप समारंभाचा कार्यभाग होत असे. या वर्षी पण निरोप समारंभाचा कार्यक्रम झाला. हेडसरांनी मार्गदर्शनपर व्याख्यान दिलं. मुलांना अभ्यासासाठी सुट्टी दिली. मार्च महिन्यामध्ये पुणे बोर्डाकडून सर्क्युलर आलं, 'शिक्षकांचा संप असल्याने एस.एस.सी.च्या परीक्षा पुढे ठेवल्या आहेत.' मुलांचा अभ्यासाचा जोर कमी झाला. परीक्षा अनिश्चित होती. मुलं अभ्यासाकडं जास्त लक्ष देत नव्हती. मार्च महिना संपला.

मी खोलीतून बाहेर पडणार होतो तोपर्यंत वडील आले. माझ्या ताबडतोब लक्षात आलं. मीच घरी सांगितलं होतं. मार्चमध्ये परीक्षा संपणार आहे. कोणीतरी या. प्रत्येक वर्षाप्रमाणे या वर्षीपण परीक्षा संपेल म्हणून सांगितलं होतं. वडील बसले. थोड्या वेळानं म्हणाले,

''झाल्याय का तुजी परीकशा?''

मी सांगितलं, ''शिक्षकांचा संप आहे. त्यामुळे परीक्षा पुढे गेली आहे.''

वडलांना राग आला. त्यांना वाईट वाटत होतं. ते परीक्षा पुढं गेली म्हणून नव्हे तर गाडीखर्च अनावश्यक गेला म्हणून. वडील म्हणाले,

''आयला, ह्या मास्तरास्नी कामंच न्हायती.''

मी वडलांना घराकडील सर्वांची खुशाली विचारली. वडील म्हणाले,

''सगळी जणं बरी हायती. आता तूच कवा यीतूयास सांग.''

मी कसं सांगणार? परीक्षा सुरू होण्याची तारीखच समजली नव्हती. मी वडलांना म्हणालो,

''परीक्षेची तारीख समजली नाही.''

वडील विचार करीत बसले. थोड्या वेळानं म्हणाले, ''म्होरच्या मंगळवारी तुज्या आयला बाजाराला धाडून दितू. तिच्याजवळ सांग तुजी परीकशा कवा हाय ती. मी चलतू.''

एवढं बोलून वडलांनी दहा रुपये मला खर्च करण्यासाठी दिले. मी व वडील

स्टँडकडं चालू लागलो. वडलांना पोचवून मी खोलीवर आलो. दोन-तीन दिवसांनंतर परत सर्क्युलर आलं. 'एस.एस.सी.ची परीक्षा १६ मेपासून सुरू होईल.' सर्क्युलरसोबत परीक्षेचं वेळापत्रकदेखील आलं होतं. मुलांनी परत अभ्यास करण्यास सुरुवात केली. मी गेल्या मंगळवारीच आईजवळ निरोप पाठवला होता की, वडलांना बावीस तारखेला पाठवून देण्यासंबंधी. अभ्यास करीत करीत दिवस कसे गेले ते समजलंच नाही. एस.एस.सी.ची परीक्षा सुरू झाली. माझा बैठक क्रमांक एफ २१०९६ होता. आम्ही पेपर देऊ लागलो. चार-पाच दिवसांत परीक्षा संपली. परीक्षा संपल्यानंतर हरीश मला म्हणाला,

"पुढच्या वर्षी कॉलेजला सांगलीला येतूस का?"

मी मनाशीच हसलो. जतेला खाण्यासाठी पोटभर अन्न तरी मिळत होतं. सांगलीला जाऊन काय खाणार होतो? पण माझ्या मन:स्थितीची त्याला काय कल्पना असणार?

दुसऱ्या दिवशी वडील आले. मी व वडील बिऱ्हाडाकडं निघालो. तम्मा गोंधळेवाडीला निघाला. फाटकी वाकळ, पोतं, फाटकी पिशवी घेतली. पुस्तकं हायस्कूलमध्ये जमा केली होती. आम्ही स्टॅन्डवर आलो. मी वडलांना विचारलं,

"आज आपल्याला कोणत्या गावी जायाचं आहे?"

वडील म्हणाले, "घूलीसूर."

आम्ही सायंकाळी पाच वाजता घोलेश्वरला पोचलो. आम्ही आलेलं पाहून नागू आजोबांनी आपलं ठरवलेलं वाक्य उच्चारलं,

"दादास्या, फास झालाच का?"

मी म्हणालो, "पास-नापास फार दिवसांनी समजेल."

नंतर नागू आजोबानं विचारले, "मंग इतकं दिस ततं कशाला ऱ्हाला व्हुतास?"

मी सांगितलं, "परीक्षा पुढं गेली होती."

नागू आजोबा गप्प बसले. दुसऱ्या दिवशी तिथून दुसऱ्या गावाला जाण्यासाठी पालं काढणं सुरू झालं. पालं काढली. ओझी लादली. दुसऱ्या गावाला निघालो. तात्यासाहेबाची परीक्षा केव्हाच झाली होती. त्याला पण वडलांनी आणलं होतं. मी त्याला विचारलं,

"तात्यासाहेब, कशी आहे रे शाळा?"

तात्यासाहेब म्हणाला, "दादा, आमची शाळा लय चांगली हाय. आमाला सकाळच्यापारी मकंच्या- घवाच्या कण्या देत्याती... जेवाला देत्याती. पुस्तकं-कापडं देत्याती. मी आता दुसरीला गिलूया. मी सारखा साळंला जाणार हाय."

तात्यासाहेबानी जे घडलं ते सांगून टाकलं. त्यालाही शाळेची ओढ लागली होती. बिऱ्हाडाबरोबर उघडंनागडं, उपाशीपोटी भीक मागत फिरण्यापेक्षा तिथं राहणं

चांगलं होतं हे त्यानंही समजून घेतलं होतं. मी विचारलं,

"किती मुलं आहेत वर्गात?"

तात्यासाहेब म्हणाला, "पाच-सा डवऱ्याची हायती, दोन-तीन चांबाराची हायती. मी एक हाय."

मनाला वाटलं की, हे ठीक झालं. त्याला शिक्षणाबद्दल गोडी निर्माण झाली. आम्ही बावची जवळ करीत होतो. आषाढ फार जवळ आला होता. बिऱ्हाडं लवंगीला राहिली होती. मी व आबास मागायला गेलो होतो. दुपारपर्यंत लवंगीत मागितलं आणि परत पालावर येण्यास निघालो. प्राथमिक शाळा सुरू झाल्या होत्या. शाळेसमोरून येत होतो. सर्व गुरुजी मिळून बाहेर कट्ट्यावर बसून पान खात होते. मुलं वर्गात आरडाओरडा करीत होती, पण शिक्षकांचं तिकडं लक्षदेखील नव्हतं. चार-पाच शिक्षक गप्पा मारण्यात रमून गेले होते. मी गुरुजींना विचारलं,

"गुरुजी, एस.एस.सी.चा रिझल्ट कधी आहे?"

सर्व शिक्षकांनी माझ्याकडं पाहिले— खांद्यावर हाडप, गळ्यात भांबा अडकवलेला, डोक्याला फाटका-तुटका पटका फक्त डोक्याच्या कडेकडेनं गुंडाळला होता. मध्यभाग तसाच मोकळा होता. हातात काठी, आणि शिवून गोचडलेलं ठिगळाठिगळाचं धोतर, अंगातील शर्टाला हाताची एक बाही निम्म्यापर्यंत नव्हती. बटणांचा पत्ता नव्हता. आणि कॉलर दिसतच नव्हती. आबास तर माझ्यापेक्षा विचित्र दिसत होता. शिक्षकांना गंमत वाटली. एक शिक्षक म्हणाले,

"भविष्य सांगण्यासाठी माहिती काढून घेतूस दिसतंय?"

दुसरे शिक्षक म्हणाले, "आहो, तो सुशिक्षित बोलतोय. शाळेला जात असेल कदाचित."

तिसरे शिक्षक म्हणाले, "ते काहीतरी असू द्या. ऑगस्टच्या पंधरा तारखेला आहे एस.एस.सी.चा रिझल्ट."

काही का असेना निदान रिझल्टची तारीख तरी समजली. असा विचार केला. चालू महिना जुलै होता. तिथून आम्ही गावी गेलो.

आषाढाचा दिवस उजाडला. सर्व जण आनंदात होते. बकरी, बोकड, मेंढ्यांचा देवीला बळी दिला जाऊ लागला. नैवेद्य देवीला पोचले. लोक दारू पिऊन तर्रर झाले होते. दुसऱ्या दिवशी केराप्पातात्यांचं भेदिक गाणं ठेवलं होतं. मला बऱ्याच वर्षांनी केराप्पातात्यांचं गाणं ऐकायला मिळणार होतं. रात्री जेवण झाल्यानंतर माणसे गावंदरीला जमू लागली. गावंदरीचं पटांगण माणसांनी, बायकांनी, मुलांनी टिच्चून भरलं होतं. केराप्पातात्या, आभंगा, भुजंगा, आणि सगण्या यांचाच ग्रुप होता. या वर्षी केराप्पातात्यांनी चंद्रावळ सुरू केली होती. गणपतीला वंदन करणारे एक गीत म्हणून त्यांनी लावणीला सुरुवात केली. केराप्पातात्यांनी डफावर थाप मारली.

सगण्या ढोलकी वाजवू लागला. टाळ, तुणतुणं आपोपल्या स्वरात गाऊ लागले. वातावरण धुंद झालं होतं. केराप्पातात्यांनी सुरुवात केली—

नारं का गं गवळण चंद्रावळ
काळं का गं दात करती झळझळ
शालू नेसला लांब पायघोळ दंड छत्तीलाऽऽऽ
अग्नितून ओतून काढावी रंभा दिसण्यालाऽऽऽ हेऽऽ
जीऽऽ जी जी जीऽऽऽ

केराप्पातात्या आपल्या मधुर वाणीनं प्रेक्षकांना डोलवीत होते. कुणी बक्षिसं देत होते, तर कुणी टाळ्या वाजवून आपला आनंद व्यक्त करीत होते. रात्रभर गाण्याचा कार्यक्रम सुरू होता. पहाटे चार वाजता कार्यक्रम संपला. सर्व जण आपोपल्या घरी गेले. दोन-तीन दिवसांनंतर पालजत्रा झाली. तात्यासाहेबाला आषाढसाठी आणलं होतं. त्याला पोचवण्यासाठी आबासला पाठवलं. आबास तात्यासाहेबाला हुन्नूरला पोचवून संध्याकाळी परत आला. थोड्या दिवसांनी बिऱ्हाडं मागून खाण्यासाठी जाऊ लागली. आम्ही निघालो. त्या वेळी मारुती वायफळकर, वामन शिंदे, नागू दोरकर, कबीर दोरकर, निवृत्ती शिंदे, रामा शिंदे, नामदेव दोरकर आणि आमचं बिऱ्हाड अशा बिऱ्हाडांचा संच होता. गावोगाव प्रवास करणं सुरू झालं. जुलै महिना गावातच संपला होता. आम्ही भोसे या गावी राहिलो होतो. ऑगस्टची तेरा तारीख होती. दोन दिवसांनंतर रिझल्ट समजणार होता. मी वडलांना म्हणालो,

"आण्णा, मला गोंधळेवाडीला गेलं पाहिजे. पंधरा तारखेला पास-नापास समजणार आहे."

वडील म्हणाले, "आरं, पर तुला कापडं घ्याला पायजीती. पोटाला कायतर द्याला पायजी. आकाड करून आलूया. तूच बगतूयाच एकसुदीक पयसा जवळ न्हाय. ...कसा जातूयाच?"

आई म्हणाली, "पयसा न्हाय म्हणून काय पोराला साळंला जावं देत न्हाय. बगा कुणाकडं तरं उसनं-पास्नं. म्हागनं द्याला येत्याली."

वडील म्हणाले, "सारकं उसनंच काढतूया. ह्येची साळा काय आमचं बरं करत न्हाय. उद्याच्याला लोकाचं ढिगबर पयसं झालं म्हंजी कश्यानं द्याचं?"

आई म्हणाली, "ही दिस काय आसंच ऱ्हात्याती? जात्यालीगी कवातर. आतापातूर त्येनं हाल खावून शिकलंय त्ये काय मातीत घालाचं?"

वडील विचार करीत बसले. मला पण वाईट वाटू लागलं. वडलांना मी आलो म्हणजे प्रत्येक वेळेला थोडे फार पैसे कोणाकडून तरी कर्जाऊ घ्यावे लागत होते.

घरात खाणारांची तोंडं जास्त होती. मिळवणारे फक्त एकटे वडील. आबासला कधी चिपटं, तर कधी मापटं धान्य मिळत असे. ते पण सर्व जातीचं धान्य त्यामध्ये मिसळलेलं. माझाही नाइलाज होता. मी पण काही करू शकत नव्हतो. त्यातूनही सुटीवर आल्यानंतर बसून खात नव्हतो. मागायला जात होतो. पण माझ्या भाकरीच्या चार तुकड्यानं आणि चिपटंभर धान्यानं आमची परिस्थिती सुधारणार होती थोडीच? त्या दिवशी रात्री वडलांनी सर्व पालांतून पाच-दहा रुपये गोळा करून साठ रुपये जमवले. कोणाकडं पैसे नव्हतेच. गावात आषाढासाठी सर्वांनी पैसे खर्च केले होते. मला फार वाईट वाटत होतं. आमची जमात इतर समाजाला भीक मागत होती पण वडील माझ्यासाठी आमच्याच जमातीला भीक मागत होते. पण वेळ सर्व काही शिकवते.

सकाळी मी निघालो. वडलांनी मला पैसे दिले व म्हणाले,

"तू बगा लागलायीच. आपली कशी आबदा चालल्याया. पयसं नीट खरच कर. कापडं शिव. एकादं पुस्ताक घी. आणिक मानका आक्काला थोडं पयसं दी."

मी 'होय' म्हणालो. त्याशिवाय दुसरा मार्गच नव्हता. आई-वडलांच्या पायाला हात लावला.

फाटक्या वाकळंची वळकटी घेतली. पिशवी काखेला अडकवली. बायका-माणसं मी लढाईला चाललो असल्याप्रमाणे एकत्र जमली होती. लक्ष्मीआत्या म्हणाल्या,

"दादासाब, लय शिक. मलारीचं नाव कर."

मी मान हालवीतच पुढं चाललो. भोसेच्या एसटी स्टॅन्डवर आलो. तिथून जतेला जावं लागणार होतं व तिथून गोंधळेवाडीला जावं लागणार होतं. पैसे गाडीखर्चालाच जास्त जाणार होते. विचार केला. इथून माडग्याळला एसटीनं जावावं व तिथून गोंधळेवाडीला चालत जावावं. गाडीखर्चाचे पैसे शिल्लक राहतात. माडग्याळला एका तासानंतर गाडी होती, एका बाकावर विचार करीत बसलो. फक्त साठ रुपये होते. त्यामधून कपडे किती रुपयांचे शिवणार? वह्या घ्याव्या लागणार होत्या त्या कशा घेणार? मानका आईला किती पैसे ठेवणार? ॲडमिशन घ्यावं लागेल त्याला किती पैसे देणार? आणि माझ्या खर्चाचा प्रश्न तरी लांबच होता. अनेक प्रश्न डोक्यात येऊ लागले. त्यातीलच गाडीखर्चासाठी पैसे जाणार होते. मला काहीच सुचत नव्हतं. सर्वच गरजा साठ रुपयांमध्ये होणं अशक्य होतं. आणि त्यातील प्रत्येक गरज आवश्यक होती. पैशाची आणि गरजेची सांगड घालून पाहत होतो; परंतु भयंकर तफावत दिसत होती. मी परत परत विचार करीत होतो. तोपर्यंत एसटी आली. एसटीमध्ये बसलो. माडग्याळला उतरलो. गोंधळेवाडीच्या रस्त्यानं चालू लागलो. मनात वेगवेगळे विचाराचे तरंग उमटत होते. रिझल्टसंबंधी विचार

करू लागलो. आपण पास झालो असेल काय? किती मार्क्स मिळाले असतील? या वर्षी कोणत्या साइडला ॲडमिशन घ्यावे? इथपर्यंत विचारप्रवाह सरळ येत होता आणि इथं खटकत होता. सायन्सला ॲडमिशन घेण्यासारखी परिस्थिती नव्हती. कॉमर्सला ॲडमिशन घेतलं तरी उद्या बी.कॉम. होणार आहे किंवा नाही, हेदेखील ठाऊक नव्हतं. सध्या एक एक दिवस काढणं कष्टाचं होतं, तर बी.कॉम. होणं तर अशक्यच होतं. आणि आर्ट साइडनं तर एम.ए. झाल्याशिवाय नोकरी मिळणार नव्हती. आणि एम.ए. करणं तर कदापि शक्य नव्हतं. शेवटी विचार केला, कोणत्याही साइडनं जिथपर्यंत जमेल तिथपर्यंत शिकायचं आहे. मग सायन्स केलेलं काय वाईट आहे? मी महत्त्वाकांक्षा सोडली नाही. मी डॉक्टर होण्याची स्वप्नं पाहू लागलो. संपूर्ण रस्ता विचार करीतच संपवला.

गोंधळेवाडीला आलो. मानका आई घरीच होती. बहुतेक काम मिळालं नसावं असा अंदाज केला. मी घरी गेलो. साहित्य ठेवलं. आईनं पाणी दिलं. पाणी प्यायलो. नंतर मानका आई मला म्हणाली,

"आलाच, बरं झालं. म्याच येणार व्हुती तुमाला हुडकत."

मला आश्चर्य वाटू लागलं. मी उत्सुकतेनं विचारलं, "काय काम होतं–?"

मानका आई दु:खी स्वरात म्हणाली, "काय कराचं बाबा, लोकास्नीच पयसं द्याचं हायती. लोक रोज दारात यीवून बसत्याती. तवा म्या संकीसुराला जाती यापार कराला."

माझ्याभोवतीनं घर फिरू लागलं. मनाची अवस्था विचित्र झाली. माझी स्वप्नं पाण्याच्या बुडबुड्यासारखी विरून गेली. पुढं कसं शिकायचं, हा प्रश्न उद्भवला. मी काहीच बोलू शकत नव्हतो. मानका आईला जगण्यासाठी कुठंतरी गेलंच पाहिजे होतं. डोकं धरून बसलो. काही बोलावं हेच समजेना. माझ्या चेहऱ्याकडं बघत मानका आई म्हणाली, "दादासाब, मला लय वायीट वाटतंया. तुजी साळा कशी हुयाची म्हणून. पर काय कराचं? कुटंपातूर उपाशी-तापाशी दिस काडाचं? तुज्या आण्णाला इचारून बग म्होरं कसं शिकाचं म्हणून."

वडील तरी काय करणार? असं ऐकून मला शाळेतून काढणारच. त्यापेक्षा वडलांना न सांगितलेलं ठीक आहे. नाहीतरी त्याशिवाय वडलांच्या हाती तरी काय होतं? मला वाटू लागलं, आमच्यासारख्यानं न शिकलेलं बरं. प्रत्येक वर्षी एक-एक संकटाची भर पडत होती. मी दुबळा होतो. त्या संकटांना टक्कर देण्यासारखी माझी परिस्थिती नव्हती. तरीदेखील आशा सोडली नाही. मन घट्ट केलं. मनाशी विचार केला. आपण जतेला जाऊन ग्रामपंचायतीमध्ये कसलं तरी काम करून कॉलेज करावं. बिऱ्हाडाकडं जाऊन आयुष्यभर भीक मागण्यापेक्षा ग्रामपंचायतीमधील काम केलेलं काय वाईट होतं? गोंधळेवाडीची काही मुलं शिकण्यासाठी मिरजेला

जाणार होती, तर काही जतेलाच शिकणार होती. अशा परिस्थितीत सायन्स करणं तरी जमणार नव्हतंच. तम्मा घरी आला. माझ्या चेहऱ्याकडं बघून म्हणाला,

"का रे... तुझी तब्येत ठीक नाही काय?"

मी त्याला विचारलं, "तू ह्या वर्षी कुठं शिकणार आहेस?"

तम्माने सांगितलं, "जतेलाच सायन्स शाखेला शिकणार आहे–"

त्याला घरून जेवण येणार होतं. त्यामुळे सायन्स करणं त्याला शक्य होतं. मी काहीच बोललो नाही. रात्री मानका आईला म्हणालो,

"मानका आई, तू जा संकेश्वरला. मी कसंतरी दिवस काढतो. आण्णांना सांगूनदेखील काही उपयोग होणार नाही. उलट मलाच शाळेतून काढतील."

मानका आई म्हणाली, "काय कराचं बाबा, देव बी गरिबाच्या म्हागंच साडसाती लावतूया."

रात्री रात्रभर विचार करीत होतो. काय करावं? कसं शिकावं?

सकाळच्या एसटीनं निघालो. जतेला आलो. बाळू कांबळेच्या घरी गेलो. बाळू रिझल्ट पाहण्यासाठी हायस्कूलवर जाण्याच्या तयारीत होता. मी गेल्यानंतर तो म्हणाला,

"मोरे, आला आहेस ठीक झालं. आज आपला रिझल्ट आहे. उद्यापासून ॲडमिशन सुरू आहे."

मी साहित्य ठेवलं. थोडा वेळ बोलत बसलो. आम्ही दोघं जण हायस्कूलवर गेलो. रिझल्ट बघितला. ६०% मार्क्स मिळाले होते. बाळूदेखील पास झाला होता. हेडसर मार्कलिस्ट देत म्हणाले,

"अरे... तुला मार्क्स चांगले मिळाले आहेत. तू सायन्सला ॲडमिशन घे."

मी म्हणालो, "सर, माझी परिस्थिती सध्या शिकण्यासारखी नाही. तेव्हा मला सायन्सला ॲडमिशन घेता येत नाही. जमल्यास कॉमर्सला ॲडमिशन घेणार आहे." हेडसरांनी मार्कलिस्ट दिली. मी व बाळू घरी निघालो. रस्त्यानं मी विचाराच्या तंद्रीतच चालत होतो. बाळू म्हणाला,

"का रे, तुला मार्क्स चांगले मिळालेत. फर्स्ट क्लास आहे आणि तू नाराज का आहेस?"

मी म्हणालो, "काही नाही. खोली बघायची आहे— तू राहतोस का माझा रूम पार्टनर म्हणून?"

बाळू म्हणाला, "अरे, मी व आण्णासाहेब साळुंखेनं शेखची खोली घेतली आहे अभ्यासासाठी. तू पण तिथंच राहा."

मला थोडं बरं वाटलं. पण दुःखाच्या सागरातून आनंदाचे चार थेंब पाणी काढून घेतल्याप्रमाणेच होतं. फर्स्ट क्लास मिळाला होता; परंतु यानंतर माझी काय अवस्था

होणार होती कोण जाणे? मी बाळूला विचारलं, ''बाळू, तुझ्या घरी एखादा न वापरतेला स्टोव्ह आहे काय?''

बाळू म्हणाला, ''कशाला रे?''

मी सांगितलं, ''आजी जगण्यासाठी दुसरीकडं गेली आहे. जेवण येण्याचं बंद झालं आहे. तेव्हा तांदूळ हातानं शिजवून खावे म्हणून स्टोव्ह हवा होता.''

बाळू म्हणाला, ''आमच्या घरी एक स्टोव्ह तसाच पडून आहे. तुला देतो आणि एक पातेलं पण घे घरातूनच- भात शिजवण्यासाठी.''

मी त्याचे आभार मानले. त्या वेळी त्याचा मला भयंकर आधार वाटू लागला. तोपर्यंत बाळूचं घर आलं. आम्ही घरी गेलो. बाळूच्या आईनं आम्हाला जेवायला दिले. नंतर थोड्या वेळानं विचारलं, ''फास झालाया का दोघं जणं?''

बाळूनंच सांगितलं, ''आम्ही दोघं जण पण पास झालोय. मोरेला चांगले मार्क्स मिळालेत.''

नंतर बाळूची आई म्हणाली, ''बरं झालं बगा. आता कुटं ऱ्हाताया?''

मी म्हणालो, ''बाळूनं व त्याच्या मित्रानं अभ्यासासाठी खोली घेतली आहे. त्या खोलीतच राहतो.''

बाळूची आई म्हणाली, ''बाळूसंगं घरला येत जावा.'' मी 'होय' म्हणालो.

बाळू म्हणाला, ''आई, मोरेला एक स्टोव्ह आणि एक लहानसं पातेलं दे. भात शिजवून खाणार आहे तो. गोंधळेवाडीनं जेवण येण्याचं बंद झालं आहे.''

बाळूच्या आईनं विचारलं, ''कशापाय बंद झालं जेवण याचं?''

मी सांगितलं, ''आजी जगण्यासाठी दुसऱ्या गावाला गेली आहे.''

बाळूची आई म्हणाली, ''मंग हिकडं आमच्या घराला या की जेवाला?''

मी विचार केला, यांना पोटासाठी काय देणार? दोन वेळा विनामूल्य जेवायचं म्हणजे भयंकर होत होतं. तेपण थोडे दिवस नव्हे तर किती दिवस असे काढावे लागणार होते देव जाणे. मी म्हणालो,

''नको-मी खोलीतच भात शिजवून खात जाईन.''

बाळूची आई म्हणाली, ''मंग-कवातर कवातर हिकडं जेवाला या.''

मी 'होय' म्हणालो. मी माझं साहित्य घेतलं. बाळूनं दिलेलं पातेलं पिशवीत टाकलं. वळकटी खांद्यावर घेतली. बाळूनं स्टोव्ह घेतला. आम्ही शेखच्या खोलीवर आलो. साहित्य खोलीत ठेवलं. बाळूला म्हणालो,

''चल, आपण थोडं साहित्य खरेदी करू.''

आम्ही बाजारात आलो. स्टोव्हमध्ये रॉकेल भरून घेतलं. तीन किलो तांदूळ घेतले, गूळ घेतला, मीठ घेतलं, एक वही घेतली. बऱ्याच किरकोळ वस्तूंची खरेदी करून आम्ही परत खोलीवर गेलो. त्या रात्री बाळूनं मला भात शिजवू दिला नाही.

आम्ही त्याच्याच घरी जेवायला गेलो. हरीश सांगलीला गेला होता. ॲडमिशन तो सांगली कॉलेजला घेणार होता. मला ॲडमिशन घ्यायचं होतं.

दुसऱ्या दिवशी मी व बाळू कॉलेजवर निघालो. गावापासून दोन मैलांवर कॉलेज होतं. पोलीस स्टेशन व वीज बोर्ड कॉलेजच्या रस्त्यावरच होतं. कॉलेजची इमारत संस्थानच्या काळात बांधलेली जुनीच होती. पूर्वी राजेसाहेब त्या इमारतीमध्ये घोडी बांधीत होते. आज त्याच इमारतीचं भाग्य उजाळलं होतं. तिथं मुलं बसत होती. ऑफिससमोर गर्दी वाढली होती. कालच रिझल्ट लागला होता. आज ॲडमिशन घेऊन उद्यापासून कॉलेज सुरू होणार होतं. रिझल्ट उशिरा लागल्यानं कॉलेज लवकरच सुरू होणार होतं. आम्ही ॲडमिशन घेतलं. ॲडमिशन फी दहा रुपये भरली. मी व बाळू कांबळे दोघं जण पण बी.सी. असल्यामुळे आमची ट्यूशन फी स्कॉलरशिपमधून घेतली जाणार होती. आम्ही परत निघालो. चालता चालताच मी बाळूला म्हणालो,

''बाळू, मला कुठंतरी काम मिळायला पाहिजे. त्याशिवाय माझं शिक्षण होणार नाही.''

बाळूनं थोडा वेळ विचार केला व म्हणाला, ''आमच्या आण्णांना विचारून बघ. ग्रामपंचायतीमध्ये काहीतरी कामं असतील.''

बाळूचे वडील बंधू जत ग्रामपंचायतीमध्ये क्लार्क होते. त्यांना आम्ही आण्णा म्हणत होतो. विचार केला, खोलीवर गेल्यानंतर प्रथम गिर्मल आण्णांकडं जावावं. आम्ही बाळूच्या घरापर्यंत आलो. मी म्हणालो,

''बाळू, तू घरी जाऊन ये. मी खोलीवर जातो. जाता-जाता गिर्मल आण्णांना भेटून जाणार आहे.''

बाळू घरी गेला. मी ग्रामपंचायतीकडं वळलो. ग्रामपंचायतीच्या कार्यालयामध्ये गिर्मल आण्णा बसले होते. मला पाहून म्हणाले,

''दादासाब-ये-कशाला आला होतास?''

मी म्हणालो, ''आण्णा, मला कसलं तरी काम पाहिजे आहे. सकाळी आठ वाजल्यापासून अकरा वाजेपर्यंत. त्याशिवाय मला कॉलेज करता येणार नाही. शिक्षण बंद करावं लागेल.''

गिर्मल आण्णा म्हणाले, ''तुला ग्रामपंचायतीमध्ये कसलं काम मिळणार? ग्रामपंचायतीतर्फे बोरिंग मशिनवर जाणं, गटारी साफ करणं असलीच कामं असतात.''

मी विचार केला भीक मागण्यापेक्षा गटारी साफ करणं वाईट नाही. मी म्हणालो,

''आण्णा, मी करतो असली कामं.''

गिर्मल आण्णा माझ्याकडं पाहू लागले. थोड्या वेळानं म्हणाले,

''उद्यापासून ये कामाला, तुला काम देण्यास सांगतो.''

मी तिथून खोलीवर आलो. भात शिजवला. जेवलो. नंतर बाळू आला. त्याला मी काम मिळाल्याविषयी सांगितलं. आण्णासाहेब साळुंखेदेखील आला. आम्ही गप्पा मारीत बसलो. रात्री बराच वेळ आम्ही कॉलेज-जीवनाविषयी बोलत होतो.

सकाळी लवकर उठलो. अंघोळ केली आणि ग्रामपंचायतीकडं गेलो. गिर्मल आण्णा आले होते. मला पाहून दुसऱ्या व्यक्तीकडं बोट करीत म्हणाले,

"रामबरोबर जा. त्याच्याबरोबरच आज काम कर." रामला म्हणाले, "आज तुम्ही शिवाजीनगरमधील गटारी साफ करा."

आम्ही दोघं जण लांब दांड्याचं खोरे, लोखंडाची पाटी घेऊन चालू लागलो. शिवाजीनगरमध्ये आलो. राम म्हणाला,

"तू तिकडच्या बाजूनं गटारीतील घाण काढत ये. मी हिकडच्या बाजूनं येतो."

मी गटारीच्या दुसऱ्या टोकाला गेलो. गटारीत खोरे ढकललं व बाहेर काढलं. घाणीचा भपका नाकात गेला. घाण वास सहन होईना. उलट्या होतात की काय, असं वाटू लागलं. पोटात उचंबळून येत होतं. मनात विचार येत होता, असलं जीवन जगण्यापेक्षा मरण आलेलं फार चांगलं. पण गरीब, लाचार लोकांना मरणदेखील येत नसतं. अनेक धोक्यांतून, संकटांतून जगतातच. लाचारीतच आपलं जीवन जगत असतात. मी डोळे झाकून खोरं बाहेर काढीत होतो. घाण गटारीच्या दोन्ही बाजूला बाहेरच्या बाजूनं लावीत होतो. ज्यांच्या दारासमोर गटारं होती ते लोक म्हणत होते,

'जरा लांब लाव की घाण. बरा आला आहेस गटारं साफ करायला. दुसऱ्यांच्या घरासमोर घाण करायला.'

मी गप्प ऐकून घेत होतो. माझ्या जीवनाचा मलाच तिरस्कार आला होता. असलं जीवन किती दिवस जगणार होतो? मला पण माहीत नव्हतं. हे सत्य होतं की, आमची जमात सुधारणार नव्हती. गावोगाव भटकतच राहणार होती, आणि मला येणाऱ्या संकटांना तोंड द्यावं लागणार होतं. पावणेअकरा वाजेपर्यंत गटारीतील घाण काढली. सार्वजनिक नळावर हातपाय, खोरं, पाटी धुतली आणि ग्रामपंचायतीमध्ये आलो. गिर्मल आण्णांनी सांगितले,

"काम बेकार आहे. तुला नको वाटत असेल."

मी म्हणालो, "नाही, काम चांगलं आहे. मी रोज येतो कामाला."

मला वाटलं, हे पण काम गेलं म्हणजे पोटाला काय खावावं? परत गिर्मल आण्णा म्हणाले,

"तुला तीन रुपयेप्रमाणे दररोज पगार मिळेल. उद्या तुला व रामाला बोरिंग मशिनवर जायचं आहे."

मी 'होय' म्हटलं. गिर्मल आण्णांनी मला तीन रुपये दिले. गडबडीनं खोलीवर आलो. साळुंखेनं बकेट आणून ठेवली होती. भात शिजवण्यासाठी स्टोव्हवर पातेलं ठेवलं आणि पाणी आणायला गेलो. सार्वजनिक नळावरील पाणी आणलं. अंघोळ केली. तोपर्यंत भात शिजला होता. बाळू माझ्याकडं आला. आम्ही कॉलेजला निघालो. हाफ पॅन्ट व हाफ शर्टच होता. पायात काहीच नव्हतं. हातात एक वही घेऊन मी बाळूबरोबर चालू लागलो. मी स्वत:कडं पाहत होतो. मनाची समजूत काढीत होतो, इथपर्यंत शिकलो आहे तेच महत्त्वाचं आहे. कपडे कसले का असेनात, आपण शिक्षण घेण्यासाठी कॉलेजला जातोय. आम्ही कॉलेजमध्ये गेलो. आम्ही अकरावी कॉमर्सच्या वर्गात बसलो. कॉलेजमध्ये प्रत्येक विद्यार्थ्याच्या अंगावर वेगवेगळे कपडे दिसत होते. हायस्कूलमध्ये एकच युनिफॉर्म होता. ते पाहून समाधान वाटत होतं. पण इथं चोहोकडं इस्टमन कलर दिसत होता. त्या सर्वांच्यामध्ये मीच वेगळा दिसत होतो. वर्ग भरले. तास सुरू झाले. एक तास पंचेचाळीस मिनिटांनंतर संपत होता. विषय नवीनच होते. प्रत्येक विषयाचे प्राध्यापक येऊन आपोपल्या विषयासंबंधी माहिती सांगत होते. कॉलेज संपलं. आम्ही खोलीकडं निघालो. मुलं माझ्याकडं वळून वळून पाहत होती. आपापसात काहीतरी कुजबुजत होती आणि मोठ्यानं हसत होती. मी खाली मान घालून चालत होतो. परमेश्वरानंच आपल्याला हीन जातीत जन्माला घातलं होतं. मग माणसानं नफरत केली म्हणून बिघडलं कुठं? असं म्हणून मी पुढं चालत होतो. हृदयात पश्चात्तापाची आग पेटत होती, आणि त्या आगीत मी स्वत:च जळत होतो. माझ्या इच्छा-आकांक्षांची राखरांगोळी होत होती. आतल्या आत दु:ख गिळत मी खोलीपर्यंत आलो. इतर मुलं माझ्याकडं तुच्छतेनं पाहत आहेत हे पाहून बाळूलादेखील वाईट वाटत होतं. आम्ही खोलीवर आलो. बाळू घरी गेला. मी विचार करीत पडलो. रात्री बाळूनं आपली जुनी तुटकी चप्पल मला आणून दिली.

दुसऱ्या दिवशी सकाळी अंघोळ करून ग्रामपंचायतीकडं गेलो. मी व राम आज बोरिंग मशिनबरोबर गेलो होतो. जतरोडकडं बोरिंग पाडायचं होतं. झोपडीत गेलो तिथं बोरिंग मशिन लावली. लांबच्या लांब पाइपा होत्या. त्या पाइपा काही उचलेनात. तसंच नेटानं उचलल्या. पगारच घ्यायचा होता. एकेक पाइप उचलीत असताना अनेक विचार डोक्यात येत होते. सोडून द्यावी शाळा असं वाटत होतं. पण लगेच दुसरा विचार येत असे, कष्ट केल्याशिवाय फळ मिळणार कसं? त्रास सहन केला म्हणजे नक्कीच चांगले दिवस येतात. लगेच प्रतिस्पर्धी विचार जागा होत असे. किती दिवस कष्ट सहन करायचे? आयुष्यभर असेच कष्ट करायचे, लाचारीतच दिवस काढायचे आणि चांगले दिवस कधी स्वर्गात गेल्यानंतर येणार आहेत? दुसरा विचार त्याचं सांत्वन करीत होता. तूप खाल्लं की लगेच रूप येत नसतं. त्यासाठी

काही दिवस जावे लागतात. माझ्या डोक्यात विचारांचं वादळ उठलं होतं. मी विचार करीत होतो व हातपाय बोरिंग मशिनवर काम करीत होते. राम म्हणाला,

"मोरे, तू जा, पावणेअकरा वाजलेत."

मी एकदम भानावर आलो. ग्रामपंचायतीमध्ये आलो. तीन रुपये घेतले. खोलीकडं निघालो. जाता जाताच रामविषयी विचार येत होते. राम खरोखरच चांगला आहे. नाहीतरी स्वत: काम करायचं आणि दुसऱ्याला वेळ द्यायचा अशी माणसं क्वचितच पाहायला मिळतात. खोलीवर आलो. बाळू, आण्णासाहेब आले होते. आम्ही कॉलेजला निघालो.

दररोज सकाळी कामाला जात होतो. कामाकडून आल्यानंतर भात शिजवून खात होतो. आणि कॉलेजला जात होतो. प्रत्येक वर्षी माझ्या जीवनाला एक वेगळं वळण लागत होतं. अधूनमधून बाळूच्या घरी जात होतो. तिथंच जेवत होतो. त्या वेळी त्यांचा मला फार मोठा आधार मिळाला होता. त्यांच्या कुटुंबाचा मी जन्मोजन्मीचा ऋणी आहे असं वाटत होतं. हरीशच्या घरी जात होतो. त्याच्या घरातील माणसं हा आपल्याच कुटुंबातील आहे असं समजत होती. हरीशची पत्रं येत होती. मी दिवस पुढं ढकलीत होतो.

आषाढासाठी गावी गेलो. जोशीवाडा गजबजला होता. सर्व भिकारी जमात एकत्र आली होती. यात्रेच्या दिवशी बकरी, बोकड, मेंढ्यांनी तडफडून प्राण सोडला. तो दिवस धावपळ, गडबड यामध्येच निघून गेला. दुसऱ्या दिवशी आमच्या जमातीची न्याय होणार होती. कृष्णा शिंदे यांचा मुलगा केशव शिंदेंनी आमच्याच जमातीमधील नराळच्या राजाराम घोडराव यांच्या मुलीशी लग्न केलं होतं. केशव व बकुळा रानात बिऱ्हाडांबरोबर फिरत असताना त्यांनी एकमेकांवर प्रेम केलं. प्रेमाचं रूपांतर लग्नामध्ये झालं. ते लग्न आमच्या जमातीच्या नियमांनुसार पाच पंचांत ठरून झालं नव्हतं. म्हणून कृष्णा शिंदे यांना जमातीत घ्यायचं किंवा वाळीत टाकायचं यासंबंधी न्याय होणार होता. जमातीतून वाळीत टाकायचं म्हणजे, त्याला कुणी लग्नाला, इतर कार्यक्रमाला बोलवायचं नाही. त्याचा व जमातीचा कोणताही संबंध राहत नाही. त्यानं स्वत:नं एकट्या बिऱ्हाडानं फिरायचं. आमच्या एकूण जोशीवाड्याला काळजी वाटत होती. कृष्णा शिंदेंचं काय होणार? जातीत घेतलं जाणार की वाळीत टाकलं जाणार. जोशीवाड्यातील वातावरण तंग होतं. नराळ, बावची व गोंधळेवाडी या तिन्ही गावांतील आमच्या जमातीपैकी कोणत्याही गावातील भिकाऱ्यानं चूक केली तर या तिन्ही गावचे नामांकित न्यायाधीश चूक केलेल्या भिकाऱ्याच्या गावी जाऊन न्याय करीत असत. आज आमच्या गावालादेखील नराळचे प्रख्यात न्यायाधीश बाबू मोरे आले होते. बाबू मोरे यांचं सातवीपर्यंत शिक्षण झालं होतं. प्राथमिक शाळेत शिक्षकाची नोकरी करीत होते. त्यामुळे आमच्या

समाजातील प्रत्येक माणूस त्यांना मास्तर म्हणीत होता. तसे मास्तर हुशार होते. आणखीन आण्णाप्पा भिसे, यशवंत मोरे असे नराळचे दोन न्यायाधीश आले होते. गोंधळेवाडीहून यजमान सुर्वे, सटवाप्पा भोसले, आप्पान्ना भोसले, आणि शंकर गुरव असे चार न्यायाधीश आले होते. आमच्या गावातील नागू आजोबा, बाबजी भोसले, बयाजी साळवे, मारुती वायफळकर आणि माझे वडील असे न्यायाधीश होते. आमच्या गावातील सर्व जमात होतीच. नराळहून व गोंधळेवाडीहून काही इतर लोक न्याय ऐकण्यासाठी आले होते. आमच्या गावात गर्दी माजली होती.

सायंकाळी पाच वाजता सर्व न्यायाधीश एकत्र बसले. जोशीवाड्यातील प्रत्येक माणूस आला होता. बायका, मुलं यांनी गर्दी केली होती. पंच लोक न्याय काय देणार? यासाठी सर्वांची उत्सुकता होती. न्यायदानाचं कामकाज सुरू झालं. मध्यभागी कृष्णा शिंदे बसले होते. लाचार स्वरात म्हणत होते,

"आता येवडं दैव जमलंय. माज्या पोरानं चूक किलीया. म्या त्येच्याबदली द्यवाच्या म्होरं पदूर पसरतू. यीवडी चूक द्यवांनी पोटात घालून घ्यावी."

नराळचे आण्णाप्पा भिसे म्हणाले, "आरं किसना, आज तुला आमी माप केलं तर उद्याच्याला कुणाची बी पोरं कुणाच्या बी पुरीसंगं लगीन करत्याली त्येचं कसं?"

कृष्णा शिंदे म्हणाले, "व्हूंनी ती झाल्या. तवा तुमीच कसं करता बगा."

असं बोलून जमातीमधील सर्व लोकांना हात जोडून विनवण्या करू लागले. बाबू मास्तर शांत स्वरात म्हणाले,

"त्या दोन मुलांनी केलं आहे ते कायद्याच्या बाजूनं योग्य आहे." गोंधळेवाडीचे यजमान सुर्वे म्हणाले, "आवं मास्तर, कायद्यानं आजपातूर आपली जमात आल्याली न्हाय. कायद्याचाच आदार घ्याचा आशील तर आमची जरूरत न्हाय. त्येचा आणिक आमचा काय सुदीक समंद न्हाय."

नागू आजोबा म्हणाले, "गोंदळेवाडीकर, आवं लिकरू मांडीवर हागलं म्हणून काय मांडी कापाची हाय व्हय. आता त्येनं चूक किलीया म्हणून त्याला जातीतनं कसं टाकाचं."

वडील म्हणाले, "बराबर हाय. आता पोरानं चूक किली म्हणून किसनामामाला दोस देणं चुकतयाच. पर आपल्या जातीचा नेमच हाय- त्या नेमापरमाणं व्हुयाला पायजी."

गोंधळेवाडीचे सटवाप्पा भोसले म्हणाले, "उद्यापास्नं किसनाला मापटं द्याचं बंद करा."

कृष्णा शिंदे म्हणाले, "मी द्यवाच्या पाया पडतू. येवड्याभार मला जातीत घ्या. म्या पंचाला सांगितलं न्हाय लगीन करतू. पोराच म्हणून यीवडीच माजी चूक हाय. लगीन कर ना तर बी द्यव म्हणाल असत की पुरगी तुज्या पोरानं पळवून आणल्याया,

तवा आता तुमीच इच्चार करा.''

आण्णाप्पा भिसे म्हणाले, ''माजी मांडी हाय. द्यवाला दोस द्याला लागलाया किसना.''

बाबू मास्तर म्हणाले, ''उगीच कशाला गरिबाला चेंगरताय. चूक झाली असेल.''

आप्पान्ना भोसले म्हणाले, ''चूक झाल्याया म्हणून आमी आलूया पर आसली चूक पुन्यांदा व्हाला न्हाय पायजी, तवा किसनाला मांडी लावली पायजी.''

नागू आजोबा म्हणाले, ''द्यवानं ठरवल्यापरमाणं आमच्या गावातल्या लेकरांची चूक हाय. आमाला मांडी कबूल हाय.''

आण्णाप्पा भिसे म्हणाले, ''मंग झालं. मांडीचं पयसं द्यवात आणून ठिवाचं. आणिक आपुआपल्या घरला जायाचं.''

कृष्णा शिंदे उठले. घरी जाऊन पैसे घेऊन आले. एकशेपन्नास रुपये दंड मांडी या कलमाखाली केला होता.

नागू मोरे म्हणाले, ''द्यवाला आता पयसं मिळाल्याती. तवा द्यवानं आमच्या लेकराला जातीत घेवावं.''

कृष्णा शिंदे यांना जातीत घेतलं. न्याय संपली. एकशेपन्नास रुपये गोंधळेवाडीचे न्यायाधीश व नराळचे न्यायाधीश यांच्यामध्ये पंचाहत्तर-पंचाहत्तर रुपये याप्रमाणे विभागून दिले. आमच्या गावातील भिकाऱ्याची चूक होती म्हणून आमच्या न्यायाधीशांना काहीच मिळालं नाही. दांडी-मांडी ही आमच्या जमातीची कलमं आहेत. दांडी कलम लागू केलं की शंभर रुपयांपर्यंत दंड होतो. मांडी कलम लागू केलं की एकशेपन्नास रुपये दंड होतो. आमच्या जमातीचं कोर्ट संपलं. माणसं आपोपल्या घरी निघून गेली.

दुसऱ्या दिवशी सकाळी मी जतेला आलो. दररोज कामाला जाणं, कॉलेज करणं आणि अभ्यास करणं हा प्रत्येक दिवसाचा कार्यक्रम सुरू झाला. दिवस वाऱ्याच्या गतीनं जात होते. कॉलेज उशिरा सुरू झाल्यानं सहामाही परीक्षा लवकरच होती. आम्ही अभ्यास करीत होतो. परीक्षा सुरू झाली. एकानंतर एक पेपर होऊ लागले. विषय नवीन होते परंतु पेपर लिहिण्याची कला कधीच लाभली होती. परीक्षा संपली. मी दोन-तीन दिवस जतेतच राहून कामाला जात होतो. चौथ्या दिवशी वडील आले. हरीश सांगलीहून आलेला नव्हता. त्यामुळे त्याची भेट होणं शक्य नव्हतं. बाळू व वडील खोलीत बसले. मी वडलांना म्हणालो,

''आण्णा, तुम्ही थांबा मी थोड्या वेळात येतो.''

मी बाहेर पडलो— मी गिर्मल आण्णांकडं ग्रामपंचायतीमध्ये गेलो. गिर्मल आण्णांना सांगितलं,

''सुट्टीवर जात आहे. आल्यानंतर कामाला येतो.''

गिर्मल आण्णांनी मान हलवली. खोलीवर आलो. मी येतपर्यंत बाळू, आण्णासाहेब साळुंखे व वडील तिघं जण बोलत बसले होते. वडील मला म्हणाले,

''दादासाब, तू हातानं करून खातूयाच.''

मी 'होय' म्हणालो. नंतर वडलांनी प्रश्न केला, ''कामं करतूयाच, कालीज करतूयाच आणिक हातानं जेवाण बी करून खातूयाच. तुला ही सगळं कसं जमतंया?''

मी म्हणालो, ''आण्णा, परिस्थिती माणसाला सर्व करायला शिकवते. तुम्ही का काळजी करता? उगवणारा दिवस कसातरी मावळतो. मग तो दुःखात मावळो किंवा सुखात मावळो. वेळ कधी घर बांधून राहत नाही. फक्त आठवणी राहतात.''

वडील माझ्या चेहऱ्याकडं बघत राहिले. त्यांना माहीतच होतं की अनेक संकटांना तोंड देत आहे म्हणून तरी असा बोलत आहे. मी येण्यापूर्वीच माझा इतिहास बाळूनं व आण्णासाहेब साळुंखेनं वडलांना सांगितला होता. हे माझ्या नंतर लक्षात आलं. वडील म्हणाले,

''चल, आता आपुण सलगराला जायाचं हाय.''

वडलांनी सलगरेचं नाव घेताच मला आनंद झाला. माझ्या शाळेची काटेरी वाट सलगरेमधूनच सुरू झाली होती. अनेक वळणं घेत घेत इथपर्यंत पोचली होती. कुठं संपणार होती, कोण जाणे? कामाच्या पैशातून मी कसलेतरी साधेसुधे कपडे शिवले होते. एक कापडी पिशवी घेतली होती. पायात बाळूनं दिलेली तुटकी चप्पल होती. मी पिशवी हातात घेतली आणि वडलांच्या बरोबर चालू लागलो. वडलांना मी जरा सुधारल्याप्रमाणेच वाटत होतो. आम्ही एसटी स्टॅन्डवर आलो. एसटी लागण्यास अद्याप पंधरा मिनिटं वेळ होती. मी वेळापत्रक वाचत उभा होतो. नकळतच मनात विचार आला. गेल्या वर्षी आपण याच एसटीस्टॅन्डवर भुकेनं व्याकूळ होऊन एसटीची वाट पाहत होतो. आणि आज सासरी पाठवलेल्या मुलीला आईनं भेटावं त्याप्रमाणे कधीतरी भेट देत होतो. एसटी आली. आम्ही एसटीमध्ये बसलो. सलगरेला उतरलो. मी सलगरेच्या शाळेकडं नजर टाकली. लहानपणी ज्या पटांगणामध्ये बसलो होतो, ते पटांगण तसंच पूर्वीप्रमाणे होतं. मी मात्र वाढत, सुधारीत चाललो होतो. कोंडिबा कुंभाराच्या वस्तीवर गेलो. तीस-पस्तीस पालांचा संच तिथं दिसत होता. जुन्या आठवणींना उजळा आला होता. प्रत्येक पालातून माणसं आमच्या पालाकडं येत होती. कृष्णाआत्या म्हणाल्या,

''दादासाब, कालीज शिकून आलाचं—?''

मी 'होय' म्हणालो. वडील सांगत होते, ''दादासाब हातानं जेवाण करतूया. कामाला बी जातूया आणिक कालीज बी शिकतूया.''

लोक माझी स्तुती करीत होते, पण शिकण्यासाठी कोणत्या परिस्थितीला तोंड

द्यावं लागत होतं, ते त्यांना माहीत नव्हतं. गंगाराम शिंदे म्हणाले,

"मलारी, तुजं पोरगं लय शिकलं बाबा."

गंगाराम शिंदेंच्या बोलण्याचं मला हसू आलं. मी लहान होतो. याच गावामध्ये मी शाळेला गेलो होतो. शिक्षकानं बाहेर अंगणात बसवलं होतं. शिकवलेलं काहीच समजलं नव्हतं. मी जेव्हा घरी आलो तेव्हा आई म्हणाली होती, 'दादासाब, किती शिकलायाचं?' मला शाळेत तरी काहीच ऐकू आलं नव्हतं आणि एका दिवसात काय शिकणार होतो? मी आईला उत्तर दिलं होतं, 'आय, म्या आज लय शिकलूया.' ते ऐकून आई कृष्णाआत्याला म्हणाली होती, 'किसना व्हंजी, दादासाब लय शिकलाया.' आणि आज तेच वाक्य मला ऐकण्यास मिळालं होतं. त्या वेळी मला काही समजलं नव्हतं. काहीच येत नव्हतं, तरीपण मी फार शिकलो होतो आणि आज जग पाहिलं होतं, अनुभवलं होतं म्हणून फार शिकलो होतो. मी विचारातच गढून गेलो होतो.

आम्ही सलगरेमधून मणेराजुरीला गेलो. त्या वेळी नागू आजोबा, नारायण शिंदे, मचिंद्र शिंदे, यशवंत भालके, नामदेव दोरकर आणि आमचं बिऱ्हाड अशी बिऱ्हाडं होती. आम्ही गावाशेजारीच पालं दिली होती. पहाटे सर्व माणसं मागायला गेलीत. सकाळी मी, आबास व लक्ष्मण भाऊजी पण मागायला गेलो. दुपारी आम्ही सर्व जण मागून आलो. माणसं सकाळीच मागून आली होती. फक्त नामदेव दोरकर अद्याप मागून आलेले नव्हते. आमची सर्व माणसं त्यांची वाट बघत बसली होती. आमच्यातील माणसं दुपारपर्यंत कधी थांबत नव्हती. दिवस पश्चिमेकडं झुकला तरीदेखील नामदेव दोरकर आले नाहीत. आमच्या लोकांना जास्तच काळजी वाटू लागली. गावातील एक मुलगा पालांकडं पळत पळत आला आणि म्हणाला,

"येऽऽ जोश्यानु, तुमच्या एका माणसाला आमच्या गावात धुंडिबाच्या घरात बांदून घातलंया आणिक धुंडिबा मारा लागलाय."

त्या मुलाचं वाक्य ऐकल्या ऐकल्या आमच्यातील माणसं, बायका, मुलं रडत-बोंबलत गावात पळू लागली. उघडीनागडी पोरं मोठमोठ्यानं बोंबलत पळत होती. गावातील सर्व माणसं आम्हाकडं पाहत होती. आम्ही गावातील धोंडिबाच्या घरी गेलो. आमच्या बिऱ्हाडांतील सर्व माणसं आली होती. नामदेव दोरकरांना घरातील एका खांबाला बांधून घातलं होतं आणि तो माणूस चाबकाचे फटकारे मारीत होता. नागू आजोबा म्हणाले,

"मालकऽऽऽ आसं कसं करताय? गरिबावर अन्याय कराला लागलाय."

तो माणूस म्हणाला, "आरं येऽऽ गरिबाच्या, तुमास्नी लय माज आलाया."

नागू आजोबांनी परत विचारलं, "आवं, पर त्येनं केलं तर काय?"

तो माणूस म्हणाला, "माज्या बायकूला दोरा दिवून कुंबडी घ्या लागलाय.

माज्यावर करणी करासाठी दोरा मंतरून देत व्हुता.''

नामदेव दोरकरांना मंत्र थोडाच येत होता? नागू आजोबा म्हणाले,

''आवं, त्याला कसला मंतर यीतूया. उगंच आमी मागून खातूया.''

तो माणूस म्हणाला, ''अरं तुमी सगळी जुशी तसलंच. तुमी कसं सांगचाला मंतर यीतूया म्हणून.''

वडील म्हणाले, ''आवं मालक, त्यो तसं कराचा न्हाय. तुमच्या मालकिनीसनी इच्यारून तर बगा.''

तो माणूस म्हणाला, ''इच्याराला कश्याला, बायाची जात कश्याला दोरा घितीया कळत न्हाय व्हय.''

गावातील बरीच माणसं तिथं जमली होती. त्यामध्ये काही शहाणी, कळती माणसंदेखील आली होती. त्यांच्यातील एक माणूस म्हणाला,

''धुंडिबा, आरं इच्यार की तुज्या बायकूला. उगंच कशापाय त्या गरिबाला मारा लागलायाच?''

धोंडिबानं त्याच्या बायकोला विचारलं, ''आगं ये भवाने, कशापाय दोरा घितलाय?''

त्याची बायको म्हणाली, ''मला म्हणा लागला व्हुता तुज्या घरात बरकत आणतू, लय पयसं मिळत्याली आसं करतू - पर येक कुंबडी दिली पायजी. म्हणताना लय पयसं मिळत्याती म्हणून म्या कुंबडी दिली.''

नागू आजोबा म्हणाले, ''मालक, तुमी उगंचंच का गरिबाला मारा लागलाया. दुसऱ्याचं चांगलं व्हुतंय म्हणाल्याशिवाय आमच्या पोटाला कोण देणार हाय?''

गावातील माणसानं धोंडिबालाच शिव्या दिल्या. एक जण म्हणाला,

''आरं, तुज्या बायकूला आकल न्हाय आणिक तू त्या गरिबाला का मारा लागलायाच?''

धोंडिबानं नामदेव दोरकरांना सोडलं. नामदेव दोरकरांना सरळ चालता येत नव्हतं. भयंकर मार लागला होता. मला फार वाईट वाटत होतं.

पण काहीच करू शकत नव्हतो. आमच्या जमातीचे न्यायाधीश मोठ्या अभिमानानं बोलणारे आज लाचार होऊन बोलत होते. अन्याय झाला तर खाली मान घालून जात होते. आम्ही पालांवर आलो. तिथून पुढं आमचं जीवन वाहू लागलं. पालं काढणं, ओझी लादणं, कुत्र्यांना, घोड्यांना हाकीत पुढं जाणं सुरू झालं. दिवसामागून दिवस भराभर जाऊ लागले. एक महिना झाला होता. मी जतला आलो.

कॉलेजच्या गॅदरिंगचा दिवस उजाडला. संपूर्ण कॉलेजतर्फे एकच तीन अंकी नाटक बसवलं होतं. आम्ही सर्व जण एक महिना नाटकाची तालीम करीत होतो. प्राध्यापक तुकाराम चव्हाण आम्हाला मार्गदर्शन करीत होते. कार्यक्रमाच्या दिवशी

आम्ही रंगीत तालीम करीत होतो. नाटक होतं, 'विच्छा माझी पुरी करा.' नाटक विनोदी होतं. त्यातील राजाची भूमिका राजू हिरेमठ करीत होता. कोतवालाची भूमिका आप्पा चव्हाण करीत होता. हवालदाराची भूमिका मी करीत होतो. प्रधानाची भूमिका बाळू सावंत करीत होता, आणि शिपायाची भूमिका बाळू सुरणीस करीत होता व मोहनाची भूमिका राजेंद्र स्वामी करीत होता. कार्यक्रमाला सुरुवात झाली होती. आम्ही मेकअप करून ड्रेस घालून तयारीत होतो. मुलं गाणी म्हणीत होती. थोड्या वेळानं नाटकास सुरुवात झाली. प्रथम वग म्हटला गेला—

सूर्यपूर नगर पाच मैलाचा हो घेर,
तेथे राज्य करी राजा एक थोर,
नाव होतं त्याचे राजा रणधिर,
भोळा, भाबडा स्वभाव होता त्याचा फार.
राज्यात घडला प्रकार, सांगतो सारं ऐका तुम्हालाऽऽऽ
राज्यात गोंधळ भारी चाले खरोखरी खबर नाही—
त्यालाऽऽ
जीऽऽ जीऽऽ जी रंऽऽ जीऽऽ

नाटकाला सुरुवात झाली. स्टेजवर राजवाडा भरल्याप्रमाणे दिसत होता. हवालदाराचं पात्र विनोदी होतं. हवालदारानं तलवार उलटी धरली होती आणि शिपायानं सरळ धरली होती. तरीपण मी त्याला म्हणत होतो,

"ये शिपाया, तलवार कशी धरलीयाचं बघ."

शिपाई म्हणाला, "सरळ धरलीया."

परत मी विचारलं, "हितं वरिष्ठ अधिकारी कोण हाय?"

शिपाई म्हणाला, "तुमीच हाय की."

परत मी म्हणालो, "मग मी तलवार धरीन तशी तू धरायची. धर मी धरल्यालासारखी."

शिपायानं उलटी तलवार धरली. लोक हासू लागले. दुसऱ्या हशाच्या वेळी राजवाडा भरला होता. राजे म्हणाले,

"पलंग चोरीला कसा गेला?"

हवालदारानं सांगितलं, "महाराज, पलंग कोतवालानं चोरला."

परत राजे म्हणाले, "याला पुरावा?"

मी म्हणालो, "महाराज, याला पुरावा नाही. ह्याला जाळावा. मी सांगतो म्हणून ह्याला जाळावा."

लोक पोट धरून हसत होते. परत राजे म्हणाले,

"तसं नव्हे, पुरावा म्हणजे ह्याला सबूत काय?"

लोक जास्तच हसू लागले. माझ्या चेहऱ्यावर निराशा दिसू लागली. माझी सूचना फेटाळून लावली होती. मी लांब लांब ढेंगा टाकीत चालत होतो. सुरवार घातल्यामुळे सर्कशीमधला विदूषक चालल्याप्रमाणंच दिसत होतो. कार्यक्रम संपला. प्रेक्षक आपोपल्या घरी गेलेत. त्या नाटकातील हवालदाराच्या पात्रासाठी मला प्रमाणपत्र मिळालं.

वार्षिक परीक्षा जवळ आली होती. आम्ही रात्री जागरणं करून अभ्यास करू लागलो. मी अधूनमधून बाळूच्या घरी जात होतो. कामाला जाणं, अभ्यास करणं, कॉलेजला जाणं सुरू झालं. वार्षिक परीक्षा संपली.

दुसऱ्या दिवशी वडील आले. मी गिर्मल आण्णांना सुट्टीनंतर कामाला येतो, असं सांगून वडलांबरोबर निघालो. बी.सी. स्कॉलरशिप मिळाली होती. ती तशीच पोस्टात ठेवली होती. स्कॉलरशिपच्या पैशातून काहीच पैसे खर्च करण्यासाठी घेतले नव्हते. आम्ही स्टॅन्डवर आलो. वडील म्हणाले,

"कुंबारीला आपणाला मोटार कवा हायती बग."

मी चौकशी केली. कुंभारीला अर्ध्या तासानंतर गाडी होती. आम्ही बाकावर बसलो. अर्ध्या तासानंतर एसटी आली. आम्ही कुंभारीला आलो. गावाशेजारीच माळ होता. माळावर पालं दिली होती. त्या माळाकडं पाहून विमल बाळंत झालेला प्रसंग आठवला. पावसात आमची झालेली परवड आठवली. प्रत्येक वर्षी आमची जमात कुंभारीला आल्यानंतर त्याच माळावर राहत होती. त्या वेळी बाबजी भोसले, तुकाराम मोरे, गुंडाप्पा मोरे, नराळचे सुभाषराव भोसले, शिवाजी भिसे, शेलार भिसे आणि आमची पालं अशा पालांचा संच होता. मी पालासमोर बसलो होतो. लोक माझी स्तुती करीत होते. जाईआत्या म्हणीत होत्या,

"किती पोरगं श्याणं हाय! आपुणच काम करतंया आणिक कालीज करतंया."

शिवाजी भिसे म्हणत होते, "मलारी मामाच्या पोरानं नाव केलं भिकारवाड्यात."

वडलांची छाती अभिमानानं फुगत होती. छाया मोठी झाली होती. ती लग्नाला आली होती. आमच्या जमातीमध्ये मुलीचं वय बारा वर्षं झालं की, लग्न केलं पाहिजे. वडलांना चोहोबाजूनं चिंता लागली होती. मी विचार करीत होतो. किती आमची जमात वेडी आहे. मुलांच्या अंगावर कपडे नसतात, खायाला अन्न नसतं. तरीसुद्धा मुलं बंद होण्यासाठी कोणताच उपाय करीत नाहीत. वडलांनी तात्यासाहेबालादेखील आणलं होतं. वडलांची ओढाताण होत होती. आई आतासुद्धा गरोदर होती. खाणारांची तोंडं वाढत होती; मिळवणारे वाढत नव्हते. मी वडलांना म्हणालो,

“आण्णा, ह्या वेळी आईचं नसबंदीचं ऑपरेशन करू. घरात मुलांची संख्या वाढत आहे. अंगावर कपडे मिळेनात.”

वडील मध्येच म्हणाले, “लय श्याणा व्हु नगंस. देवानं जलमाला घातलंया, त्येला मस्त काळजी हाय हेनास्नी कसं जगवाचं त्येची.”

मला वडलांच्या बोलण्याचा राग आला नाही, उलट हसू आलं. मी म्हणालो,

“आण्णा, देवाला काही दुसरा धंदा नाही का तुमच्या मुलांची काळजी करण्याशिवाय. सर्वांची काळजी करायला देव काही रिकामा नसावा. मुलं तुम्हाला होणार आणि त्याची काळजी देवाला असणार. हे कसं शक्य आहे? तुमची मुलं तुम्हालाच जगवायला पाहिजेत. तुम्ही पोटाला देईना म्हणजे मुलं काही देवाच्या नावानं पोटं भरत नाहीत.”

वडील म्हणाले, “तुजं बरुबर हाय. पर तुला काय ठावं न्हाय. आपुण एक-दोन दिसाला म्होरच्या गावाला जातूया. आपरीसन करून काय माणसं माराची हायती व्हय?”

मी सांगितलं, “ऑपरेशन केल्यानंतर काही दिवस विश्रांती घेता यावी, बसून खाता यावं यासाठी सरकार पैसे देतं. तेच पैसे घेऊन एकाच गावात थोडे जास्त दिवस राहावं. तेवढाच ओझं उचलण्याचा, पुढच्या गावाला जाण्याचा त्रास कमी होईल.”

वडील म्हणाले, “किती पयसं मिळात्याती?”

मी म्हणालो, “आपल्या कुटुंबातील माणसांच्या संख्येवरून पैसे मिळतात. कुटुंबात माणसं कमी असतील तर जास्त पैसे मिळतात, आणि माणसांची संख्या जास्त असेल तर कमी पैसे मिळतात.”

आमच्या जमातीमधील सर्व लोक ऐकत बसले होते. इतका वेळ शांत बसलेले बाबजी भोसले म्हणाले,

“आरं, पयशासाठी माणसं माराची हायती का?”

मी त्यांना सांगितलं, “सरकारनं माणसं मारण्यासाठी ऑपरेशन काढलेलं नाही. आपल्यापेक्षा जास्त काळजी सरकार घेतं.”

नंतर गुंडाप्पातात्यांनी विचारलं, “आरं दादासाब, माणसानं मागाला कसं जायाचं? येक दिस मागाला जायना म्हंजी पोटाला काय नसतंया.”

मी म्हणालो, “आपल्या जमातीमध्ये पुरुषांचं ऑपरेशन करणं वाईट आहे. कदाचित धोक्याचं पण आहे. पण स्त्रियांचं ऑपरेशन करायला काय हरकत आहे?”

बाबजीमामा म्हणाले, “बायाचं आपरीसन करून आमाला बी धरत्याती की मागायला गेल्यावर.”

मी त्यांना समजावून सांगितलं, “ऑपरेशन केल्यानंतर आपल्याला ऑपरेशन

करून घेतल्याचं प्रमाणपत्र दिलं जातं. प्रमाणपत्र आपल्याबरोबर असलं म्हणजे आपल्याला कुटुंबनियोजनाची भीतीच राहत नाही.''

तुकारामतात्या म्हणाले, ''तसं आसंल म्हंजी बरं हाय.''

आमच्या लोकांना व्यवस्थित समजावून सांगितलं. नंतर वडील म्हणाले, ''मंग, आमी तुज्या दिवाळीच्या सुटीला जतला यीतू. तवा तूच न्ही तुज्या आयला आपरीसनाला.''

मी 'होय' म्हणालो. स्वत:शीच विचार केला. जरी आमच्या जमातीमधील चार-पाच कुटुंबांनी नसबंदी करून घेतली, तर इतरांना भीती उरणार नाही. आमचं दिशाहीन जीवन सुरू झालं. गावोगावी पालं दिली जात होती. मुलं उघडीनागडी हातातून थाटल्या-भगुली घेऊन पळत होती. मी व आबास मागायला जात होतो. रोज उगवणारा दिवस एखादं नवीन संकट घेऊन उगवीत होता. तर, विशाल रात्री ते संकट आपल्या कुशीत घेऊन निघून जात होत्या. मी जतेला निघालो.

आमचा रिझल्ट लागला होता. हरीश जतेलाच कॉलेज शिकण्यासाठी आला होता. बाळूनं व हरीशनं ॲडमिशन घेतलं होतं. मीदेखील बारावी कॉमर्सच्या वर्गात ॲडमिशन घेतलं. गेल्या वर्षाच्या स्कॉलरशिपचे तीनशे पन्नास रुपये पोस्टात ठेवले होते. त्यातीलच पैसे काढून कपडे शिवले. आम्ही तिघं जण व आण्णासाहेब साळुंखे कॉलेजला जाऊ लागलो. गिर्मल आण्णांना भेटून मी कामावर जात होतो. माझ्या जीवनाचा मार्ग कॉलेजकडं वळला होता. दिवस भराभर लोटत होते. मी नाटकांमध्ये चांगलं काम करतो आहे, म्हणून 'भरत नृत्य-नाट्य-दर्शन, जत' या नाट्यसंस्थेतील चालकानं गुरू अग्नी यानं मला 'लेणं पुसलं सौभाग्याचं' या नाटकामध्ये शिवा बेरडाचं पात्र दिलं. आम्ही नियमित तालीम करीत होतो. सकाळी कामाला जाणं, दिवसा कॉलेजला जाणं आणि रात्री नाटकाच्या तालमीला जाणं असे दिवस लोटत होते.

गणेशोत्सव आला. दुसऱ्या दिवशी 'भरत नृत्य-नाट्य-दर्शन'चा कार्यक्रम होता. संगीतकार व लेडीज भूमिका करणाऱ्या मुली सांगलीच्या होत्या. सांगलीचे कलाकार आले. गुरू अग्नीनं एकमेकांचा परिचय करून दिला. पेटीमास्तर प्रकाश नातू होते. ढोलकी वाजवण्यासाठी बबन सदाकाळे होते. ट्रिपल व बेंगो वादक आर. के. शेख होते. गायक प्रदीप कुलकर्णी होते. पार्श्वगायिका संध्या कुलकर्णी होत्या. आणि नाटकामध्ये लेडीज भूमिका करण्यासाठी आणि 'व्हरायटी शो'मध्ये नृत्य करण्यासाठी कु. सीमा कुलकर्णी व कु. रत्नमाला अशा दोन मुली होत्या. रात्री रंगीत तालीम सुरू झाली. प्रदीप कुलकर्णी व कु. संध्या कुलकर्णी व्हरायटीमधील गाणी म्हणू लागली. प्रकाश नातू पेटी वाजवीत होते. बबन सदाकाळे ढोलकी वाजवीत

होते. आर. के. शेख ट्रिपल व बेंगो दोन्ही वाद्यं एकाच वेळी वाजवीत होते. प्रत्येक जण आपोपली कला दाखवीत होता. आमच्यापैकी उपेंद्र रानडे हा नाटकामध्ये नोकराची भूमिका करीत होता. तो प्रकाश नातूंना म्हणाला,

"अहो पेटीमास्तर, पीस वाजवायला चुकला आहे. तसा नव्हता तो पीस."

उपेंद्र रानडेला विनोद करायची सवय होती. तो नेहमी इतरांना बोलत होता, त्याप्रमाणे विनोद म्हणून बोलला. प्रकाश नातूंनी पेटी एकदम जोरानं उपेंद्रकडं ढकलली. त्या पेटीचे पाच-सहा स्वर बाहेर निघाले. सूरपेटी ढकलून नातू उठले व म्हणाले,

"मला तुमचा कार्यक्रम करायचा नाही. मला माझ्यापेक्षा कलेचं ज्ञान कमी असणाऱ्या कोणत्याही माणसानं बोललं किंवा सूचना केलेल्या आवडत नाहीत. स्वरज्ञान मी कोळून प्यायलो आहे. पीस बरोबर होता किंवा नाही हे मी चांगलं समजतो."

एवढं बोलून नातू बाहेर जाऊ लागले. गुरू अग्नीनं त्यांना थांबवलं व म्हणाला,

"नातू सर, अहो त्याला विनोद करायची सवय आहे. त्याला कुठं समजतं स्वर हे काय आहेत."

नातू सर म्हणाले, "कलेच्या बाबतीत विनोद केलेला मला आवडणार नाही. माझ्या कलेशी मी एकनिष्ठ आहे. म्हणून तर मला कला लाभली आहे."

शेवटी बऱ्याच प्रयत्नानं नातू सरांची समजूत काढली. उपेंद्र रानडे खाली मान घालून बसला होता. विचित्र माणूस दिसला की, त्याला विनोद करायची लहर येत होती. प्रकाश नातू तसे दिसायला पण विचित्रच होते. डोक्याला फक्त कडेकडेनंच केस होते. मधला भाग तेल लावल्याप्रमाणे चकाकत होता.

त्या टाळक्यामधून पाहणाऱ्याला आपला चेहरा दिसावा असं टाळकं होतं. शेताला कुंपण लावल्याप्रमाणे कडेनंच फक्त केस होते. शरीर काटकुळं होतं. पण तरीदेखील नातू सर इनशर्ट करीत होते. सदरा पॅन्टमध्ये खोचल्यानंतर नातू सर विचित्रच दिसत होते. म्हणून उपेंद्रनं त्यांचा विनोद केला. पण स्वभावानंदेखील तरकट निघाले. ढोलकी वाजवणारा मात्र साधा राहत होता. अंगावर विजार आणि शर्ट होता. स्वभावानंदेखील गरीब होता. रात्री नाटकाच्या रंगीत तालमीला सुरुवात झाली. मी प्रथमच मुलीबरोबर नाटकामध्ये काम करीत होतो. त्यामुळे संकोच वाटत होता. पाठांतर असूनदेखील मला व्यवस्थित बोलता येत नव्हतं. मनावर एक प्रकारचं दडपण निर्माण झालं होतं. विजय जोग आम्हाला मार्गदर्शन करीत होते. विजय जोग म्हणाले,

"मोरे, अरे असा लाजतोस काय? हे नाटक आहे. सत्यकथा नव्हे. नाटक आहे या दृष्टीनं बोल."

त्या मुली मात्र निर्भीडपणे बोलत होत्या, आणि मी लाजत होतो. त्यांना अनेक

नाटकांमध्ये भूमिका करून सवय झाली होती. मी पण धिटाईनं बोलू लागलो. मी एक शिवा बेरड आहे, एवढंच त्या वेळी लक्षात ठेवलं. तालीम संपली.

दुसऱ्या दिवशी सकाळी कामाला गेलो. कामाकडून येऊन कॉलेज केलं. त्यानंतर कलापथकाच्या ऑफिसमध्ये गेलो. सर्व कलाकार झोपले होते. रात्री जागरण करायचं होतं. त्यामुळे विश्रांती घ्यावी लागणार होती. माझ्या जीवनात विश्रांतीचं खातं उघडण्यास देव विसरला होता. त्यामुळे मला विश्रांती मिळत नव्हती. मी नाटकाचं पुस्तक घेऊन पाठांतर करीत बसलो. थोड्या वेळानं सर्व जण उठले. प्रकाश नातू व आर. के. शेख यांच्याशी माझी चांगली ओळख झाली होती. प्रकाश नातू मला म्हणाले,

"मोरे, तू एक चांगला कलाकार आहेस पण जतमध्ये तुझ्या कलेचं चीज होत नाही. इथं वर्षातून एक-दोन कार्यक्रम करायला मिळत असतील. तू सांगलीला आलास म्हणजे गणेशोत्सवाचे तुला दोन महिने कार्यक्रम मिळतील. तेवढेच पैसे मिळवता येतील आणि कॉलेज पण करता येईल."

मी म्हणालो, "सर, पण मला तिथं कोणत्याच कलापथकाची ओळख नाही."

नातू सर म्हणाले, "तू सांगलीला आल्यानंतर मला भेट. मी कोणत्याही कलापथकामध्ये तुला पात्र मिळवून देतो."

त्यांनी मला सांगलीचा पत्ता लिहून दिला. आम्ही रात्रीच्या कार्यक्रमाच्या तयारीला लागलो.

गावाच्या मध्यभागी कार्यक्रमासाठी स्टेज तयार केलं होतं. स्पीकर लावला होता. काही मुलं मोठमोठ्यानं ओरडत होती, 'थोड्याच वेळात कार्यक्रमाला सुरुवात होईल. याल तर हसाल! न याल तर फसाल!' आम्ही स्टेजच्या पाठीमागं मेकअप रूममध्ये गेलो. प्रेक्षकांनी गर्दी केली होती. कोणी शिट्या वाजवीत होतं, तर कोणी ओरडत होतं. 'व्हरायटी शो' सुरू झाला. संगीतकार स्टेजच्या समोर बसले होते. प्रदीप कुलकर्णी व कु. संध्या कुलकर्णी हे दोघं जण पार्श्वगायकाचे काम करीत होते. स्टेजवर नृत्य चालू होतं. सुमारे दीड तासानंतर 'व्हरायटी शो'चा कार्यक्रम संपला. नाटकाला सुरुवात झाली. सुरुवातीलाच चंद्रा मुरळीचा नाच होता. नाच संपण्याअगोदरच पाटील हा खलनायक येऊन चंद्राचा हात धरतो. पाटलाची भूमिका शरद निगडीकर करीत होता. त्याच वेळी शिवा बेरडाचं पात्र मी करीत होतो. शिवा बेरडदेखील तिथंच होता. पाटलानं हात धरला आहे, ते पाहून शिवा बेरडाचं पात्र माझ्याकडं होतं म्हणून मी म्हणालो,

"पाटील, सोडा तिचा हात- ती खंडोबाची मुरळी हाय- तुज्यासारख्यानं तिला हातसुदीक लावूनी..."

त्यावर पाटील म्हणाले, "तू कोण मध्ये चोंबडेपणा करणार? माझ्यात ताकद

आहे. शंकराप्रमाणे जहर पचवायची.''

लगेच मी म्हणत होतो, ''आरं संकरानं- झर पचीवलं ती जगाच्या कल्याणासाठी आणिक तू करतूयाच ती सवताची पापी वासना भागवण्यासाठी.''

लोकांनी टाळ्यांचा कडकडाट सुरू केला होता. माझं लक्ष प्रेक्षकांकडं नव्हतंच. मी स्वत:ला त्या वेळी शिवा बेरडच समजत होतो. आणि त्या ओघातच पाटलाच्या अंगावर काठी मारली. प्रेक्षक म्हणत होते,

''शाब्बास! मार! आणि मार.''

रात्री दोन वाजता कार्यक्रम संपला. आम्ही मेकअप पुसून आपोपल्या घरी गेलो.

दुसऱ्या दिवसापासून कामाला जाणं, कॉलेज करणं सुरू झालं. मी कॉलेजला चाललो की, लोक म्हणीत होते,

''पोरगं कॉलेजला पण जातंय आणि नाटकं पण करतंय. हुशार आहे.''

मला आनंद होत होता. मी कामाला चाललो की लोक म्हणत होते, ''पोरगं भंग्याचं हाय जणू म्हणून आसली कामं करतंया.''

मला फार वाईट वाटत होतं. लोकांच्या डोळ्यावरील चश्मा सारखा बदलत होता. माझं जीवनच त्याप्रमाणं बदलत होतं मग त्यांचा चश्मा का बदलू नये? कधी लोकांचे शब्द ऐकून आनंद होत होता, तर कधी त्यांचे शब्द विषारी काट्याप्रमाणं अंत:करणाला बोचत होते. सुखदु:खाचं अकाउंट समान असल्याशिवाय जीवनाचा बॅलन्सशीट कसा टॅली होणार? या विचारानं मी मनाची समजूत काढीत होतो. दिवस भराभर जात होते. मी दिवसाला तोंड देत होतो. सहामाही परीक्षा सुरू झाली. एकामागून एक पेपर होऊ लागले. सर्व पेपर देऊन झाले. परीक्षा संपल्यानंतर दोन-तीन दिवस मी, हरीश व बाळू तिघं जण एकत्र बसत होतो. फिरत होतो. माझा खर्च हरीशच भागवीत होता. मी कोणत्या परिस्थितीत शिक्षण घेत होतो ते हरीश उघड्या डोळ्यांनी पाहत होता. म्हणून मला आम्ही एकत्र असते वेळी कसलाच खर्च करू देत नव्हता. चौथ्या दिवशी आबास खोलीवर आला. मला आश्चर्य वाटलं. मी आबासला विचारलं,

''आबा, तू इथं कसा आलास?''

आबासनं सांगितलं, ''गबाळाकडनं येताना आण्णा म्हणाला व्हुता, स्टॅन्डपास्नं नीट म्होरं बघून जा. म्होरं गेल्यावर एक गिरण लागत्याया-त्येच्या म्होरं एक पाण्याचा नळ हाय. ततं कुणालाबी इच्यार मोऱ्याची खुली कुटंशी हाय म्हणून. कोण बी सांगत्याती. आण्णानं सांगितल्यासारखं म्या हितं आलू. हातं-पल्याडच्या घरात इच्यारलं. त्येनी खुली दावली.''

मला कल्पना होती की, आमच्या जमातीमधला कोणताही माणूस सहसा चुकणार नाही. त्यांना कितीतरी गावांचा दारोदार फिरून अनुभव होता. मी विचारलं,

"बिऱ्हाडं कुठं आहेत?"

आबासनं सांगितलं, "गबाळं सरमडीला हायती." नंतर मी घरातल्या माणसांची चौकशी केली. तेव्हा आबास म्हणाला, "आय-बाळात झाल्याया, पोरगं झालंया. आण्णानं त्येचं नाव बाळासाब ठिवलंया."

मला वडलांची गंमत वाटली. घरात जन्म घेतलेला प्रत्येक मुलगा साहेब होता. वडीलदेखील विचार करूनच नावं ठेवीत होते. एक साहेब गटारी साफ करीत भीक मागत खड्डे खणीत शिकत होता, तर दुसरा साहेब जन्माचा भिकारी झाला होता. तिसरा साहेब अनाथ आश्रमामध्ये राहून शिकत होता. आता या चौथ्या साहेबाचं काय होणार होतं कोण जाणे? मी विचारलं,

"तात्यासाहेबाला आणलं काय?"

आबासनं सांगितलं, "व्हय. त्येला कापडं बी मिळाल्याती आसरमातनं. आणिक दादा आपल्या छायीचं लगीन आवंदा आकाडात ठरलंया. धारवाडचं पावणं हायती. आकाडाला माणका आयकडं आलं व्हुतं. मानकाय त्येनास्नी घिऊन बावचीला आली व्हुती. आवंदाच्या लगीनसराईत कराचं हाय. पावण्यांनी छायीला बगितलं आणिक लगीन ठरीवलं."

मी गावात घडलेली सर्व हकिकत ऐकून घेतली. थोडा वेळ विचार केला. धारवाडचे पाहुणे कोण आहेत मला काही आठवेना. मी विचारलं,

"धारवाडचे कोण पाहुणे आहेत रे?"

आबास म्हणाला, "आपल्या मानका आयीच्या भईनीचा पोरगा हाय. म्हंजी आपल्या आयचा मावसभाव. त्येचा बाप धारवाडला फौजदार व्हुता म्हणं, आसं मानका आय सांगत व्हुती. आण्णानं बी त्येच्या बाला बगितलंय. मऱ्यापा त्येच्या बाचं नाव व्हुतं. आता त्यो मेलायऽऽऽ"

आबासनं जेवढी माहिती ऐकली होती, तेवढी सांगितली. आबास मला म्हणाला,

"दादा, चल आपुण जाव यी. आण्णानं सांच्याला म्हागारी याला सांगितल्या."

मी 'हो' म्हणालो. मी साहित्य घेतलं आणि आम्ही दोघं जण बाळूच्या घरी आलो. बाळूची आई म्हणाली,

"दादासाब, ह्यो कोण हाय?"

मी सांगितलं, "आबासाहेब- माझा भाऊ आहे. माझ्यापेक्षा दोन वर्षांनी लहान आहे."

बाळूची आई म्हणाली, "आगं बया, किती मोटा झालाया!"

मी, बाळू आणि आबास स्टॅन्डवर आलो. थोड्या वेळानं माडग्याळवरून सनमडीला जाणाऱ्या एसटीनं सनमडीला निघालो.

सनमडीला आलो. सायंकाळचे सहा वाजले होते. गावापासून उत्तरेला पालं

राहिली होती. विठ्ठलनगर हे आमच्या भिकाऱ्यांचं राहण्याचं ठिकाण. तिथं दर वर्षी राहत असल्यामुळे तिथले लोक पण ओळखत असत— आम्ही दोघं जण पालावर आलो. सर्व जण पालाजवळ जमा झाले. त्या वेळी नागू आजोबा, नारायण शिंदे, यशवंत भालके, मचिंद्र शिंदे आणि आमचं पाल अशा पालांचा संच होता.

मचिंद्र शिंदेंनी विचारलं, "आकाडाला का आला न्हायस?"

मी नाटकाची तालीम करीत होतो त्यामुळे आषाढाला जाता आलं नव्हतं. वडील म्हणाले,

"तू वरसासारखा यितूयाचं म्हणून म्या आलू न्हाय तुला न्ह्याला."

प्रत्येक जण विचारीत होता, "आषाढ का चुकविलास?"

मी आषाढ चुकवला होता म्हणजे फार मोठी चूक केली होती, असंच त्यांना वाटत असावं. मला त्यांच्या विचारांना घेऊन काय करायचं होतं? पण मी विचार केला. आपण म्हणालो की, आषाढ चुकवला म्हणजे जीवनातील एक मोठी संधी घालवली नाही. आषाढाला बकरी, मेंढ्या, बोकड कापून खाण्यासाठीच गेलं पाहिजे होतं. मी आमच्या लोकांना सांगितलं असतं तर मला सरळ सरळ म्हणाले असते, 'साळा शिकलाचं म्हंजी काय लय श्याणं झाला न्हायस— आमी तुज्यापरास चार पावसाळं जादा खाल्ल्याती, मलारीचं पोरगं सवताला लय श्याणं म्हणतंया.' अशा एकापेक्षा एक पदव्या मिळाल्या असत्या. मी त्यांना योग्य वाटेल असंच कारण सांगितलं,

"माझी तिमाही परीक्षा होती. पेपर चालू होते. म्हणून आषाढाला आलो नाही."

वास्तविक पाहता परीक्षा नव्हतीच. कुठून तरी मध्येच परीक्षा घुसवली. आमच्या जमातीमधील लोकांना ते कारण योग्य वाटलं. संताकाकू म्हणाल्या,

"दिवीला बी त्येची आडचण दिसत व्हुती. म्हणून तिनं आकाडाला आणलं न्हाय त्येला."

यशवंतमामा म्हणाले, "मऱ्याआयची मस्त मरजी हाय त्येच्यावर म्हणूनशान त्यो एवढं शिकलाया. दिवीला समदं दिसतंया मग परीकशा दिसत न्हाय व्हयं?"

मी गप्प ऐकून घेत होतो. काही बोलूनदेखील त्याचा उपयोग नव्हताच. त्यांच्या मनावर परंपरेनं बळकट होत आलेला रूढींचा पडदा, माझ्या एखाद-दुसऱ्या वाक्यानं फाटणार होता थोडाच?

दुसऱ्या दिवशीपासून आमचं पूर्ववत जीवन सुरू झालं. वडलांनीदेखील मला छायाच्या लग्नासंबंधी माहिती सांगितली होती. वडील लग्नासाठी लागणाऱ्या पैशाची काळजी करीत होते. लग्नासाठी कर्जच काढावं लागणार होतं; परंतु लोकांनी कर्ज तरी दिलं पाहिजे! आमच्याकडं त्यांच्या कर्जासाठी तारण काय होतं? एक घोडं आणि एक शेळी. तीपण मुलांच्या दुधासाठी लहान कोकरू असल्यापासून आईनं

सांभाळली होती. मग आम्हाला कर्ज तरी कोण देणार? आम्ही आचकनहळीला राहिलो होतो. जतपासून जवळच होतं ते गाव. मी वडलांना म्हणालो,

"आण्णा, आईचं नसबंदीचं ऑपरेशन करू या जतेला जाऊन."

वडील म्हणाले, "दादासाब, येडा हायीच कां काय? आरं पुरीचं लगीन हाय, त्येला पयसं लागत्याती. आपुण आट-पंदरा दिस जतला ऱ्हालू तर पयसं कवा मिळाचं?"

मी वडलांना म्हणालो, "तुम्ही पंधरा दिवसांत किती पैसे मिळवणार आहात? मला स्कॉलरशिपचे पैसे मिळतात तेच पैसे तुम्हाला देतो."

वडील म्हणाले, "आरं, तेवढाच येकांद्या धडूताचा आदार हुईल."

आधार कसला होणार? पण माणसाची आशा कधी संपली नाही. वडलांना आशा होती थोडेफार तरी पैसे होतील. पण दात कोरून पोट भरत नाही हे त्यांना समजत नव्हतं. वडील विचार करीत बसले होते. मला म्हणाले,

"बरं हाय. तू म्हणतूयाच तर करू आपरीसन. कसं हुयाचं तसं हुदी."

कशीतरी वडलांची संमती मिळवली. आईला समजावून सांगण्याची गरज नव्हतीच. वडलांनी निर्णय घेतला म्हणजे झालं. तरीपण मी आईला म्हणालो, "आई, तू काळजी करू नकोस. काहीदेखील होणार नाही. मी मानका आईला गोंधळेवाडीहून बोलावून घेतो."

आईला तेवढाच आधार मिळाल्याप्रमाणे झाला. रात्री वडील नागू आजोबांना म्हणाले,

"तात्या, आगा पोरगं त्येच्या आयचं आपरीसन करतू म्हंतया मुलं बंद हुयाचं, तवा म्या हातनं एकट्याच बिराडानं जतला जातू."

नागू आजोबा म्हणाले, "मलारी, आरं आपरीसन करून काय मारतूस काय पुरीला. आता पोरं बंद करून आपुण शिरमंत हुयाचं हाय व्हय. खात्याली मागून."

वडील म्हणाले, "दादासाब काय आयकत न्हाय, तवा त्येला कसं कराचं आशील तसं करू दी."

नागू आजोबा म्हणाले, "दादास्या, आरं तुज्या आयचं आपरीसन करून गबाळाबरुबर कसं हुयाचं?"

मी म्हणालो, "ऑपरेशन केल्यानंतर दहा-पंधरा दिवस जतेलाच राहतील."

नंतर नागू आजोबा म्हणाले, "बरं बाबा, कसं कराचं तसं करा. तुमच्या काय मनाचं आमी मालक हाय?"

मी गप्प बसलो. दुसऱ्या दिवशी आम्ही एकाच बिऱ्हाडानं जतेला संभू ओढ्यावर पाल दिलं.

मी खोलीवर आलो. कॉलेज सुरू झालं होतं. तम्मा आला होता. त्याच्या

जेवणाच्या डब्यात मानका आईला चिठ्ठी लिहून पाठवली—

ती. आजीच्या सेवेशी, नातू दादासाहेबांचा शि.सा. दंडवत. वि.वि.

आईचे दोन दिवसांमध्ये जतच्या सरकारी दवाखान्यात कुटुंबनियोजनाचे ऑपरेशन आहे. तरी तू उद्या ताबडतोब जतेला येणे. आम्ही संभू ओढ्यावर राहिलो आहे. एकच पाल आहे.

कळावे,

आपला नातू
दादासाहेब

चिठ्ठी डब्यात टाकून मी परत पालावर गेलो. दुसऱ्या दिवशी सकाळी अकरा वाजता मानका आई आली. मानका आई मला म्हणाली,

''का बरं करताया आनुसयाचं आपरीशान? पुरीला काय झालं तर?''

मी म्हणालो, ''मानका आई, तुझ्यापेक्षा मला आईची काळजी जास्त आहे. काही होणार असतं तर मी ऑपरेशन करण्यास सांगितलं नसतं.''

मानका आई म्हणाली, ''न्हाय पर येका जाग्याला ऱ्हावावं लागतंया. तुजा आण्णा दररोज गावं गावं फिरतूया.''

मी म्हणालो, ''मी आण्णांना सांगितलं आहे. पंधरा दिवस जतेलाच राहणेस.''

मानका आई गप्प बसली. मी खोलीकडं गेलो. तिथून कॉलेजला गेलो.

दुसऱ्या दिवशी मी, वडील, मानका आई व आई असे चौघं जण सरकारी दवाखान्यात गेलो. 'श्री रामराव विद्यामंदिर हायस्कूल'जवळच सरकारी दवाखाना होता. मी केसपेपर काढला. थोड्या वेळानं सिस्टरना पाठवलं. आम्ही डॉक्टरकडं गेलो. डॉक्टर मला म्हणाले,

''ह्या तुमच्या आई काय?''

मी 'होय' म्हणालो. डॉक्टरनं दुसरा प्रश्न विचारला,

''बाळंत होऊन किती दिवस झाले?''

आईनं सांगितलं, ''दोन म्हईनं झालं आसत्याली.''

डॉक्टरनं मान हालवली. काहीतरी लिहिलं. नंतर म्हणाले,

''तुमचे वडील कुठं आहेत?''

मी सांगितलं, ''आहेत- बाहेर थांबलेत-''

डॉक्टर म्हणाले, ''बोलवा त्यांना- त्यांच्या सहीची आवश्यकता असते. त्याशिवाय ॲडमिट करून घेता येत नाही.''

मी वडलांना बोलवून घेतलं. वडलांनी अंगठा उठवला. नंतर डॉक्टर म्हणाले,

"कुटुंबनियोजनाचं ऑपरेशन केल्यानंतर वीस ते एकवीस दिवस विश्रांती घ्यायची. मासे, मेंढीचं मटण खायचं नाही. जड वजन उचलायचं नाही. त्यामुळे टाके तुटतात व माणूस दगावण्याची शक्यता असते. उद्या या, ॲडमिट करून घेतो. लगेच ऑपरेशन करता येईल. भिण्याचं काही कारण नाही. पण सकाळपासून काहीच खायचं नाही. चहादेखील घ्यायचा नाही."

डॉक्टरनं आपलं बोलणं थांबवलं. मी, वडील व आईनं ते काळजीपूर्वक ऐकून घेतलं. आम्ही परत पालावर आलो. मी जेवण करून खोलीवर आलो. दोन वह्या घेतल्या आणि कॉलेजला गेलो. बाळू व हरीश कॉलेजवरच भेटले. दोन-तीन दिवस माझी होणारी धावपळ ते दोघं जण पण पाहत होते.

सकाळी आम्ही सर्व जण दवाखान्यात गेलो. आईला ॲडमिट केलं. थोड्या वेळातच ऑपरेशन करणार होते. प्रत्येकाच्या चेहऱ्यावर चिंतेच्या रेषा ठळक उमटल्या होत्या. वडील अस्वस्थ झाले होते. त्यांना ऑपरेशनसंबंधी भीती वाटत होती. एका तासानंतर सिस्टरनं येऊन सांगितलं,

"ऑपरेशन झालं."

मी डॉक्टरांच्या खोलीकडे गेलो. डॉक्टरांना विचारलं,

"डॉक्टर, ऑपरेशन कसं झालं?"

डॉक्टर हसतच उत्तरले, "ऑपरेशन नॉर्मल आहे. भिण्याचं कारण नाही."

मी म्हणालो, "वडील घाबरून बसलेत."

डॉक्टर म्हणाले, "वडलांना सांगा. ऑपरेशन व्यवस्थित झालं आहे. थोड्या वेळानं तुम्ही पेशंटला भेटण्यासाठी जावा. सध्या नर्स पेशंटला जनरल वॉर्डमध्ये नेत आहेत."

मी वडलांजवळ आलो. वडील म्हणाले, "काय झालंया रं दादासाब?"

मी म्हणालो, "ऑपरेशन चांगलं झालं आहे. डॉक्टरनं सांगितलं आहे की, थोड्या वेळानं भेटण्यास जावा म्हणून."

आम्ही तिघं जण जनरल वॉर्डमध्ये गेलो. मानका आईनं लहान बाळ घेतलं होतं. एका कॉटवर आई झोपली होती. सिस्टरनं सांगितलं,

"पाणी पिण्यास देऊ नका— टाके ओले होतात."

आम्ही कॉटशेजारी बसलो. आईला भुलीचं इंजेक्शन दिलं होतं. वडलांनी घाबरून विचारलं,

"दादासाब, तुझी आय बोलत का बरं न्हाय?"

मी सांगितलं, "आण्णा, डॉक्टरनं भुलीचं इंजेक्शन दिलं आहे. त्याशिवाय ऑपरेशन करताच येत नाही. थोड्या वेळानंतर शुद्धीवर येईल."

वडील खाली मान घालून बसून राहिले. मानका आई म्हणाली,

“दादासाब, त्वा काय ही बरं केलं न्हायस.”

मी काहीच बोललो नाही. कमीत कमी आई शुद्धीवर येतपर्यंत तरी माझं कोणी ऐकलं नसतं. थोड्या वेळानं आई हळूहळू शुद्धीवर येऊ लागली. आईनं डोळे उघडून पाहिलं. आम्ही तिघं जण उत्सुकतेनं आईकडं पाहत होतो. आईनं ओठांतच स्मित केलं. वडलांना आपला जीव भांड्यात पडल्याप्रमाणं वाटू लागला. आम्ही बराच वेळ तिथं बसून होतो. मी वडलांना म्हणालो,

“आण्णा, आपण पालावर जाऊ चला. जेवण करून मी मानका आईसाठी जेवण घेऊन येतो.”

वडील जड मनानं उठले. आम्ही चालू लागलो. पालावर आलो. छायाला, आबासला, तात्यासाहेबाला समजत होतं. ते गप्प बसले होते. बायडानं मला विचारलं, “दादा, आय कुटं हाय?” परत बायडानंच प्रश्न केला, “दवाखाना कुणीकडं हाय?”

मी सांगितलं, “दवाखाना लांब आहे - आणि आई दवाखान्यातच थांबली आहे.”

बायडानं विचारलं, “आय- दवाखान्यात काय कलतीया-”

आम्ही सर्व जण हसू लागलो. आम्ही जेवण केलं. मी मानका आईसाठी जेवण घेऊन दवाखान्याकडं गेलो. मानका आईजवळील लहान बाळाला घेतलं. मानका आई तिथंच बसून जेवण करू लागली. आई मला म्हणाली,

“तुजा बा गेला का?”

मी म्हणालो, “होय, मी जेवण घेऊन आलो आणि आण्णा तिथंच थांबले.”

तोपर्यंत सिस्टरनं येऊन विचारलं, “तुम्हाला आता काही त्रास होतोय का?”

आईनं उत्तर दिलं, “न्हाय-तर तान लागल्याया, पाणी पायजी.”

सिस्टरनं सांगितलं, “आणखी दोन तास पाणी पिऊ नका. टाके ओले झाले म्हणजे त्यातून ‘पू’ येतो.” आई गप्प पडून राहिली. संध्याकाळी मानका आई तिथंच झोपली. मी खोलीवर गेलो. सकाळी पालावर जाऊन जेवण करून मानका आईचं जेवण घेऊन दवाखान्यात आलो. आईला आता बरं वाटत होतं. तिथून कॉलेजला गेलो. रोजचा कार्यक्रम याप्रमाणं सुरू झाला. माझे पोस्टात स्कॉलरशिपचे पैसे थोडेफार शिल्लक होते. त्यातून थोडे पैसे काढले व रोज काहीतरी आईला खाण्यासाठी घेऊन येत होतो. माझी धावपळ सुरू होती.

दहाव्या दिवशी आईला डिस्चार्ज मिळाला. सरकारतर्फे एकशेपन्नास रुपये मिळाले. आईला आता चांगलं चालता येत होतं. जातेवेळीदेखील डॉक्टरांनी पूर्वीच्याच सूचना पुन:पुन्हा सांगितल्या. आम्ही पालावर आलो. मी कॉलेज संपल्यानंतर सरळ पालावर जात होतो. त्यामुळं सुट्टीच्या अगोदरपासून कामाला गेलोच नव्हतो.

सातआठ दिवस निघून गेले. वडील म्हणाले,

"दादासाब, आमी उद्याच्याला म्होरच्या गावाला जातू- पोटाला कायबी मिळंना. आबास्या तर मोकळाच यीतूया- हाडप आपटत. मला बी काय सुदीक मिळंना."

मी विचार केला. ऑपरेशन होऊन अठरा-एकोणीस दिवस झालेत. कसलाच धोका नाही. तरीपण खबरदारी म्हणून वडलांना म्हणालो,

"आण्णा, आईला पाणी, जळण, आणण्यास पाठवू नका. आणखीन थोडं दिवस सांभाळा."

वडील म्हणाले, "तुजी सुटी कवा हायं? आपणास्नी गावाला जायाचं हाय. पुरीचं लगीन हाय."

मी म्हणालो, "मला सुट्टी मार्चच्या शेवटच्या आठवड्यात होईल."

वडील म्हणाले, "मंग दितू आबास्याला धाडून-तुज्याकडं."

मी 'हो' म्हणालो. दुसऱ्या दिवशी आमचं एकटंच पाल भटकण्यासाठी निघून गेलं.

सकाळी उठून ग्रामपंचायतीमध्ये गेलो. गिर्मल आण्णांना भेटून कामाला येतो, असं सांगून आलो. परत माझी दैनंदिनी बदलली. कामाला जाणं, कॉलेज करणं आणि अभ्यास करणं सुरू झालं. दिवस भराभर लोटत होते. एच.एस.सी. बोर्डाची परीक्षा होती म्हणून अभ्यासावर जोर दिला होता. मी अधूनमधून हरीशबरोबर त्याच्या घरी जात होतो, तर कधी बाळूच्या घरी जात होतो. आम्ही तिघं जण अभ्यास करीत होतो. परीक्षा पंधरा दिवसांवर आल्यानंतर मी कामाला जाण्याचं बंद केलं. स्कॉलरशिप ट्यूशन फी वजा जाता सहाशे रुपये मिळाली होती. ती पोस्टात ठेवली होती. त्यामुळे खर्च करण्यासाठी पैसे कमी पडण्याचं कारण नव्हतं. परीक्षा सुरू झाली. पेपर देण्याचे संपले. परीक्षा संपल्यानंतर मी, बाळू व हरीश गप्पा मारीत बसलो होतो. हरीश म्हणाला,

"मोरे, आपण सांगलीला जाऊ कॉलेजसाठी. तू चिंतामणराव कॉमर्स कॉलेजला ॲडमिशन घे. तिथं हॉस्टेल आहे. हॉस्टेलच्या मुलांना जेवणाची सोय व्हावी यासाठी कॉलेजनं मेस सुरू केली आहे. मला गणपतराव आरवाडे कॉलेजलाच ॲडमिशन घ्यावं लागेल. कारण मला बहिणीच्या घरीच राहावं लागणार आहे आणि ते कॉलेज तिथून जवळच आहे."

मी विचार करू लागलो. मेससाठी पैसे कुठून देणार? आपल्याला तिथं कुठं काम मिळणार? मी हरीशला म्हणालो,

"हरीश, मी तुला विचार करून सांगतो–"

बाळू कांबळे तरी सांगलीला जाणारच नव्हता. त्यामुळे त्याला विचारण्याचा

प्रश्नच उद्भवत नव्हता. आण्णासाहेब साळुंखे पण जतेतच राहणार होता.

रात्री विचार करीतच अंथरुणावर पडलो. मला झोप लागत नव्हती. डोक्यात विचारांचं काहूर माजलं होतं. आपण सांगलीला गेलो तर जेवणाचा प्रश्न कसा सोडवायचा? हॉस्टेलची मेस लावली तर बिल भरण्यासाठी पैसे कुठून आणायचे? लगेच दुसरा विचार येत होता. स्कॉलरशिप मिळतेच. वर्षाच्या शेवटी बिल देऊन टाकायचं. आणखीन प्रश्नचिन्ह समोर उभं राहत होतं. वर्षाच्या शेवटी बिल घेतील का? प्रत्येक महिन्यास बिल भरण्यास सांगितलं म्हणजे काय करायचं? माझ्या प्रश्नाला मीच उत्तर देत होतो. सरांना सांगून बघायचं, नाहीतर ॲडव्हान्स काढून बिल भरायचं. बिलाचा प्रश्न तरी तात्पुरता मिटला. कपडे नाहीत अंगावर. कपड्यांसाठी काय करायचं? दुसऱ्या विचारानं आपली बाजू मांडली. आता छायाच्या लग्नासाठी साधे का होईना कपडे शिवावे लागतील. कपड्याचा प्रश्नदेखील सोडवला. त्यानंतर महत्त्वाचा प्रश्न होता, तो म्हणजे हॉस्टेल मिळालं नाही तर काय करायचं? हॉस्टेल मिळालं तरच मेस लावता येणार होती. हॉस्टेल मिळालं नाही तर सांगलीला शिक्षण घेण्याचा विचार डोक्यातून काढून टाकावा लागणार होता. दुसरा विचार येत होता, बघावं प्रयत्न करून हॉस्टेल मिळतं का ते. नाहीतर जतेतच शिकावं. जतेत शिकायचं म्हणजे उपाशीपोटीच दिवस काढावे लागणार होते. नंतर आणखीन एक विचार आला. आपण सांगलीला गेलो तर प्रकाश नातू सरांना भेटून एखादं कलापथक जॉईन करता येईल. प्रत्येक कार्यक्रमास काहीतरी पैसे मिळतील. तेच पैसे आपणास दैनंदिन खर्चासाठी उपयोगात आणता येतील. शेवटी म्हणजे आपणास एका चांगल्या एज्युकेशन सोसायटीमध्ये शिकता येईल. सांगलीला गेलो की शिक्षणाचा आणि कलेचा दोन्हींचा पण विकास होईल. हरीशदेखील तिथंच असतो. जास्तच गरज भासली की त्याला सांगावं. रात्री किती वेळपर्यंत विचार करीत होतो हे मलाच समजलं नाही. अंतिम निर्णय घेतला सांगलीला ॲडमिशन घ्यायचं. मग कुठं विचाराची शृंखला संपली.

चार दिवसांनंतर आबास आला. मी आबासला विचारलं, "आबास, बिऱ्हाडं कोणत्या गावी आहेत?"

आबासनं सांगितलं, "आंदळगावला हायती."

मी आबासला सांगितलं, "आबास, तू थोडा वेळ थांब. मी आलोच."

मी सरळ पोस्टाकडं आलो. स्कॉलरशिपच्या पैशांतील चारशे रुपये काढले. आणि दोनशे रुपये पुढील कॉलेज-शिक्षणासाठी ठेवले. खोलीवर आलो. माझं साहित्य घेतलं. वाकळांची वळकटी आबासनं घेतली आणि आम्ही स्टॅन्डकडं आलो. सायंकाळी सात वाजता आंदळगावला पोचलो. भाकऱ्याच्या वस्तीवर पालं दिली होती. आम्ही तिथं गेलो. संध्याकाळ झाली होती. प्रत्येक पालासमोर चुली

पेटल्या होत्या. पोरांची रडारड सुरू होती. कुणी मेंढीला टेकून गाणं म्हणीत होता, तर कुणी भोर जाळं विणत होता. आमचा उघडा संसार दिसू लागला. आमच्या समाजातील माणसांनी माझी विचारपूस केली. रात्री मी वडलांना बरोबर नेलेले चारशे रुपये दिले. वडीलदेखील काळजीतच बसले होते. पैसे मिळाल्यानंतर म्हणाले,

"बरं झालं, निम्मं आरदं तर पयसं मिळलं. आणिक कुणाकडनं तर काडतू. लगीन थोड्याच दिसात आलंया–"

दुसऱ्या दिवशी तिथून आम्ही गणेशवाडीला निघालो. पालं काढणं, ओझी लादणं, कुत्री, कोंबड्या घोड्यांवर बांधणं सुरू झालं. मी व आबास मागायला जाऊ लागलो. एके दिवशी वडील म्हणाले,

"लगीन म्होरच्या म्हईन्याच्या पाच तारकीला हाय, तवा आपणास्नी बावचीला गेलं पायजी. ततनं माणसं घिवून गोंधळ्याच्या वाडीला गेलं पायजी. ततली माणसं घिवून धारवाडला गेलं पायजी. देवकार कराचं हाय. त्येला बोकाड घ्यायला पायजी आणि पयसं काडाला पायजी. आपण दोन दिसांनी बावचीला जावं या."

आम्ही ऐकून घेत होतो. कारण आमचं वऱ्हाड सर्व जातभाई गोळा करीत फिरणार होते.

दोन दिवसांनंतर आमचं एकच बिऱ्हाड बावचीला निघालं. बाकीची बिऱ्हाडं आणखीन थोडे दिवस रानातच मागून खात फिरणार होती. आम्ही बावचीला आलो. घराची कळा सांगू नये अशी झाली होती. आमच्या घराचा वाढदिवस साजरा होऊ लागला. सारवणं, शेकारणं सुरू झालं. वडलांनी आमिनकाकांच्याकडून पाचशे रुपये कर्जाऊ काढले. त्यांच्याकडूनच एक बोकड आणला देवकार्य करण्यासाठी. तोपर्यंत जोशीवाडा गजबजला होता. आषाढासाठी सर्व लोक आले होते. दुसऱ्या दिवशी रात्री बोकड कापून देवकार्य केलं. आमच्या जमातीमधील सर्व लोकांना निमंत्रण दिलं. माणसं येऊन जेवण करून जात होती. नागू आजोबांना वडील म्हणाले,

"तात्या, उद्याच्याला चल तू आमच्याबरुबर लगनाला."

नागू आजोबा म्हणाले, "मलारी, येडा हायस का? आरं जवळचा परवास हाय व्हय."

वडील म्हणाले, "आगा तात्या, श्याणीसुरती माणसं नगं व्हय. उद्याच्याला पावणं काय म्हणत्याली?"

नागू आजोबांनी थोडा वेळ विचार केला व म्हणाले, "बराबर हाय. यीतू उद्याच्याला."

येदूतात्यानं लग्नाला येण्यास नकार दिला. आपल्याबद्दल दामाजीला व सत्यभामाला पाठवतो म्हणून सांगितलं. दामाजी दादानं दहावीतूनच शाळा सोडली होती.

दुसऱ्या दिवशी पहाटे आम्ही लग्नासाठी धारवाडला निघालो. वडलांनी सर्वांना कपडे घेतले होते आणि आपण मात्र आहे त्याच कपड्यांवर लग्नाला निघाले होते. मी विचारलं,

"आण्णा, तुम्ही का कपडे घेतले नाहीत?"

वडील म्हणाले "दादासाब, आपल्याबरुबर चार माणसं याची हायती लगनाला. त्येनास्नी गाडीखरच आपुणच द्याला पायजी. आपल्या कारणासाठी येत्याती. पयसा जवळ नसला म्हंजी चार लोकांत आबरू जायील."

मी गप्प बसलो. काय करणार होतो? वडलांनी रात्रीच गावातील एक बैलगाडी भाडोत्री सांगितली होती, गोंधळेवाडीपर्यंत जाण्यासाठी. आमच्याबरोबर नागू आजोबा, दामाजी दादा, सत्यभामा, सखू, सोना आजी, वेणूआत्या अशी बरीच माणसं होती. आबासला वडलांनी घोडं, घर आणि शेळी राखण्यासाठी घरीच ठेवलं होतं. कुणी बैलगाडीत बसलं होतं, तर कुणी चालत होतं. सोना आजी मात्र गाडीत बसूनच होती. तिला चालणं अशक्यच होतं. मजल दरमजल करीत गोंधळेवाडीला येऊन पोचलो. त्या दिवशी गोंधळेवाडीतच मानका आईकडं सर्वांनी मुक्काम केला. दुसऱ्या दिवशी गोंधळेवाडीतून मानका आई, धुर्पामावशी, भवानीकाका, मानका आईची बहीण जाईबाई, नारायण दोरकर अशी माणसे लग्नासाठी निघाली. तुळशीराम मामा धारवाडला नंतर येणार होते. जत-विजापूर गाडीनं जाण्यासाठी एसटी उभी राहत असलेल्या जागेवर आलो.

विजापूर एसटी आली. मोठमोठी गाठोडी होती. पोत्यात साहित्य भरलं होतं. त्यांची तोंडे बांधली होती. एकूण ते लग्नासाठी चाललेलं वऱ्हाड दिसतच नव्हतं. एसटीमध्ये बसण्यासाठी कोणी धडपडत होते, तर कुणी पाठीमागं कोण-कोण राहिलं आहे ते पाहत होते. दंगा, गोंधळ, गडबड, आरडाओरडीला ऊत आला होता. सूचनांवर सूचना होत होत्या. नागू आजोबा म्हणीत होते,

"आरं-लवकर बसा, मोटार पळत्याया."

सुमारे अर्ध्या तासामध्ये सर्व वऱ्हाड एसटीमध्ये बसलं. बिचारा कंडक्टर वैतागून गेला होता. जवळजवळ वीस-पंचवीस माणसं होती. समाजापेक्षा विचित्रच. एसटीमधील सर्व लोक आमच्याकडं पाहत होते. कुणी आपापसात कुजबुजत होते, तर कुणी आम्हाकडं बघून हसत होते. पण आम्हाला त्यांच्याशी काय कर्तव्य होतं? आमची जमातच समाजापासून वेगळी होती. त्या जमातीचं समाजाशी नातं नव्हतं. डबक्यातील बेडकाप्रमाणं आमची अवस्था होती. आमचे लोक घरी बोलल्याप्रमाणं मोठमोठ्यानं एसटीमध्ये बोलत होते. एसटीमधील इतर लोक हा चांगला तमाशा चालला आहे म्हणून ऐकत होते. त्यांचंही मनोरंजन होत होतं.

एसटी विजापूरमध्ये पोचली. विजापूरच्या एसटी स्टॅन्डवर उतरलो. तिथून रेल्वे

स्टेशनवर जायचं होतं. रेल्वेनं हुबळीला जाऊन, हुबळीहून सिटी बसनं धारवाडला जायचं होतं. वडील म्हणाले,

"गटुळी घिवून नळापाशी चला. समदीजणं थोड्या थोड्या भाकरी खावं."

प्रत्येकानं गाठोडी, पोत्यांची चुंगडी उचलली आणि पाणी पिण्याच्या टाकीजवळ आलो. गाठोडी सोडली. आईनं रात्रीच भरपूर भाकरी, सुकी डाळ करून घेतली होती. भाकरी बांधलेलं भलं मोठं गाठोडं सोडलं. माणसं हातात भाकरी व त्यावर डाळ घेऊन खाऊ लागली. आमची माणसं जेवता-जेवताच रस्त्यावरील फेरीवाले ओरडल्याप्रमाणे ओरडत होती. नागू आजोबा म्हणीत होते,

"येऽऽ - दादास्या भाकर खा."

भवानीकाका म्हणीत होते, "येऽऽ दामाजी, फ्याला पाणी आण."

जोरजोरात सूचना चालू होत्या. वडील म्हणीत होते,

"आरं माणसानु, खावा बक्कळं... लयं भाकऱ्या हायत्या... लाजू नगा."

स्टॅन्डमधील जवळजवळ सर्व लोकांनाच ऐकायला जात होतं. लोक आम्हाकडं पाहून हसत होते. मला व दामाजी दादाला कामं सांगितली जात होती. आम्ही दोघं जण पत्र्याच्या घागरीनं एकसारखं पाणी आणीत होतो. झालं. एकदाचा जेवणाचा कार्यक्रम संपला. गाठोडी परत बांधली. वडील म्हणाले,

"चला, आता रिलवी ठेसनावर."

सर्व जण उठले. नागू आजोबा म्हणाले, "पोरानु, गटुळी घ्या."

कुणाच्या डोक्यावर धोतरानं बांधलेलं गाठोडं होतं, तर कुणाच्या डोक्यावर लुगड्यानं बांधलेलं गाठोडं होतं. प्रत्येकाजवळ काही ना काहीतरी होतं. लहान मुलांना घेऊन कुणी चालत होते, तर कुणी पत्र्याची घागर घेतली होती. माझ्या व दामाजी दादाच्या खांद्यावर पोत्याची चुंगडी होती. जवळजवळ सर्वांनीच फाटके कपडे घातले होते. जुनेच कपडे साबण लावून धुतले होते आणि धारवाडात गेल्यानंतर घालण्यासाठी बांधून ठेवले होते. आम्ही रस्त्यानं चाललो होतो. येणाऱ्या-जाणाऱ्या लोकांना समजत नव्हतं की, हे लोक कोणत्या अवस्थेत जन्माला आले आहेत. आदिमानवाच्या अवस्थेत की रानटी अवस्थेत? पण आमच्या जमातीला त्याची पर्वा नव्हतीच. आम्ही त्या वेळी भिकारी पण दिसत नव्हतो, वऱ्हाडकरीदेखील दिसत नव्हतो आणि साध्या माणसाप्रमाणंदेखील दिसत नव्हतो. आमची एक वेगळीच माणसाची जात त्या वेळी निर्माण झाली होती. अधूनमधून सूचना होत होत्या :

'आरं... येऽऽ मोटार यीतीया, मोटारीखाली घावचाल. लांबनं या.'

नागू आजोबा म्हणीत होते, "सडकनं जावं नगं. हाकडं यी."

रस्त्यानं सर्वत्र दंगाच माजला होता. माझ्याजवळ सर्व माणसांची एसटीची

तिकिटं होती. मी सरकारी नियमानुसार ती तिकिटं फाडून टाकली. सरकारी नियम होता की, 'प्रवास संपल्यानंतर तिकिटं फाडून टाका. कदाचित त्याचा दुरुपयोग होण्याची शक्यता असते.' म्हणून मी तिकिटं फाडून टाकली होती. कसंतरी आम्ही विजापूरच्या रेल्वे स्टेशनवर पोचलो.

साहित्य घेऊन माणसं स्टेशनच्या बाहेरच बसली होती. नागू आजोबा म्हणाले, ''दादास्या, तू आणिक दामाज्या जावून रिलवी कवा हाय बग.''

मी व दामाजी दादा स्टेशनमध्ये गेलो. प्लॅटफॉर्मचं तिकीट काढायचं दोघं पण विसरलो होतो. गडबडीतच आत गेलो. चौकशी केली. तिकीट मास्तर म्हणाले,

''हुबली को गाडी लगी है। प्लॅटफॉर्म नंबर छे पर।''

आम्ही प्लॅटफॉर्म नंबर सहा कुठं आहे ते पाहण्यास गेलो. तोपर्यंत मुंबई-विजापूर एक्स्प्रेस आली होती. प्रवासी उतरून जात होते. आम्ही आलो. प्रवेशद्वाराजवळ दोन्ही बाजूंना दोन चेकर उभे होते. प्रवासी आपल्याजवळील तिकीट देऊन जात होते. आम्हा दोघांजवळही तिकीट नव्हतं. आम्ही चांगल्या संकटात सापडलो होतो. आम्ही दोघं जणपण जाऊ लागलो. तिकीट चेकर म्हणाले,

''टिकट कहाँ है?''

मी म्हणालो, ''साहब! हम गाडी देखने गये थे। हुबली की ट्रेन कब छुटनेवाली है। इसकी इन्क्वायरी करनी थी।''

तिकीट चेकर गरजले, ''झूठ बोलते हो। बैठो वहाँ।''

आम्ही भयंकर विनवण्या केल्या पण तिकीट चेकरनं आम्हाला सोडलं नाही. सर्व प्रवासी गेले.

आम्हाला ऑफिसमध्ये नेलं. आमचे खिसे तपासले. माझ्या खिशात दोन रुपये पन्नास पैसे होते. तिकीट चेकरनं विचारलं,

''कहाँ से आये हो?''

मी म्हणालो, ''साहब! हम बावची से आये है । मेरे बहन की शादी है । हम लोग हुबली को जा रहे है । हमारे बाकी लोग बाहर बैठे है ।''

तिकीट चेकर म्हणाले, ''तुम में से एकजन जाओ । और तुम्हारे पिता को ले आवो ।''

दामाजी दादा बाहेर गेला. केव्हा एकदा इथून बाहेर जातोय असं झालं होतं. खाली मान घालून बसून राहिलो. विचार करीत होतो. आपण प्लॅटफॉर्मचं तिकीट काढलं असतं तरी फार चांगलं झालं असतं. आम्हाला कुठं कल्पना होती की गाडी येणार आहे म्हणून? दामाजी दादा व वडील आले. तिकीट चेकरनं विचारलं,

''यह तुम्हारे लडके है?''

वडलांना कुठं हिंदी समजत होतं. वडील मला म्हणाले,

"दादासाब, काय म्हंतूस त्यो सायब?"

मी सांगितलं, "ही मुलं तुमचीच आहेत का म्हणून विचारताहेत."

वडील म्हणाले, "व्हय, ही पोरं आमचीच हायती. कंचं काम हाय?"

तिकीट चेकरनं विचारलं, "तुम कितने आदमी है सभी?"

वडलांनी परत मला विचारलं. मी म्हणालो, "तुम्ही सर्व जण किती माणसं आहेत? म्हणून विचारत आहेत."

वडलांना काहीच माहीत नव्हतं. त्यांना राग आला. वडील म्हणाले,

"आमची माणसं कितीका आसंनाती – ह्येनास्नी घिवून काय कराचं हाय? आमी मस्स इस-पंचीस जणं हायं."

चेकरनं समजून घेतलं की, हा माणूस एकदम अशिक्षित आहे. चेकरनं परत प्रश्न केला,

"तुम यहाँ तक कैसे आये हो। मेरा मतलब बस से आये है, या रेल से?"

दामाजी दादा म्हणाला, "हम बस से आये है!"

तिकीट चेकर म्हणाले, "बस के टिकट दिखाओ। कहाँ से आये है... यह समझ जायेगा।"

आता मात्र मी संपूर्ण अडचणीत सापडलो होतो. मी सरकारी नियमानुसार तिकिटं फाडून टाकली होती. आणि तिकीट चेकर बसची तिकिटं मागत होते. मला काही सुचेना. अशा प्रकारे अडचणीत यावं यासाठीच महाराष्ट्र राज्य परिवहन महामंडळानं नियम केला असावा असं वाटू लागलं. मी म्हणालो,

"साहब! बस से नीचे उतर गये उसी वक्त मैंने टिकट फाडके फेंक दिये है।"

तिकीट चेकर म्हणाले, "पांच रुपये दंड देना पडेगा। नहीं तो यहाँ से नहीं जा सकते।"

मी विचारात पडलो. आमच्याकडं तिकिटं पण नव्हती आणि खरी चूक आमचीच होती. आम्ही प्लॅटफॉर्मचं तिकीट न काढताच गेलो होतो. देऊन टाकावे पाच रुपये. या विचारानं मी वडलांना म्हणालो,

"आण्णा, पाच रुपये भरावे लागतात."

वडील एकदम खवळले, "कश्याला लागत्याती पाच रुपयं?"

मी सांगितलं, "आम्ही प्लॅटफॉर्मचं तिकीट न काढताच आत आलो होतो."

वडलांनी काहीतरी पुटपुटतच पैसे दिले. आम्ही पैसे भरले व एकदाचे निसटलो. आम्ही आमच्या माणसांजवळ आलो. वडील म्हणाले,

"लयं साळा शिकलाया. उगंचच पाच रुपयं घालीवलं का न्हाय?"

मी काहीच बोलू शकत नव्हतो. चूक आमची होती.

या घोळातच रात्रीचे नऊ वाजले. दहा वाजता दुसरी रेल्वे होती. सकाळी अकरा वाजता तरी लग्नाचा मुहूर्त होता. माणसांची धावपळ सुरू झाली. सर्वांची हुबळीची तिकिटं काढली. रेल्वे आली. आम्हाला सर्वांच्यासाठी एकाच डब्यात जागा मिळायला पाहिजे होती आणि कोणत्याच डब्यात पंचवीस सीटसाठी जागा मिळत नव्हती. आमची माणसं, बायका घागर, गाठोडी, चुंगडी, मुलं घेऊन रेल्वेच्या इंजीनपासून शेवटच्या डब्यापर्यंत पळत जात होती आणि पळतच परत येत होती. पण जागा कुठं मिळत नव्हती. गाडीनं सिग्नल दिला. इंजीन सुरू झालं. गाडी जातेय या दृष्टीनं आमची माणसं एका डब्यात घुसली. डबा माणसांनी टिच्चून भरला. लहान पोरं रडायला लागली. गाठोडी खाली ठेवून कुणी त्यावर बसू लागले, तर कुणी गाडीतील संडासाजवळ बसले. कसंतरी सकाळी आठ वाजता हुबळीला पोचलो. रेल्वेतून साहित्य घेऊन उतरलो. तिकिटं जपून ठेवली होती. आम्ही बाहेर आलो. गाठोडी, चुंगडी डोक्यावर, खांद्यावर घेऊन आमचं वऱ्हाड एसटी स्टॅन्डकडं पळू लागलं. वऱ्हाडाची नुसती धावपळ सुरू होती. हुबळी बस स्टॉपवर आली. सिटी बस आली. गाठोडी, चुंगडी, घागर बसमध्ये चढवली. सिटी बसमध्येदेखील आमचा आरडाओरडा चालूच होता. कुणी म्हणत होतं, 'समदं सामान घेतल्या का?' दुसरा आवाज येत होता, 'व्हयं व्हयं काय सुदीक ऱ्हालं न्हायं.' धारवाडचा एसटी स्टॅन्ड आला. आम्ही साहित्य उतरविले. सर्व जण स्टॅन्डच्या एका बाजूला बसलो. पावणेनऊ वाजले होते. नागू आजोबा नारायण दोरकरांना म्हणाले,

"नारायणा, तू जा - आणिक वराड आलंया म्हणून सांग."

नारायण दोरकर उठून जाऊ लागले. त्यांना पत्ता माहीत असावा. इकडं आमच्या लोकांनी गाठोडी सोडली. धुऊन ठेवलेले कपडे घालण्यास सुरुवात केली. स्टॅन्डवरच कपडे बदलण्याचा कार्यक्रम सुरू झाला. मला त्यांची गंमत वाटू लागली. आमच्या लोकांना इतर समाजाचं अस्तित्वदेखील जाणवत नव्हतं. कुणी धोतर नेसत होते, तर बायका लुगडी नेसत होत्या. आमच्या लोकांच्या जीवनाच्या खात्यावर लाजेचा अकाउंटच परमेश्वरानं उघडला नव्हता.

तोपर्यंत नारायण दोरकरांच्या बरोबर दोन टांगे घेऊन काही पाहुणे आले. टांग्यात साहित्य टाकलं आणि आमचं वऱ्हाड जाऊ लागलं. टांगे शुक्रवार पेठेतून जोशी गल्लीला आले. एका घरासमोर कापडी मंडप दिसत होता. आपल्या पाहुण्यांचं हेच घर असावं असा विचार केला. आणि तेच घर होतं. आम्ही साहित्य उतरवलं. वऱ्हाडकऱ्यांसाठी एक खोली दिली. तिथली माणसं सुशिक्षित होती. आम्ही गडबड करीत होतो. दहा वाजले होते. अकरा वाजता अक्षता होती. छायाला अंघोळ घातली. हळद लावली. एक एक प्रक्रिया ताबडतोब होऊ लागली. आम्ही कपडे घेऊन मंडपात आलो. जयराममामा पॅन्ट, शर्ट, कोट घालून, डोक्याला मुंडावळ्या

बांधून बाहेर आले. आमच्यातील बायका म्हणीत होत्या,

"छाईडीचं चांगलं झालं. नवरा मस्त चांगला, देकणा हाय."

अक्षतेची वेळ झाली. भटजी मंत्र म्हणू लागले. मंत्र कन्नडमध्ये म्हटले जात होते. आम्हाला समजत नव्हतं. इतर माणसं अक्षता टाकू लागली की आम्हीपण टाकीत होतो. नंतर आहेर होऊ लागले. जेवणाच्या पंगती पडल्या. तो दिवस आनंदातच निघून गेला. दुसऱ्या दिवशी आमचं वऱ्हाड बावचीला निघालं. छायाला सोडून यावं लागत होतं. आई-वडील रडायला लागले. माझ्या डोळ्यांतूनही नकळत अश्रू वाहू लागले. इतक्या लांब कधी लवकर येण्यास जमणार नव्हतं हे उघडच होतं. आई रडत-रडत म्हणीत होती,

"नीट ऱ्हा बाय. आमचं नाव कर."

छायादेखील रडतच होती. पाहुण्यांनी आम्हाला एसटी स्टॅन्डपर्यंत पोचवलं व परत निघून गेले. वडलांचा शर्ट तोच होता. धोतर फाटलेलं होतं. आम्ही बावचीला येण्यास निघालो.

बावचीत आल्यानंतर थोड्याच दिवसांत आषाढ आला. बकरी, मेंढ्या, बोकड आपल्या प्राणाला मुकू लागली. माणसं दारू पिऊन तर्रर झाली. आनंदाला ऊत आला होता. माझा एच.एस.सी.चा रिझल्ट लागून बरेच दिवस झाले होते. सर्व कॉलेजना ॲडमिशन सुरू होती. मला जतेला यावं लागणार होतं. मी वडलांना म्हणालो,

"आण्णा, रिझल्ट लागून बरेच दिवस झालेत. मला ॲडमिशन घ्यायचं आहे. मी ह्या वर्षी सांगलीला कॉलेजसाठी जाणार आहे."

वडील मध्येच म्हणाले, "सांगलीला कशापाय जातूयाचं?"

मी सांगितलं, "सांगलीला गेलो तर मला नाट्यसंस्थेत काम करता येईल. तेच पैसे खर्च करण्यासाठी उपयोगी पडतील."

वडील गप्प बसले. ते तरी काय करणार होते? कॉलेजचा खर्च आमच्या परिस्थितीला परवडणारा नव्हताच. दुसऱ्या दिवशी मी जतेला आलो. रिझल्ट कधीच लागला होता. त्रेसष्ट टक्के मार्क्स मिळाले होते. मी मार्कलिस्ट घेऊन सांगलीला आलो.

मिरज व सांगली याच्या मध्यभागी विश्रामबागला चिंतामणराव कॉलेज ऑफ कॉमर्स आहे. मी सांगली इथं आलो. ॲडमिशन केव्हा अगोदरपासूनच सुरू झालं होतं. मी ॲडमिशन फॉर्म घेतला. ॲडमिशन फॉर्म भरून दिला. मार्क्स चांगले मिळाले होते. त्यामुळं ॲडमिशन मिळालं. स्कॉलरशिपमधील थोडे पैसे शिल्लक ठेवले होते त्यातूनच ॲडमिशन घेतलं. हॉस्टेलचं ॲडमिशन मिळणं आवश्यक होतं. चिंतामणराव आणि विलिंग्डन या दोन्ही कॉलेजचं हॉस्टेल एकत्र होतं.

चिंतामणराव कॉमर्स कॉलेजचे हॉस्टेलचे रेक्टर व्ही. सी. देवधर सर होते. मी हॉस्टेल ॲडमिशनचा फॉर्म भरला आणि देवधर सरांकडं गेलो. देवधर सरांनी मार्कलिस्ट बघितली. मी माझ्या परिस्थितीविषयी सर्व माहिती देवधर सरांना सांगितली. सरांनी मला हॉस्टेलला ॲडमिशन दिलं. मी बी.कॉम. भाग एकमध्ये व हॉस्टेलमध्ये ॲडमिशन घेऊन कॉलेजमधून बाहेर पडलो. कॉलेजची इमारत लहान पण सुटसुटीत दिसत होती.

मी व साळे एम. एन. हॉस्टेलच्या अठ्ठ्याऐंशी रूममध्ये एकत्र राहत होतो. साळे जतेचाच होता. बारावीच्या वर्गामध्ये आम्ही एकत्र शिकत होतो. त्यामुळं एकमेकांचा परिचय होता. आम्ही नियमित कॉलेजला जायचं ठरवलं. साळे मला म्हणाला,

"मोरे, तू मेस लावली आहेस काय? मी असनारे सरांना भेटून मेस लावली आहे."

मी साळेला म्हणालो, "अद्याप तरी लावलेली नाही. असनारे सरांना भेटून विचारतो."

मी असनारे सरांच्याकडं गेलो. हॉस्टेलच्या जवळच असनारे सर राहत होते. मी विचारले,

"सर, मला चिंतामणराव कॉमर्स कॉलेजला ॲडमिशन मिळालं आहे. हॉस्टेलला पण ॲडमिशन मिळालं आहे. माझी परिस्थिती कॉलेज शिक्षण घेण्यासारखी नाही. मला मेस लावण्यास संधी दिली तर माझ्या शिक्षणाला मदत होईल. माझ्या बी.सी. स्कॉलरशिपमधून मी मेस बिल भरतो."

असनारे सरांनी परवानगी दिली. माझ्या राहण्याचा व जेवणाचा प्रश्न मिटला होता. आम्ही दोघं जण कॉलेजला जात होतो. वर्गातील मुलं अनोळखीच होती. त्यामुळं दोघं जणच एकत्र बसत होतो. मी विचार करीत होतो, आपल्याला इथं काम कुठं मिळणार? काम मिळाल्याशिवाय दैनंदिन खर्चासाठी, कपड्यासाठी पैसे मिळणार नव्हते. माझ्या डोक्यात विचार आला. नातू सरांनी पत्ता दिला आहे. त्या पत्त्यावर त्यांना शोधत जावं. कोणत्या तरी नाट्यसंस्थेत भूमिका मिळवून देतील.

माझा चुलत भाऊ राजेश मोरेदेखील या वर्षी विलिंग्डन कॉलेजमध्ये अकरावी सायन्सला शिकण्यासाठी आला होता. माझ्या वडलांचे चुलत भाऊ भगवान मोरे व एकनाथ मोरे यांना लहानपणापासूनच शिक्षणाची गोडी होती. त्यांनी अनेक संकटांना, अडचणींना तोंड देत सातवीपर्यंत शिक्षण पूर्ण केलं. त्यानंतर दोघांच्यापण शिक्षणासाठी पैशाची आवश्यकता भासत होती. भगवानतात्यांनी सैनिक दलामध्ये नोकरी पत्करली आणि आपल्या बंधूच्या एकनाथतात्यांच्या शिक्षणासाठी मदत करू लागले. एकनाथतात्यांनी विलिंग्डन कॉलेजमध्ये ॲडमिशन घेऊन बी.ए. केलं. त्यानंतर

त्यांना हायस्कूल शिक्षकाची नोकरी मिळाली. ते सध्या 'शंकरराव मोहिते प्रशाला, यशवंतनगर' इथं हायस्कूलवर हेडमास्तर म्हणून नोकरी करीत होते. भगवानतात्या सैनिक दलामध्ये उच्च अधिकारी झाले होते. भगवानतात्यांचा मुलगा राजू, त्यानं एस.एस.सी.पर्यंतचं शिक्षण यशवंतनगरलाच केलं होतं. एकनाथतात्यांना विलिंग्डन कॉलेजविषयी पूर्ण माहिती होती. ते विलिंग्डन कॉलेजचे माजी विद्यार्थी होते. त्यांनी राजूला विलिंग्डन कॉलेजमध्ये शिक्षणासाठी ठेवलं होतं. राजू पण हॉस्टेलच्या आठ नंबर खोलीमध्ये राहत होता. आम्ही एकमेकांना भेटत होतो. आपलं कोणीतरी इथं आहे असं मला वाटत होतं. कॉलेजच्या वातावरणात दिवस निघून जात होते.

एके दिवशी मी नातू सरांना भेटण्यासाठी टिंबर एरियामध्ये गेलो. विचारीत विचारीत त्यांची खोली शोधून काढली. एका पत्र्याच्या खोलीमध्ये नातू सर राहत होते. मला पाहून म्हणाले,

"मोरे, तू कधी आला आहेस?"

मी सांगितलं, "मी इथं थोड्या दिवसांपूर्वी येऊन कॉलेजात ॲडमिशन घेतलं आहे. मला कोणत्यातरी नाट्यसंस्थेत काम मिळतं का विचारण्यासाठी आलो होतो."

नातू सर विचार करू लागले. त्यांचा स्वभाव तरकट होता हे मला जतेमधील प्रसंगावरूनच समजलं होतं. मी भीतभीतच सांगत होतो. नातू सर म्हणाले,

'सीमा नृत्य नाट्यदर्शन' या कलापथकामध्ये 'मी बाई कोल्हापुरी ढंगाची' हे नाटक बसवलं आहे. तिथं एक नोकराचं पात्र शिल्लक आहे ते तुला देण्यास सांगतो. मीदेखील त्याच संस्थेत काम करीत आहे."

मला समजून आलं की, नातू सर जितके तरकट स्वभावाचे होते तितकेच चांगले पण होते. आम्ही खणभागमध्ये आलो. सौ. रजनी कुलकर्णी यांच्या घरी गेलो. नातू सरांनी माझी ओळख करून दिली. कु. संध्या, कु. सीमा व प्रदीप कुलकर्णी हे सर्व जण सौ. रजनी कुलकर्णी यांचीच मुलं होती. मी त्यांना ओळखत होतो. मी नाटकांमध्ये चांगलं काम करतो हे त्यांनी जतेला पाहिलं होतं. मला 'मी बाई कोल्हापुरी ढंगाची' हे आ. दे. पाटील यांनी लिहिलेल्या नाटकामधील 'कृष्णा' हे नोकराचं पात्र दिलं. सौ. रजनी कुलकर्णी म्हणाल्या,

"तुम्ही उद्यापासून-दररोज रात्री नाटकाच्या तालमीला यायचं."

मी 'होय' म्हणालो. तिथून मी व नातू सर राममंदिरापर्यंत आलो. नातू सर टिंबर एरियाकडे गेले व मी हॉस्टेलकडं आलो.

दररोज कॉलेजला जाणं, अभ्यास करणं आणि रात्री नाटकाच्या तालमीला जाणं सुरू झालं. नाटकाची तालीम कधी रात्री दोन वाजता संपत असे, तर कधी तीन वाजता. मी व सर्जेराव गायकवाड विश्रामबागला रात्री चालतच येत होतो. सर्जेराव

गायकवाड आमचे दिग्दर्शक होते. त्यांना कला चांगली लाभली होती. माझ्या हॉस्टेलमधील बऱ्याच मुलांशी ओळखी झाल्या होत्या. त्यांपैकी दिलीप डोईफोडे, बबनराव खरमाटे आणि वसंतराव शिंदे हे तिघं जण एम.कॉम. भाग एक या वर्गात शिकत होते. आमचे संबंध जास्तच जवळचे निर्माण झाले होते. एके दिवशी आम्ही चौघं जण दिलीप डोईफोडे यांच्या खोलीमध्ये गप्पा मारीत बसलो होतो. खरमाटे, शिंदे मला नाटकांसंबंधी विचारीत होते. मी त्यांना नाटक कसं असतं, गाणी कशी निवडली जातात याविषयी माहिती सांगत होतो. दिलीप डोईफोडे मला म्हणाले,

"मोरे, तुझे आई-वडील काय करतात?"

मी सांगितलं, "आम्ही जोश्याचे आहोत. आई-वडील दररोज एका गावाला आपला संसार घेऊन फिरतात. वडील भविष्य सांगून भीक मागतात."

त्या तिघांच्या पण चेहऱ्यावर आश्चर्याच्या रेषा उमटल्या. मी सांगतो आहे ते खोटंच आहे, असं त्यांना वाटत होतं. माझ्या शिक्षणाच्या प्रगतीबरोबरच राहणीमानदेखील सुधारलं होतं. अंगावर जरा बऱ्यापैकी कपडे होते. मी भिकाऱ्याचा आहे यावर विश्वासच बसत नव्हता.

बबनराव म्हणाले, "मोरे, तू आमची गंमत करू नकोस."

मी म्हणालो, "तुमची गंमत मी कशाला करू. ज्या जातीत जन्माला आलो आहे, त्याच जातीचं नाव सांगितलं पाहिजे."

त्या तिघांची पण उत्सुकता वाढत होती. वसंतराव शिंदे म्हणाले,

"ते गावोगाव पालं मारून, हातात कुडमुडे घेऊन मागतात त्यांपैकी आहेस तू?"

मी 'होय' म्हणालो. दिलीप डोईफोडेनं विचारलं, "तुमची जमात जगते कशी? त्यांचं पोट तरी भरतं का मागून आणलेल्या धान्यावर?"

मी सांगितलं, "प्रत्येक घरातील मोठी माणसं, लहान-लहान पोरं, मुली हातात थाटल्या, भगुली घेऊन मागायला जातात. काही मिळाले असतील ते भाकरीचे तुकडे घरातील सर्व जण खातात. बारा मिसळीचं धान्य विकून आपला दैनंदिन खर्च भागवतात."

वसंतराव शिंदे म्हणाले, "तुमच्या जातीला गाव असतं काय?"

मी सांगितलं, "आमची जमात नराळ, बावची, गोंधळेवाडी या तीन गावांत थोडी थोडी विखुरली गेली आहे. प्रत्येक वर्षी मरगम्मा देवीची यात्रा करण्यासाठी सर्व जण आपोपल्या गावी जमतात. ते पण एक महिनाभरच आणि वर्षभर पोटासाठी फिरतात."

बबनराव म्हणाले, "मग तुला भविष्य समजत असेल?"

मी म्हणालो, "भविष्य कोणालाच समजत नाही. जी परिस्थिती आमच्या घरी घडते तीच परिस्थिती किंवा जवळजवळ पंचाहत्तर टक्के परिस्थिती इतरांच्या घरी असते. आपलीच परिस्थिती दुसऱ्यांना सांगायचं त्यालाच भविष्य म्हणतात."

दिलीप डोईफोडे म्हणाले, ''ते कसं काय?''

मी सांगितलं, ''आमचे लोक सांगतात. चार आने प्राप्ती आहे तर आठ आणे खर्च आहे. असा तुमचा सध्याचा काळ आहे. असं प्रत्येकाच्या घरी असतं. समाजाला ते खरं सांगतो आहे असं वाटतं.''

तिघं जण पण माझ्या चेहऱ्याकडं पाहत होते. मी सांगत होतो आणि ते आतुरतेनं ऐकत होते. माझ्याबद्दल त्यांच्या मनात सहानुभूती निर्माण होत होती. दिलीप डोईफोडे यांना मी सांगितलं ते योग्य वाटलं. नंतर बबनरावनं विचारलं,

''तुम्ही असं गावोगाव फिरत असता तर मग तुझं आजपर्यंत शिक्षण कसं झालं?''

मी त्यांना माझ्या शिक्षणाची सुरुवातीपासूनची आजपर्यंतची कहाणी सांगितली. ते तिघं जण पण आवडीनं ऐकत होते. वसंतराव म्हणाले,

''खरंच मोरे, तू अशक्य होतं ते शक्य करून दाखवलंस. आता कॉलेज सोडू नकोस.''

मी म्हणालो, ''बघू- आजपर्यंत तरी इथपर्यंत धडपडत, संकटांना तोंड देत आलो आहे. इथून पुढं आपल्या नशिबात लिहिलं आहे तसं होत जाईल. प्रयत्न करणं आपल्या हाती आहे. आपण प्रयत्न करीत राहायचं.''

आम्ही सर्व जण जेवण्यासाठी मेसकडे गेलो.

गणेशोत्सवाचे कार्यक्रम सुरू झाले होते. गावोगाव आम्ही नाटकाचे कार्यक्रम करीत होतो. परत येण्यास कधी चार वाजत होते, तर कधी पहाटे पाच वाजत होते. कधी कधी सकाळी सात वाजता येत होतो. मला सकाळी आल्यानंतर कॉलेजला जावं लागत होतं. तरीपण आपला खर्च भागवण्यासाठी कार्यक्रम केले पाहिजे होते. प्रत्येक कार्यक्रमाला मला वीस रुपये नाइट मिळत होती. आम्ही कार्यक्रमांसाठी इचलकरंजीला गेलो होतो. रात्री साडेनऊ वाजता कार्यक्रमाला सुरुवात झाली. 'व्हरायटी शो' संपला. नाटकाला सुरुवात झाली होती. स्टेजवर सर्जेराव रत्नमाला व मी आपोपल्या भूमिका करीत होतो. मी आखूड गुडघ्यापर्यंत धोतर नेसलं होतं. अंगात बंडी घातली होती. डोक्याला तिरकस टोपी घातली होती आणि खांद्यावर मळका टॉवेल टाकला होता. मी तोंड वेडेवाकडं करून बोलण्यामध्ये विसंगती निर्माण करीत होतो. प्रेक्षक हसत होते. तोपर्यंत प्रेक्षकांमधून कोणीतरी दगड फेकला. तो दगड सर्जेरावांच्या डोक्याला लागला. रक्त वाहू लागलं. कार्यक्रम बंद केला आणि आम्ही मेकअपरूममध्ये आलो. कार्यक्रम मधूनच बंद केला होता. त्यामुळे प्रेक्षक आरडाओरडा करीत होते. सौ. रजनी कुलकर्णी यांना आम्ही सर्व जण वहिनी म्हणीत होतो. वहिनी म्हणाल्या,

''आपण पुढं कार्यक्रम करावा की नको?''

सर्जेराव गायकवाड म्हणाले, ''वहिनी, कार्यक्रमाला सुरुवात करा. एखाद्यानं मूर्खपणा केला म्हणून आपण इतर प्रेक्षकांच्या आनंदात माती का म्हणून कालवायची?''

आम्ही कार्यक्रमाला सुरुवात केली. प्रेक्षक शांत बसून ऐकू लागले.

सहामाही परीक्षा सुरू झाली. विषय अकरावीपासूनचे होते. त्यामुळं अभ्यास करण्यास जास्त त्रास नव्हताच. फक्त आर्थिक भूगोल हा एकच विषय वेगळा होता. परीक्षा संपली. मी दोन-चार दिवस फिरूनच काढले. आबास हॉस्टेलवर आला. मी विचारलं,

''आबास, तू इथं कसा आलास?''

आबासनं सांगितलं, ''मिरजपातूर मोटारीनं आलू. मिरजपास्नं चालत इच्यारत हितपातूर आलू.''

मी राजूला बोलावून आणलं. आबास व राजू बोलत बसले. मी म्हणालो,

''आबा, तू आणि राजू बोलत थांबा. मी कुलकर्णी वहिनींना सांगून येतो.''

मी कलापथकाच्या ऑफिसमध्ये आलो. वहिनी बसल्या होत्या. मी त्यांना म्हणालो,

''वहिनी, माझा भाऊ मला घरी बोलावण्यासाठी आला आहे. घरी जाऊन लवकरच येतो.''

वहिनींनी परवानगी दिली. मी परत खोलीवर आलो. मी, आबास ढालगावला निघालो आणि राजू यशवंतनगरला निघाला. आम्ही रात्री आठ वाजता ढालगावमध्ये पोचलो. गावाशेजारीच पालं होती. मी पालाजवळ गेलो. एके काळी त्याच जागेवर पारधी समाज राहिला होता म्हणून आम्ही घाबरून पळत पळत दुसऱ्या गावाला जाऊन राहिलो होतो. एकाच समाजाचे लोक एकमेकांपासून दूर-दूर पळत होते. त्यांचा आपल्याच समाजावर विश्वास नव्हता. त्या वेळी मारुती वायफळकर, मचिंद्र शिंदे, निवृत्ती शिंदे, शिवाजी मोरे आणि आमचं बिऱ्हाड अशा बिऱ्हाडांचा संच होता. माणसं आमच्या पालासमोर जमत होती. माझी विचारपूस करीत होती. दुसऱ्या दिवसापासून पालं काढणं, ओझी लादणं, दुसऱ्या गावाला जाणं सुरू झालं. मी व आबास मागायला जाऊ लागलो. केराप्पादेखील आमच्याबरोबर मागायला येत होता. आठ-दहा दिवस निघून गेले. मी वडलांना म्हणालो,

''आण्णा, मला सांगलीला गेलं पाहिजे. नाटकाचे कार्यक्रम आहेत.''

वडील म्हणाले, ''आरं लगीच कसा चालायाचं?''

मी म्हणालो, ''आण्णा, माझं एक पात्रं नसेल तर त्यांना व्यवस्थित नाटक करता येणार नाही. माझ्यामुळे सर्व नाटकसंस्था अडचणीत पडेल.''

वडीलदेखील गप्प बसले. दुसऱ्या दिवशी सकाळी मी सांगलीला निघालो. वडील म्हणाले,

"उनाळ्याच्या सुटीला आब्याला तुज्याकडं धाडून दितू."

मी मान हालवीतच पुढं निघालो. सांगलीला आलो.

माझ्या शिक्षणाचा व कलेचा दोन्हींचा पण विकास होत होता. कॉलेजला जाणं, अभ्यास करणं आणि नाटकाचे कार्यक्रम करणं सुरू झालं. माझा कॉलेजमधील व हॉस्टेलमधील बऱ्याच मुलांशी परिचय झाला होता. मी भिकाऱ्याचा आहे म्हणून कुणाला माझ्याविषयी सहानुभूती निर्माण होत होती, तर कुणी माझ्यापासून दूर राहण्याचा प्रयत्न करीत होता. एका खालच्या जातीच्या मुलाबरोबर आपण संबंध कसे ठेवायचे या विचारानं कुणी असलेले संबंधदेखील हळूहळू कमी करीत होता. कुणी समजत होते की, ध्येयासाठी धडपडणारा विद्यार्थी आहे. स्वतःच्या कलेचा उपयोग करून शिक्षण घेत आहे. या विचारानं माझ्याशी जवळीक निर्माण करीत होते. माझ्या जीवनाविषयी, आमच्या जमातीविषयी उत्सुकतेनं माहिती विचारीत होते. दिवस पुढं जात होते.

वार्षिक परीक्षा संपली. या वर्षी माझी स्कॉलरशिप मंजूर झाली नाही. मेसचं बिल भरायचं होतं. एकूण सातशे रुपये बिल माझ्या नावावर होते. मी देवधर सरांना म्हणालो,

"सर, ह्या वर्षी स्कॉलरशिप मंजूर झाली नाही त्यामुळे मेस बिल भरता येत नाही."

देवधर सर म्हणाले, "तुम्ही चौकशी करून बघा. मेस मुलांच्या पैशातूनच चालवायची असते. पैसे भरले नाहीत तर मेस चालवता येणार नाही, असं नाही का?"

मी म्हणालो, "सर, पुढच्या वर्षी दोन्ही स्कॉलरशिप्स एकाच वेळी मिळतील त्या वेळी बिल भरता येईल काय?"

देवधर सर म्हणाले, "तुम्ही असनारे सरांना भेटून चौकशी करा."

मी 'होय' म्हणालो आणि खोलीकडे परत आलो.

आबास आला. मी व आबास डफळापूरला आलो. डफळापूरच्या पूर्वेला आमच्यातील पालांची गर्दी झालेली दिसत होती. बावचीचे, नराळचे आणि गोंधळेवाडीचे बरेच भिकारी तिथं जमले होते. मला तिथं गेल्यानंतर समजलं की, बावचीच्या बाबजी भोसल्यांच्या मुलीचं, शिरमाचं लग्न गोंधळेवाडीच्या शिवराम धुमाळांच्या मुलाबरोबर-रावसाहेबबरोबर ठरवलं जाणार होतं. त्यांची उद्या मागणी घातली जाणार होती. मागणीचं जेवण मिळणार म्हणून सर्व जण आनंदात होते. दुसरा दिवस उजाडला. पहाटे माणसं मागायला गेली होती. ती सकाळी परत आली. दुपारी आमच्या जवळजवळ वीस-पंचवीस बिऱ्हाडांतील माणसं एकत्र बसली. त्यामध्ये पुढारी म्हणून नागू आजोबा, आण्णाप्पा भिसे, शिवराम धुमाळ, बाबू मोरे, आणि माझे वडील असे होते. नागू आजोबा म्हणाले,

"बाबू आणिक शिवराम, आताच्याला- पोरानं पुरीला बगितलंय आणि पुरीनं

पोराला बगितलंय तवा त्येंची काय मतं हायती?''

शिवराम आजोबा म्हणाले, ''दोगाची बी पसंती हायगा.''

नागू आजोबा म्हणाले, ''मंग आता द्या-घ्याचं बोला.''

शिवराम आजोबा म्हणाले, ''पावण्यानं सांगावं पोराला काय देणार हाय त्ये.''

बाबजीमामा म्हणाले, ''आगा पोराला पुरगीच दितूया आणिक काय पायजी.''

शिवराम आजोबा म्हणाले, ''आगा ही काय नवीन हाय का-पुरगी तर द्यालाच पायजी न्हायतर लगीन कसं व्हुयाचं? न्हाय म्हंजी न्हवऱ्या मुलाला काय देताय?''

नागू आजोबा म्हणाले, ''हुं- बोल बाबू काय दितुस पोराला.''

बाबजीमामा म्हणाले, ''पोराला कापडं करतू पर त्येनी पुरीला कापडं घ्याला पायजी.''

आण्णाप्पा भिसे म्हणाले, ''शिवराम, तुमी काय म्हंताया?''

शिवराम आजोबा म्हणाले, ''पावण्यानं, पोराला आरद्या तोळ्याची आंगटी घालावी.''

बाबजीमामा म्हणाले, ''मला पुरगी द्याची जमत न्हाय. आगा, आरद्या तोळ्याची आंगटी घालाला का पोरगं नुकरी करतंया व्हयं. माजी पुरगी उद्याच्याला तीन दगाड मांडून भीक मागून खातच फिराची हाय गी.''

वडील म्हणाले, ''आवं आसं संतापून कुटं लगीन जमतंया व्हयं. वायंस येव्हारातलं बोला गी.''

बाबजीमामा म्हणाले, ''मंडळी, म्या पोराला आणिक पुरीला कापडं करतू-जेवाण घालाला यील तेच्या आरदा खरच दितू. जमतंया का बगा- न्हायतर आमाला काय जमत न्हाय.''

आण्णाप्पा भिसे म्हणाले, ''शिवराम, आसं करा, बाबू म्हणतूया तसं लगीन व्हुदी.''

शिवराम आजोबा म्हणाले, ''आवं तसं कसं? निदान जेवणाचा समदा खरंच तर पावण्यानं केला पायजी.''

नागू आजोबा म्हणाले, ''बाबू, तुजा इच्चार काय हाय?''

बाबजीमामा म्हणाले, ''म्या जेवण घालतू पर लगीन माज्या दारात झालं पायजी.''

गोंधळेवाडीचे बाबू मोरे म्हणाले, ''तसं जमाचं न्हाय. आवं न्हवरा आमच्या गावातला आणिक लगीन तुमच्या गावात कसं व्हुईल?''

बाबजीमामा म्हणाले, ''बरं हाय, तुमच्या गावाला करू पर आरदा गाडी खरच तुमी द्याला पायजी आमच्या वराडाचा.''

शिवराम आजोबा म्हणाले, ''म्या कबूल करतू. लगीन ठरलं.''

नागू आजोबा म्हणाले, "मग सद्याच्याला मागणीचं जेवाण तुमी दोगांनी बी आरदा-आरदा खरच घालून आज सांच्याला दिलं पायजी."

बाबजीमामानं व शिवराम आजोबानं संध्याकाळी जेवण द्यायचं ठरवलं. रावसाहेब व शिरमाचं लग्न ठरलं. लगेच गावात दोन-तीन माणसं पाठवून दोन पायल्या गहू आणि एक पायली डाळ, गूळ, तेल व इतर किरकोळ साहित्य आणलं, गहू तिकडूनच दळून आणले होते. प्रत्येक पालातील बायकांकडं थोडं थोडं गव्हाचं पीठ व डाळ दिली होती. गोडेतेल दिलं होतं. पोळ्या करण्याचा कार्यक्रम सुरू झाला. दिवस मावळायला चालला होता. पोळ्यांच्या पिठात वाऱ्यानं माती उडून येत होती. पिठाला रंग काळा आला होता. पोळ्या इस्टमन कलर दिसत होत्या. पोळ्या करण्याचा कार्यक्रम संपला. संध्याकाळी जेवणाच्या पंगती बसल्या. दंगा-गडबड सुरू झाली. थाटल्या, भगुली घेऊन माणसं जेवायला बसली. ताटांत, भगुल्यांत पोळ्या, गुळवणी वाढली जात होती आणि वाऱ्यानं माती, घाण, कचरादेखील त्यामध्येच मिसळत होता. माणसं खात होती. ताटामध्ये घाण पडली आहे याचीदेखील कोणाला जाणीव नव्हती. रात्री बराच वेळ जेवणाचा कार्यक्रम सुरू होता.

दुसऱ्या दिवशीपासून गोंधळेवाडीची बिऱ्हाडं एका दिशेनं, तर आमची बिऱ्हाडं दुसऱ्याच दिशेनं जाऊ लागली. पालं काढणं, ओझी लादणं, संसार घोड्यावर टाकून, पुढच्या गावाला जाणं सुरू झालं. मी व आबास मागायला जात होतो. माझ्या शिक्षणाबरोबरच मागण्याचीदेखील प्रगती होत होती. दिवस भराभर निघून जात होते. आमचं दिशाहीन भ्रमण चालूच होतं. त्या भ्रमणाला अंत नव्हता. फक्त जगणं एवढंच ध्येय होतं त्याच्यापाठीमागं. जून महिना सुरू झाला. मी सांगलीला आलो. कॉलेजमध्ये जाऊन रिझल्ट पाहिला. चोपन्न टक्के मार्क्स मिळाले होते. बी.कॉम. भाग दोन-सेमिस्टर एकमध्ये ॲडमिशन घेतलं. या वर्षी देवधर सरांनी हॉस्टेलची एक्क्याण्णव नंबरची खोली दिली होती. देवानंद धोतरे पार्टनर होते. देवानंद धोतरे जवळचेच म्हणजे कूपवाडचे होते. शारीरिकदृष्ट्या अपंग विद्यार्थी आपल्या नैसर्गिक व्यंगावर मात करून ताठ होऊ पाहत होता. मला त्याचा अभिमान वाटत होता. मी 'सीमा नृत्य नाट्यदर्शन' या संस्थेमध्येच नाटकात काम करीत होतो. या वर्षासाठी 'मी तुळस तुझ्या अंगणी' हे नाटक बसवलं होतं. दर वर्षीप्रमाणे तालमीला सुरुवात झाली होती. मला 'पांडा' हे नोकराचंच पात्र दिलं होतं. मी विनोद करून लोकांना हसवत होतो. त्यामुळे नोकराचं पात्रच मला मिळालं. सकाळी कॉलेजला जाणं, अभ्यास करणं आणि नाटकाचे कार्यक्रम करण्यासाठी तालीम करणं सुरू झालं.

गणेशोत्सव सुरू झाला. संस्थेचे कार्यक्रम होऊ लागले. आम्ही दररोज नाटकाच्या कार्यक्रमासाठी वेगवेगळ्या गावाला जाऊ लागलो. माझी कलाकारांमध्ये चांगली

ओळख झाली होती. मी जोश्याचा आहे हे प्रत्येकाला समजलं होतं. आमच्या जीवनाविषयी सर्व जण विचारीत होते. मी आमचं जीवन त्यांना सांगत होतो. त्यांना उत्सुकता लागत होती. कुणी म्हणत होते, 'तुमचा समाज सध्या काय करतो?' मी सांगत होतो, 'असेच गावोगाव भटकत फिरतोय.' कुणी म्हणत होतं, 'पावसाळ्याच्या दिवसांत तुम्ही कसे दिवस काढता?' मी सांगत होतो, 'आम्ही पालं मारून राहतो. कसेतरी सर्व जण त्या पालात बसतो. ओझं, कुत्रीदेखील पालातच असतात. कधी कधी पालात पाऊस येतो. आम्हाला भिजावं लागतं.' सर्व जण माझ्या जीवनाविषयी, जमातीविषयी विचारीत होते. मी त्यांना सांगत होतो. कॉलेज व नाटक यांच्या दरम्यान माझं जीवन वाहत होतं.

बी.कॉम. भाग दोन सेमिस्टर एकची परीक्षा संपली. दोन दिवसांनंतर आबास माझ्याकडं आला. मी त्याला घरातील सर्व माणसांची खुशाली विचारली. त्यानं सांगितलं,

"समदी जणं बरी हायती. पर दादा राजू कुटं हाय."

मी सांगितलं, "राजूची परीक्षा ह्या वर्षी लवकरच झाली होती. त्यामुळे तो यशवंतनगरला गेला आहे."

मी आबासला खोलीवर थांबण्यास सांगितलं आणि नाट्यसंस्थेच्या ऑफिसकडं गेलो. वहिनींना सांगितलं,

"वहिनी, मी घरी जातो. भाऊ आला आहे. कार्यक्रम जरी असला तरीदेखील माझं पात्र प्रशांत करेल."

वहिनींनी संमती दिली. मी खोलीवर आलो. त्या दिवशी आबास खोलीवरच थांबला. रात्री मला म्हणाला,

"दादा, आपल्या बाळ्याला 'व्हरी' बसवाचं हाय. त्येला आजुन 'व्हरी' बसीवलं न्हाय. आपुण गेल्यावर व्हरी बसवाचं हाय."

सकाळी आम्ही दोघं जण कवलापूरला गेलो. पालावर समोर गेलो. आमची माणसं जमू लागली. नागू आजोबा म्हणाले,

"दादास्या, फास झालाच का?"

मी सांगितलं, "पास-नापास जुलैमध्ये समजेल."

तो दिवस विचारपूस करण्यातच गेला.

सकाळी माणसं मागून आलीत. सर्व जण एकत्र जमले. माझ्या लहान बंधूला, बाळूला आणलं आणि बाबजी भोसले कुंभारकर पाटील होते, त्यांच्या मांडीवर बसवलं. आईनं बारा मिसळीचं मापटंभर धान्य एका फुटक्या भगुल्यात शिजवलं. त्याच्या घुगऱ्या केल्या आणि बाळूच्या नावानं सर्व जमातीला मूठ-मूठ वाटल्या.

माणसं म्हणू लागली, 'बाळ्याच्या नावाच्या घुगऱ्या खाल्ल्या.' वडील बाबजीमामांच्या मांडीवर बसवलेल्या बाळूला घेऊ लागले. बाबजीमामा म्हणाले,

"मलारी, आगुदर कुंबारकर पाटलाचा मान हातं ठिव मगच पोराला घ्याचं. कुंबारकराचा मान सात रुपयं दी."

वडलांनी बाबजीमामांना सात रुपये कुंभारकराचा मान दिला. नागू आजोबा म्हणाले, "मलारी, पोराला 'व्हरी' बसवल्या- तवा सरवद्याचा मान तीन रुपयं हाकडं आण."

वडलांनी नागू आजोबांना पण तीन रुपये दिले. मानपान आमच्या जमातीमध्ये द्यावेच लागतात. लग्नाच्या वेळी, मुलाला होरी बसवतेवेळी, हा आमच्या जमातीचा नियमच आहे. त्यामुळे वडलांना पैसे द्यावे लागत होते. मी त्यांच्या चेहऱ्याकडं पाहत उभा होतो. आजपर्यंत रूढीनं चालत आलेले मानपान दिल्याशिवाय जमातीत घेतलं जात नव्हतं. जन्म घेतलेल्या मुलाला 'होरी' बसवावं लागत होतं. होरी बसवण्याचा कार्यक्रम संपला. आमचं वाहतं जीवन वाहू लागलं. पालं काढणं, ओझी लादणं, दुसऱ्या गावाला जाणं सुरू झालं. कुत्र्यांची, माणसांची ओढाताण सुरू झाली. मी, आबास व लक्ष्मण भाऊजी तिघं जण मागायला जाऊ लागलो. मला जास्त काही मिळतच नव्हतं. पण वडलांनी आणि आपल्यापेक्षा लहान बंधूनं भीक मागून आणायचं आणि आपण बसून खायचं हे माझ्या विवेकबुद्धीला योग्य दिसत नव्हतं. आबास व लक्ष्मण भाऊजी मागायला हुशार झाले होते. येणारा दिवस आम्ही आनंदात, तर कधी लाचारीत काढीत होतो.

सुट्टी संपली. मी सांगलीला आलो. बी.कॉम. भाग दोन सेमिस्टर दोनमध्ये ॲडमिशन घेतलं. हॉस्टेलची खोली तीच होती पण हॉस्टेलचं व मेसचं बिल भरलं नव्हतं. मी मेस लावण्यासंबंधी असनारे सरांना भेटण्यास गेलो. असनारे सर म्हणाले,

"मोरे, तुम्हाला मेसमध्ये जेवण घेता येणार नाही. कारण तुमच्या नावावर आजपर्यंतचं सतराशे रुपये बिल राहिलं आहे."

मला काहीच बोलता येत नव्हतं. माझं नशीबच फाटक्या झोळीप्रमाणे होतं. कित्ती सवलती दिल्या तरी त्या कमीच पडणार होत्या. मी खोलीवर येऊन विचार करीत बसलो. जेवणाचं काय करायचं? दोन्ही वर्षांची स्कॉलरशिप मिळेपर्यंत तीन महिन्यांचा कालावधी लागणार होता. स्कॉलरशिप मिळाल्याशिवाय बिल भरता येत नव्हतं. माझं जीवन परत दुःखाच्या आगीत लोटलं जाण्याची शक्यता दिसू लागली होती. ज्याप्रमाणे पाण्याकडं पाणी ओढ घेतं त्याप्रमाणे दुःखाकडं दुःख ओढ घेत असावं असं वाटू लागलं. परमेश्वरानं माझ्या जीवनाला उदार मनानं दुःखाचा खजिना बहाल केला असावा. म्हणूनच प्रत्येक वर्षी एक नवीन

संकट समोर उभं राहत होतं. मी लगेच दुसरा विचार करीत होतो. दु:खाचं झाड लावल्यानंतर त्याला सुखाची फळे लागण्याची माणसानं का अपेक्षा करावी? आजपर्यंत दु:खातच दिवस काढलेत, मग आता दु:ख आलं म्हणून बिघडलं कुठं? माझ्या डोक्यात एक विचार चमकून गेला. पोलीस हेडक्वार्टरमध्ये गोंधळेवाडीचा जयवंत मोरे हा माझा चुलत भाऊ राहत होता. तो पोलिसांमध्ये नोकरीला होता. त्याच्या पत्नीनं- कांचन वहिनीनं- आपल्या माहेराची ओळख करून दिली होती. कांचन वहिनीची आई, सुमन ही नराळच्या बाबू मास्तरांची मुलगी होती. सुमनआक्कांचं गोंधळेवाडीचे माणिक भोसले यांच्याशी लग्न झालं होतं. माणिकमामा पोलीस हेडकॉन्स्टेबल होते. जयवंत दादांच्या व सुमनआक्कांच्या घरी पण मी अधूनमधून जात होतो. सुमनआक्कांना विचारून बघावं, दोन-तीन महिने पैसे घेऊन जेवण देतात का बघावं. नाटकाचे कार्यक्रम होतील त्याप्रमाणे पैसे द्यावेत. मी पोलीस लाइनमध्ये गेलो. सुमनआक्कांनी विचारलं,

"का रे, बरेच दिवस घरी आला नाहीस?"

सुमनआक्कांचं सातवीपर्यंत शिक्षण झालेलं होतं आणि शहरामध्येच त्या त्यांचे जीवन जगत होत्या त्यामुळे सुशिक्षित सुधारित राहणीमान त्यांना शक्य होतं. मी म्हणालो,

"माझं थोडं काम होतं तुमच्याकडे."

सुमनआक्कांनी विचारलं, "कसलं काम?"

मला सांगण्यासाठी संकोच वाटत होता. पण सांगावंच लागणार होतं. म्हणून म्हणालो,

"मला मेस बंद करावी लागली आहे. दोन महिन्यांसाठी तुमच्या घरी जेवणाची व्यवस्था झाली तर फार चांगलं होईल. मी प्रत्येक महिन्याला थोडे थोडे याप्रमाणं मेस बिलाइतके पैसे देतो."

सुमनआक्का म्हणाल्या, "वेडा आहेस. तुला वेळ आली आहे म्हणून माझ्या दारात आला आहेस. अशा वेळी तुला उपयोगी पडलं पाहिजे. माणसानं माणसाला मदत नाही करायची तर कोणाला करायची? मला तुझे पैसेदेखील नकोत. तू येऊन जेवण घेत जा. तू आपलंच घर समज."

माणिकमामा म्हणाले, "तू परिस्थितीला तोंड देत शिकतोस तेच फार महत्त्वाचं. आमच्या जमातीमधून अशी मुलं शिकली पाहिजेत. त्याशिवाय आपली जमात सुधारणार नाही."

मला त्या वेळी त्यांचा फार मोठा आधार वाटला. मला प्रत्येक संकटाला कुठंतरी आधार मिळत होता. मी त्यातच समाधान मानीत होतो. पैसे न देता जेवणं बरं दिसत नव्हतं. दुसऱ्याला त्रास देणं योग्य नव्हतं. मी म्हणालो,

''तुम्ही पैसे घेणार असाल तर जेवतो. नसेल तर कुठंही जेवणाची व्यवस्था करतो. पण पैसे एकदम मिळणार नाहीत. नाटकाचे कार्यक्रम होतील त्याप्रमाणं देत जाईन.''

सुमनआक्का हसल्या व म्हणाल्या, ''मी तुला पैसे द्यायलाच नको म्हणत होते तर तू म्हणतोस पैसे ताबडतोब मिळणार नाहीत. कधीही दे, तुला जमेल तेव्हा. मग झालं?'' मी तिथून खोलीवर आलो.

रोज कॉलेजला जाणं, सुमनआक्कांच्या घरी जेवायला जाणं, अभ्यास करणं आणि नाटकाचे कार्यक्रम करणं सुरू झालं. मी सुमनआक्कांच्या घरी खेळीमेळीत दिवस काढीत होतो. मार्च महिन्यामध्ये माझी दोन्ही वर्षांची स्कॉलरशिप मंजूर होऊन आली. ट्यूशन फी वजा जाता मला एकवीसशे पन्नास रुपये मिळत होते. त्यातून हॉस्टेलचे एकशेचोपन्न रुपये आणि मेस बिल सतराशे रुपये वजा करून घेतलं व बाकीचे पैसे मला दिले. मी सुमनआक्कांचे पैसे तरी प्रत्येक महिन्यात थोडे थोडे देत होतो. परीक्षा जवळ आली म्हणून मी अभ्यास करू लागलो. ग्रंथालयामध्ये अभ्यासासाठी चिंतामणराव कॉमर्स कॉलेजला चांगली सोय होती.

बी.कॉम. भाग दोन सेमिस्टर दोनची परीक्षा संपली. बरेच दिवस घराकडून माझ्याकडं कोणी आलं नाही. मी सुमनआक्कांच्या घरी जेवण घेत होतो. एके दिवशी आबास आला. आम्ही दोघं जण हातीदला निघालो. आम्ही दोघं जण हातीदला पोचलो. गावाच्या शेजारीच पालं दिली होती. त्या वेळी मारुती वायफळकर, निवृत्ती शिंदे, तायाप्पा मोरे, विठ्ठल शिंदे, मचिंद्र शिंदे आणि आमचं पाल, अशा पालांचा संच होता. आम्ही हातीदमधून जवळच जुनोनीला गेलो. गावापासून थोड्या अंतरावर पालं दिली. बायका भगुली, घागरी घेऊन पाण्याला गेल्या. उघडीनागडी मुलं रडत-बोंबलत पळू लागली. दुपारी माणसं जवळच मान नदी होती त्या नदीला मासे धरण्यासाठी गेली. रात्री जेवायला बोलवण्याची गर्दी चालली. पहाटे माणसं मागायला गेलीत. सकाळी आम्ही पण मागायला गेलो. दुपारपर्यंत आम्ही मागून आलो. पालाजवळ आलो तर आमच्या लोकांचा दंगा चालू होता. तायाप्पा मोरे मोठमोठ्यानं म्हणीत होते,

''इटुबा, माज्या वलकीचं गाव त्वा का बरं मागितलंच?''

विठ्ठल शिंदे म्हणाले, ''तुज्या वळकीची घरं मागितली न्हायती.''

तोंडाला तोंड लागलं. बायकांनीदेखील भांडायला सुरुवात केली. तायाप्पा मोरेंची पत्नी म्हणत होती,

''माज्या न्हवऱ्याचं गाव तुज्या न्हवऱ्यानं कसं मागितलं?''

विठ्ठल शिंदेंची पत्नी तायाप्पा मोरेंच्या पत्नीला म्हणीत होती, ''तुज्या न्हवऱ्यानं काय त्या गावाचा मक्ता घितला न्हाय.''

भांडणं जास्तच होणार असं समजून मारुतीमामा म्हणाले, "आरं-जरा दमानं विच्यारा. काय झालं ती नीट सांगा."

तायाप्पा मोरे म्हणाले, "ह्या जुनूनीत माज्या वळकीची घरं हायती- ती घरं इटुबा मागून आला. माजं नाव सांगून."

आमच्या जमातीमधील काही लोकांची विशिष्ट गावांमध्ये चांगली ओळख असते. तो गाव किंवा त्या गावातील विशिष्ट घरातील माणसं जोश्यानं सांगितलेलं भविष्य खरं झालं असं म्हणून त्या जोश्याला मानतात. खरं म्हणजे वेळ चांगली आली की, मातीचादेखील औषध म्हणून गुण येतो त्याप्रमाणंच एखाद्याची वेळ चांगली असेल आणि त्यामध्येच एखाद्या जोश्यानं तुमचं चांगलं होतं किंवा एखादी घटना घडते असं भविष्य सांगितलेलं असतं, आणि त्या गावातील लोक जोशी खरं सांगतो असं मानतात. त्या गावापुरती एखाद्या जोश्याची मक्तेदारी असते. त्याच्या ओळखीची घरं इतर जोश्यानं मागायची नसतात. आज विठ्ठल शिंदेंनी तायाप्पा मोरेंच्या ओळखीची घरं मागितली होती. वडील विठ्ठल शिंदेंना म्हणाले,

"इटुबा, तुला ह्यो गाव तायाप्पाच्या वलकीचं हाय त्ये माहीत व्हुतं का नव्हतं?"

विठ्ठल शिंदे म्हणाले, "मला माहीत व्हुतं. पर म्या त्येच्या वळकीची घरं मागितली न्हायती."

तायाप्पा मोरे म्हणाले, "आमाला कसं माहीत त्वा घरं मागितली न्हायती म्हणून. उद्याच्याला माजी आबरू जायंल."

मारुतीमामा म्हणाले, "इटुबा, तुजी चूक हाय. गाव तायाप्पाच्या वळकीचं हाय त्ये ठाऊक आसून सुदीक तू मागितलंयीच, तवा आज जेवडं मिळालं आशील तेवडं तायाप्पाला दी."

विठ्ठल शिंदे म्हणाले, "म्या दिसभर मागून समदं त्येला द्याचं ह्यो कुटला न्याय?"

तायाप्पा मोरे रागारागानं म्हणाले, "मंग उद्याच्याला तू मागत्याल्या घरात यीवून म्या मागा लागल्यावर तुला बरं दिसंल का?"

विठ्ठल शिंदेंना काहीच बोलता येईना. वडील म्हणाले,

"इटुबा, तुला आज काय मिळालंया?"

विठ्ठल शिंदे म्हणाले, "एक शेर दाणं आणि सवा रुपाया मिळालाय."

वडील परत म्हणाले, "तेवडं तायाप्पाला दिवून टाक-उगाच भांडण कश्याला कराचं?"

विठ्ठल शिंदेंनी एक शेर ज्वारी तीपण बारा मिसळीची आणि सव्वा रुपया आणून दिला. भांडण संपलं.

दुसऱ्या दिवशीपासून आमची भटकंती सुरू झाली. मागायला गेलो की वेगवेगळे अनुभव येत होते. कुत्री अंगावर येत होती. कोणाच्या शिव्या घ्याव्या लागत होत्या. आम्ही तसेच दिवस काढीत होतो. आम्हाला त्याचं काहीच वाटत नव्हतं. आमच्या जमातीमधील प्रत्येक माणूस रानातच जन्मत होता. आणि रानातच लाचारीत मरत होता. त्यांना कितीतरी अनुभवांचे चटके बसत होते. जन्माला आलो आहे, आपण जगलं पाहिजे, एवढंच त्यांना माहीत होतं. दररोज मिळेल ते खर्च करणं आणि जीवन जगणं यापलीकडं त्यांच्या जीवनाला दुसरं ध्येय नव्हतं. दुसऱ्यांच्या शिव्या घेणं, मार घेणं एवढंच त्यांच्या जमेच्या बाजूमध्ये शिल्लक होतं.

मी सांगलीला आलो. रिझल्ट लागला होता. बी.कॉम. भाग तीन सेमिस्टर तीनमध्ये ॲडमिशन घेतलं. हॉस्टेलची एक्क्याण्णव नंबरची खोली पहिलीच होती. पार्टनरदेखील देवानंद धोतरेच होते. मी असनारे सरांना भेटून मेसमध्ये जेवण घेत होतो, असं सांगितलं. सरांनी परवानगी दिली. माझी मागील बाकी मी अगोदरच पूर्ण केली होती. परत माझं कॉलेज जीवन सुरू झालं. इंद्रधनुष्याच्या रंगाप्रमाणं माझं जीवन सप्तरंगी झालं होतं. या वर्षी 'कलारत्न म्युझिकल पार्टी, सांगली' या नाट्यसंस्थेत मी काम करीत होतो. कलाकारांचा संच काही पूर्वीचा होता, तर काही नवीन कलाकार घेतले होते. पूर्वीचे सर्जेराव गायकवाड होते. तेच दिग्दर्शन करीत होते. रत्नमाला शेळके, प्रकाश नातू सर, आर. के. शेख, बबन सदाकाळे असे पहिलेच कलाकार होते. नवीनपैकी आप्पासी चराटे, सौ. वंदना चराटे, मीना गुणे, आशा गौस, आणि दीपक कुलकर्णी असे कलाकार होते. आप्पा चराटे दररोज दारू पिऊनच तालमीला व कार्यक्रमाला येत असे. दारू न पिता त्यांना स्टेजवर आपलं पात्र व्यवस्थित करता येत नव्हतं. दारू प्यायली नाही की त्यांचे हातपाय थरथर कापत होते. कलाकार व्यसनी असतात यावर माझा विश्वास नव्हता. पण जसजसं वेगवेगळ्या कलाकारांच्या सान्निध्यात जात होतो, तसतसं कलाकार व्यसनी असतात हे त्या वेळी समजत होतं.

कॉलेजला जाणं, अभ्यास करणं, नाटकाचे कार्यक्रम करणं सुरू झालं. अधूनमधून हरीश व शेखर स्वामी माझ्याकडं येत होते. मी त्यांच्याकडं जात होतो. शेखर स्वामीदेखील जतेला आमच्याच वर्गात शिकत होता. त्यानं व हरीशनं गणपतराव आरवाडे कॉलेजला ॲडमिशन घेतलं होतं. हरीश मला अधूनमधून आर्थिक मदत करीत होता. बी.कॉम. भाग तीन सेमिस्टर तीनची परीक्षा सुरू झाली. अगोदर नाटकाचं जागरण करावं लागत होतं. त्यानंतर परीक्षेसाठी जागरण करावं लागलं होतं. अशक्तपणा वाढत गेला आणि पहिल्या दोन पेपरांनंतर मी आजारी पडलो. परीक्षा चुकवून तर चालणार नव्हतं. नाटकांचे पैसे व स्कॉलरशिपमधून

अॅडव्हान्स घेऊन मेसचं बिल भरलं होतं. पैसे जवळ नव्हते. काय करावं सुचत नव्हतं. मी देवधर सरांना आजारी असल्यासंबंधी सांगितलं. देवधर सरांनी शंभर रुपये दिले व म्हणाले,

"डॉक्टरकडं जा. आणि पेपर चुकवू नका."

मी खोलीवर आलो. देवधर सरांनी मला अनेक वेळा आर्थिक साहाय्य केलं होतं. चूक झाली असेल तर ती चूक दाखवून दिली होती. चूक कशी सुधारावी याविषयी मार्गदर्शन केलं होतं. त्यांना गरीब विद्यार्थ्यांविषयी तळमळ होती. मी दवाखान्याला गेलो. इंजेक्शन, औषध घेतलं. आणि परीक्षा देत होतो. शेवटच्या पेपराच्या दिवशीच आबास माझ्याकडं आला. परीक्षा संपल्यानंतर 'कलारत्न म्युझिकल पार्टी'चे निर्माते सदाशिव माने यांना सांगून आबासबरोबर बिऱ्हाडाकडं निघालो.

बिऱ्हाडं इचलकरंजीला राहिली होती. आम्ही इचलकरंजीमध्ये पोचलो. एके काळी दुःखाचा डोंगर घेऊन मी याच इचलकरंजीमध्ये आलो होतो. नागू आजोबा, यशवंत भालके, अभिमान भोसले, सिद्राम भोसले, आप्पा शिंदे, आणि आमचं पाल अशा पालांचा संच होता. आम्ही नियमित मागायला जाऊ लागलो. आमच्या जमातीमधील माणसं म्हणीत होती, "दादासाब, आता नुकरी धर. येवडा शिकलायीचं."

मी ऐकून घेत होतो. त्यांना काय सांगणार होतो? मी म्हणालो,

"बघू, आजून एवढं वर्ष संपल्यानंतर बी.कॉम. होईल."

आमचं पूर्ववत जीवन सुरू झालं होतं. त्या जीवनाला दिशा नव्हती. आमची जमात असं किती दिवस भटकत राहणार होती कोण जाणे? यांच्या जीवनाला स्थिरता मिळणार होती किंवा नाही हे समजणं कठीण होतं. फक्त विचारच मी करू शकत होतो. पोत्याच्या पालामध्ये, वाऱ्यामध्ये, पावसामध्ये आपलं जीवन जगणारी जमात कधी स्थिर होऊ शकेल याविषयी शंकाच होती. वडलांनी तात्यासाहेबाला आश्रमशाळेतून आणलं होतं. तो पण सुट्टीमध्ये भीकच मागत होता. या वर्षी तो सातवीला गेला होता. त्यालादेखील शिक्षणाविषयी गोडी निर्माण झाली होती. बाळूला तर शाळेतच घातलं नव्हतं. त्याला पण अनाथाश्रमामध्ये घालावं याचा विचार करीत होतो. कसेतरी दिवस काढीत आमची जमात जगत होती. त्यांना अपमान वाटत नव्हता, की आपल्या जगण्याविषयी काही ध्येय असावं असं वाटत नव्हतं. सुट्टी संपली. मी सांगलीला आलो.

बी.कॉम. भाग तीन सेमिस्टर चारमध्ये अॅडमिशन घेतलं. माझ्या जीवनाला वेगळंच वळण लागलं. बिऱ्हाडांबरोबर असतेवेळचे विचार रानातच घुटमळत राहिले. कॉलेज व नाटक यांमध्ये मी गुंतलो. या दोन्हीमधून माझं जीवन पुढंपुढं जात होतं. कितीतरी लोकांच्या सहकार्यानं मी आजपर्यंत माझं ध्येय साध्य करीत आणलं

होतं. एके काळी बी.कॉम. होणं अशक्य वाटत होतं. आज मी बी.कॉम.च्या शेवटच्या सेमिस्टरचा अभ्यास करीत होतो. काळाचं चक्र फिरत होतं. त्यामधून मी माझं जीवन घडवण्याचा प्रयत्न करीत होतो.

बी.कॉम. भाग तीन सेमिस्टर चार ही माझ्या पदवीतील शेवटची सेमिस्टर होती. अभ्यास करणं आवश्यक होतं. परीक्षा संपल्यानंतर पालावर जाणं, गावोगाव भटकत राहणं. हे असंच चालणार होतं. पुढं काय होणार आहे, कोणास ठाऊक? हे जीवन आणखी कोणकोणत्या मार्गांवरून भटकायला लावतंय हे आता काळच ठरवणार. इथपर्यंत तरी अनेक दुःखांतून, संकटांतून मी धडपडत आलोय. माझ्या भटक्या, लाचार जीवनातूनही मी आज थोडाफार तरी ताठ होऊ पाहतोय. माझ्या भविष्याबद्दल तसा मी अंधारातच आहे. माझ्यासारख्या अंधारातल्या प्रवाशाला अंधाराशिवाय दुसरी गोष्ट कशाला साथ देईल?... मनात तरी अनेक पहाटा केव्हाच उजाडल्या आहेत. पण प्रत्यक्ष जीवनात त्यातील एखादी तरी पहाट केव्हा उजाडते कोणाला ठाऊक...???

■

रूढी-परंपरांपासून मुक्त होऊन माणूस म्हणून जगण्यासाठीची धडपड...

विमुक्त

दादासाहेब मोरे

संत्या फारच अस्वस्थ झाला होता. धमन्याने जातपंचायतीचा घोर अपमान केला आहे, असेच त्याला वाटत होते. तेथील सर्वच माणसांत कुजबुज सुरू होती. एखाद्या हडळिणीकडे बघावे, तसे बायका, मुलं लच्छीकडे बघत होती. लच्छीच्या चेहऱ्यावर मात्र समाधान दिसत होते. संत्या नीट सावरून बसला. खाकरून त्याने घसा साफ केला आणि निर्णय देऊ लागला, "धमन्या व लच्छीनं जातीला काळं फासाचं काम केलंय... जातपंच्यातीचा आवमान केलाय... गुलब्याचं पयसं घेतलं ती घेतलं... आणिक बायकूबी घरात ठिवून घितली... उंद्याच्याला आपल्या जातीत आसच व्हुया लागलं तर... येकमेकांच्या सबदावर कोण सुदीक इस्वास ठिवणार न्हाय.. परत्येक घरातील बाया, माणसं... मनाला यील तसं वागत्याली... ही जातीच्या हिताचं न्हाय... तवा धमन्यानं... आपलं पाल... आशील त्या... सामानसुमानासकट... गुलब्याच्या ताब्यात देवावं... आणिक आंगावरच्या कापडासकट आपल्या बायकु-पोरांस्नी घिवून कुटंबी जावावं... त्येचा आणिक त्येच्या बायकु-पोरांचा जातीशी आता कसलाच संबंध न्हाय."संत्याचा हा निर्णय ऐकताच तेथील सर्व माणसं उठली. लच्छी व धमन्या आपल्या दोन्ही मुलांना घेऊन, तेथून शहराच्या दिशेने निघाले. तेथील बायका, पुरुष, मुलं त्या दोघांकडे आवाक होऊन पाहत होती. लच्छी व धमन्याच्या चेहऱ्यावर मात्र वेगळेच तेज चमकत होते. त्यांची मुलं त्यांना बिलगून चालत होती. लच्छी व धमन्या दोघांनीही पालांकडे वा तेथील माणसांकडे ढुंकूनही पाहिले नाही. ते आपल्या जातीच्या आदिम परंपरांपासून, दुष्ट रूढींपासून मुक्त झाले होते. जातीच्या, जमातीच्या बंधनांनाच नव्हे तर जाती-जमातीच्या चौकटींना कायमचा रामराम ठोकून, माणूस म्हणून जगण्यासाठी जात होते. त्याच वेळी सूर्य उगवत होता.